मनोगत

I0669189

विद्यापीठ अनुदान आयोगाच्या मार्गदर्शक तत्वानुसार सावित्रीबाई फुले पुणे विद्यापीठाने जून २०१५ पासून तृतीय वर्ष कला या वर्गासाठी 'आर्थिक विकास आणि वृद्धी' हा पेपर लागू केला आहे. या पेपरसाठी नवीन अभ्यासक्रमानुसार हे पुस्तक लिहिले आहे. सदर पुस्तकात वास्तवतेचे भान ठेवून आजच्या काळातील होणारे बदल याचाही वेध घेण्याचा प्रयत्न केला आहे. सदर पुस्तक स्पर्धा परीक्षा नेट/सेट परीक्षा तसेच महाराष्ट्रातील सर्व विद्यापीठांसाठी उपयुक्त ठरावे हाच हेतू हे पुस्तक लिहिण्यामागचा आहे.

पहिल्या भागात आर्थिक विकास आणि आर्थिक वृद्धी याचा अर्थ व निर्देशक याचा आढावा घेतला आहे तसेच विकसन विकसित देशांची वैशिष्ट्ये स्पष्ट केलेली आहेत. तसेच आर्थिक विकास व वृद्धीतील अडथळे स्पष्ट केले आहेत तर सनातनवादी आणि नवसनातनवादी अर्थशास्त्रज्ञांच्या आर्थिक विकासाच्या सिद्धान्ताचे सविस्तर विश्लेषण केले आहे.

दुसऱ्या भागात आर्थिक विकासाच्या विविध दृष्टिकांचे विश्लेषण केले आहे त्यामध्ये प्रबळ चालना सिद्धान्त, संतुलित व असंतुलित विकास; निर्णायक किमान प्रयत्न सिद्धान्तांचे टीकात्मक विश्लेषण केले आहे. तसेच परकीय भांडवलाची आर्थिक विकासातील भूमिका स्पष्ट करुन सार्वजनिक गुंतवणूकीचे प्रकार तसेच परकीय भांडवलाच्या समस्याचे विवेचन केले आहे. त्याबरोबरच समग्र आर्थिक धोरणात चलनविषयक आणि राजकोषीय धोरणांची चर्चा केली आहे. आर्थिक नियोजनाबाबत आणि नितीआयोगाबाबत सविस्तर विवेचन केले आहे. प्रकरणांच्या शेवटी सराव प्रश्न दिले आहेत. तसेच पारिभाषिक शब्द आकलनासाठी दिलेले आहेत.

पुस्तक लिहिण्यासाठी सतत प्रोत्साहन मिळते ते प्रकाशक श्री. दत्तात्रेय पाष्टेसाहेब तसेच निलेश पाष्टे त्यांचे आभार मानणे आमचे कर्तव्य आहे. तसेच डॉ. बी. डी. कुलकर्णी, पुणे विद्यापीठाच्या अर्थशास्त्र अभ्यास मंडळाचे अध्यक्ष व मराठी अर्थशास्त्र परिषदेचे अध्यक्ष डॉ. सुहास आव्हाड, पुणे विद्यापीठाच्या अधिसभेचे सदस्य, ॲड. नंदकुमार पिंगळे तसेच आमच्या संस्थेचे सर्व संचालक मंडळ, प्राचार्य, ग्रंथपाल, सहकारी प्राध्यापक यांनी दिलेल्या प्रोत्साहनाबद्दल आभार! त्याचप्रमाणे आमच्या कुटुंबातील सर्वांनी सहकार्य केले त्याबद्दल मनपूर्वक धन्यवाद. डायमंड पब्लिकेशन्समधील सर्व सहकार्यांनी केलेल्या सहकार्याबद्दल सर्वांचे मनपूर्वक आभार!

डॉ. एस. व्ही. ढमढेरे

डॉ. एस. के. मगरे

डॉ. एस. व्ही. ढमढेरे

लेखक–परिचय

- एम. ए. एलएल. बी., एम. फिल., पीएच. डी. (अर्थशास्त्र)
- एस. पी. जे. कला व वाणिज्य महाविद्यालय, पाबळ, जि. पुणे येथे अर्थशास्त्र विभाग प्रमुख म्हणून कार्यरत.
- विविध महाविद्यालयांत २६ वर्षे अध्यापनाचा अनुभव; इंडियन इन्स्टिट्यूट ऑफ एज्युकेशनच्या महाराष्ट्र राज्यातील साधन केंद्राचे सहसंचालक.
- 'अर्थ' या त्रैमासिकाचे 'सहसंपादक'; प्रोग्रेसिव्ह रिसर्च संस्था, पुणे येथे सामाजिक–आर्थिक संशोधन प्रकल्पात संशोधन अधिकारी म्हणून काम. ९ संशोधन प्रकल्प पूर्ण केले.
- मराठी अर्थशास्त्र परिषद आणि इंडियन इकॉनॉमिक असोसिएशन्सचे आजीव सदस्य.
- पुणे विद्यापीठाच्या अर्थशास्त्र विभागाचे संस्थापक सदस्य
- विविध चर्चासत्रे व कार्यशाळांतून सहभाग, शोधनिबंध वाचन; पुणे विद्यापीठाच्या बहिःशाला शिक्षण मंडळाचे प्रमुख कार्यवाह; विद्यार्थी कल्याण मंडळाचे प्रमुख कार्यवाह; कमवा व शिका योजनेचे प्रमुख कार्यवाह. महाविद्यालय परिसर विकास विभागाचे प्रमुख.
- अर्थशास्त्रविषयक अनेक पुस्तकांचे लेखन. राष्ट्रीय, आंतरराष्ट्रीय, राज्य तसेच स्थानिक पातळीवर अनेक शोध निबंध प्रसिद्ध.
- पीएच. डी.साठी मार्गदर्शक
- पदव्यूत्तर विभागाचे समन्वयक
- महाविद्यालयीन परीक्षा विभागाचे अधिकारी

सावित्रीबाई फुले पुणे विद्यापीठ-तृतीय वर्ष कला शाखेच्या (T. Y. B. A.) २०१५-१६च्या सुधारित अभ्यासक्रमानुसार लिहिलेले क्रमिक पुस्तक तसेच महाराष्ट्रातील इतर सर्व विद्यापीठांना उपयुक्त.

आर्थिक विकास आणि नियोजन

Economic Development and Planning

डॉ. एस. व्ही. ढमढेरे
डॉ. एस. के. मगरे

डायमंड पब्लिकेशन्स

आर्थिक विकास आणि नियोजन
डॉ. एस. व्ही. ढमढेरे, डॉ. एस. के. मगरे

Arthik Vikas ani Niyojan
Dr. S. V. Dhamdhere, Dr. S. K. Magare

प्रथम आवृत्ती : जून २०१५

ISBN : 978-81-8483-627-1

© डायमंड पब्लिकेशन्स

मुखपृष्ठ
शाम भालेकर

प्रकाशक
डायमंड पब्लिकेशन्स
२६४/३ शनिवार पेठ, ३०२ अनुग्रह अपार्टमेंट
ओंकारेश्वर मंदिराजवळ, पुणे–४११ ०३०
☎ ०२०–२४४५२३८७, २४४६६६४२
info@diamondbookspune.com

ऑनलाईन पुस्तक खरेदीसाठी भेट द्या
www.diamondbookspune.com

प्रमुख वितरक
डायमंड बुक डेपो
६६१ नारायण पेठ, अप्पा बळवंत चौक
पुणे–४११ ०३० ☎ ०२०–२४४८०६७७

या पुस्तकातील कोणत्याही भागाचे पुनर्निर्माण अथवा वापर इलेक्ट्रॉनिक अथवा यांत्रिकी साधनांनी–फोटोकॉपिंग, रेकॉर्डिंग किंवा कोणत्याही प्रकारे माहिती साठवणुकीच्या तंत्रज्ञानातून प्रकाशकाच्या आणि लेखकाच्या लेखी परवानगीशिवाय करता येणार नाही. सर्व हक्क राखून ठेवले आहेत.

डॉ. एस. के. मगरे

लेखक–परिचय

- प्रा. डॉ. एस. के. मगरे
- एम. ए., एम. फिल., पीएच. डी. सेट (अर्थशास्त्र)
- दादासाहेब बिडकर महाविद्यालय, पेठ जि. नाशिक येथे अर्थशास्त्र विभागप्रमुख म्हणून कार्यरत.
- १२ वर्षे अध्यापनाचा अनुभव.
  आंतरराष्ट्रीय पातळीवर सहा संशोधन पेपर सादर; १६ शोधनिबंध प्रसिद्ध.
- २०१३ मध्ये 'मराठवाडा प्रदेशातील ग्रामीण बँका आणि शेतकरी व शेतमजुरांसाठी शेती कर्ज' हे पुस्तक प्रकाशित झाले.
- महाविद्यालय आणि विद्यापीठाच्या विविध योजनांत सहभाग.

अनुक्रम

१ आर्थिक वृद्धी आणि आर्थिक विकास

Economic Development and Growth

१.१ प्रस्तावना (Introduction)

दुसऱ्या महायुद्धानंतर आशिया आणि आफ्रिका खंडातील तसेच दक्षिण अमेरिकेतील अनेक देश स्वतंत्र झाले आणि त्या स्वतंत्र देशांनी आंतरराष्ट्रीय संघटनांचे सदस्यत्व स्वीकारले जसे आंतरराष्ट्रीय नाणेनिधी (IMF), जागतिक बँक इत्यादी. या संघटनांच्या सभा (परिषदा) संभेलनातून आणि विचारमंथनातून असे दिसून आले की, आर्थिक स्वातंत्र्याशिवाय राजकीय स्वातंत्र्याला अर्थ नाही आणि म्हणून त्यांनी आर्थिक विकासाचा स्वीकार करून देशाच्या आर्थिक विकासाचा वेग वाढविण्याचा प्रयत्न केला. गरीब आणि श्रीमंत देशातील दरी कमी करण्याचा प्रयत्न केला. परंतु विकसित देशांनी विकसनशील देशांना आपल्या उत्पादनाची बाजारपेठ बनविण्याचा

प्रयत्न केला आणि जागतिक स्तरावर विकासाचे दोन भागात वर्गीकरण झाले. श्रीमंत देश गरीब देशांना मदत करू लागले. परंतु स्वतःचे हितसंबंध जोपासण्याच्या हेतूनेच ते तशी मदत करू लागले.

अ‍ॅडम स्मिथपासून मार्क्स आणि केन्सपर्यंत सर्व अर्थशास्त्रज्ञांनी आर्थिक विकासाचा विचार केला. त्यांनी मुख्य लक्ष स्थितिशील प्रश्नांभोवती केंद्रित केले होते; तसेच त्यांची आर्थिक विश्लेषणे पश्चिम युरोपीय देशांच्या आर्थिक-सामाजिक परिस्थितीशी संबंधित होती.

१९३० ची महामंदी आणि १९४० नंतरचे युद्धजन्य आर्थिक परिणाम यांनी अर्थशास्त्रज्ञांचे लक्ष वेधून घेतले. केन्सने आपल्या विश्लेषणात चक्रीय बेकारीचा मुख्यत्वे विचार केला त्यातून त्यांनी दीर्घकालीन कुंठित अवस्थेचा धोका दर्शविला. त्यामुळे केन्सनंतरच्या अर्थशास्त्रज्ञांमध्ये यावर अधिक विचार होऊ लागला; तसेच विकासाची गती स्थिर ठेवणे हा समृद्ध अथवा विकसित देशांपुढील प्रश्न ठरला; तर विकासाचा वेग वाढविणे हा गरीब अथवा विकसनशील देशांपुढील त्याहून अधिक महत्त्वाचा प्रश्न होऊन बसला. आर्थिक प्रगती, आर्थिक विकास, आर्थिक वृद्धी या एकाच अर्थाने संज्ञांचा वापर करण्यात येत असला तरी त्यात फरक आहे. सदरील प्रकरणात आर्थिक विकास, आर्थिक वृद्धी या संकल्पनांचा विचार करण्याबरोबरच आर्थिक विकासाचे निर्देशक तसेच आर्थिक विकास आणि आर्थिक वृद्धी यातील फरकाचा अभ्यास केला आहे.

१.२ आर्थिक विकास-अर्थ आणि व्याख्या (Economic Development- Meaning and Definition)

सर्वसाधारणपणे आर्थिक विकास आणि आर्थिक वृद्धी या दोन्ही संज्ञा पर्यायी म्हणून वापरल्या जातात. अनेकदा दोन्ही संज्ञा समानार्थी वापरल्या जातात. परंतु काही अर्थशास्त्रज्ञांनी दोन्ही संज्ञांमध्ये फरक केलेला आहे.

'आर्थिक विकास' ही संज्ञा निरनिराळ्या अर्थशास्त्रज्ञांनी वेगवेगळ्या प्रकारे स्पष्ट केलेली आहे. ती पुढीलप्रमाणे -

श्रीमती उर्सुला हिक्स यांनी 'विकास' या संज्ञेचा संबंध गरीब देशांशी जोडलेला आहे. त्यांच्या मते, अल्प विकसित देशांच्या समस्या या उपयोगात न आणलेल्या साधनसंपत्तीचा विकास करण्यासाठी संबंधित आहेत; तर प्रो. मॅंडिसनच्या मते, उत्पन्न पातळी वरच्या पातळीवर नेणे याला गरीब देशात 'आर्थिक विकास' म्हणतात; तसेच शुम्पिटर यांनी असे स्पष्ट केले की, आर्थिक विकास हा अर्थव्यवस्थेचा स्थैतिक अवस्थेतील उत्स्फूर्त बदल असून आर्थिक विकासाची प्रक्रिया खंडित असू शकते.

व्याख्या

१) **ओक्युन आणि रिचर्डसन यांच्या मते,** ''आर्थिक विकास म्हणजे भौतिक कल्याणातील प्रगती की, जिचा प्रत्यय समाजाला प्राप्त होणाऱ्या वस्तू व सेवा यांच्या वाढत्या स्रोतात प्रतित होतो.''

(According to Okun and Richardson, "Economic Development may be defined as a sustained improvement in well being, which may be considered to be reflected in an increasing flow of goods and services.")

२) **प्रो. लुईस यांच्या मते,** ''दरडोई उत्पन्नात होणारी वाढ म्हणजे आर्थिक विकास होय.''

३) **प्रो. किंडलबर्जर यांच्या मते,** ''तांत्रिक आणि संस्थात्मक बदलामुळे उत्पादनात वाढ घडून येणे म्हणजे आर्थिक विकास होय.''

४) **पॉल बरन यांच्या मते,** ''भौतिक वस्तूंच्या दरडोई उत्पादनांत दीर्घकाळात झालेला बदल आर्थिक विकास (किंवा वृद्धी) दर्शवितो.''

५) **प्रा. मेयर्स व बाल्डविन (Meier and Baldwin) यांच्या मते,** 'एखाद्या अर्थव्यवस्थेचे वास्तव राष्ट्रीय उत्पन्न ज्या दीर्घकाळ प्रक्रियेने सातत्यपूर्ण वाढत जाते त्या प्रक्रियेस आर्थिक विकास म्हणतात.'

अशा रीतीने पारंपरिक दृष्टिकोनातून आर्थिक विकास म्हणजे, अशी प्रक्रिया की वास्तव दरडोई उत्पन्नात दीर्घकाळ वाढ घडून येते आणि त्या वेळेस आर्थिक, सामाजिक, राजकीय, तंत्रज्ञानासंबंधी इत्यादींमध्ये बदल होतात.

आधुनिक दृष्टिकोन

नवीन स्वतंत्र झालेल्या देशांनी आर्थिक वाढीचा दर ६% च्या जवळपास ठेवण्याचा प्रयत्न केला. परंतु बहुसंख्य लोकांच्या जीवनमानात काहीच बदल झाला नव्हता. त्यांच्यासमोर वाढती उत्पन्न विषमता आणि बेकारीचा प्रश्न वाढतच होता; म्हणून त्यांनी धोरणांसंबंधी पुनर्विचार करण्याची गरज भासली.

मायकेल हॅरॉड (Harrod) यांनी आर्थिक विकासाच्या नवीन धोरणात अर्थव्यवस्थेत आर्थिक आणि सामाजिक घटकांना महत्त्व दिले. त्यांनी विकासाबाबत असे म्हटले आहे की, ''रचना, दृष्टिकोन आणि संस्था यातील बदल तसेच आर्थिक वृद्धीच्या दरातील वाढ, विषमतेतील घट आणि निरपेक्ष दारिद्र्याचे उच्चाटन या सर्वांची मिळून अशी बहुविध पैलू असलेली प्रक्रिया म्हणजे आर्थिक विकास होय.''

आर्थिक विकासाच्या आधुनिक संकल्पनेनुसार उच्च वास्तव दरडोई उत्पन्न, दारिद्र्य निर्मूलन, संपत्तीतील विषमता आणि बेरोजगारी यावर नुसात विचार करून चालणार नाही तर जीवनमानाची पातळीसुद्धा उंचवावी लागेल.

१९९१ च्या जागतिक बँकेच्या अहवालात असे म्हटले आहे की, विकासामध्ये दीर्घकाळ गुणात्मक बदल झाला पाहिजे. मुख्यतः जगातील गरीब देशातील लोकांची आर्थिक जीवन पातळी जास्तीतजास्त उंचावली पाहिजे. त्यासाठी त्यांना चांगले शिक्षण, चांगले आरोग्य आणि पोषक आहार, दारिद्र्याचे प्रमाण कमी, चांगले पर्यावरण, जास्तीतजास्त विकासाच्या संधी मिळाल्या पाहिजेत.

अमर्त्य सेन यांच्या मते, ''आर्थिक विकास हा फक्त आर्थिक वृद्धीवर अवलंबून नसतो तर तो चांगल्या वाढलेल्या जीवन पातळीवर अवलंबून असतो; त्यासाठी लोकांना (समाजाला) रोजगाराच्या संधी निर्माण झाल्या पाहिजेत आणि अंधश्रद्धा आणि निरक्षरतेतून त्यांना मुक्त केले पाहिजे; तसेच स्वातंत्र्याचा हक्क आर्थिक विकासाशी संबंधित आहे. विकास हा जीवनाशी निगडित असून जीवनातील आनंद स्वातंत्र्याशी निगडित आहे.''

आर्थिक विकास ही एक गुणात्मक संकल्पना आहे. अर्थव्यवस्थेच्या गुणात्मक बदलामध्ये रोजगार निर्मिती, दारिद्र्य कमी करणे, विषमता कमी करणे, राहणीमानाचा दर्जा उंचावणे, कार्यक्षमता वाढविणे, औद्योगिक व सेवाक्षेत्रांचा वेगाने विकास, तंत्रज्ञान विकास, व्यक्तींच्या दृष्टिकोनामध्ये सकारात्मक बदल यासारख्या बदलांचा समावेश होतो.

१.३ आर्थिक वृद्धी–अर्थ आणि व्याख्या (Economic Growth - Meaning and Definition)

अर्थ : आर्थिक वृद्धी ही संख्यात्मक संज्ञा असून देशातील वस्तू आणि सेवांच्या एकूण आकारमानात वाढ होणे म्हणजे 'आर्थिक वृद्धी' होय. राष्ट्रीय उत्पन्न वाढत जाणाऱ्या प्रक्रियेला 'आर्थिक वृद्धी' म्हटले जाते; जर अचानक राष्ट्रीय उत्पन्न वाढले तर त्याला आर्थिक वृद्धी म्हणता येत नाही. वस्तू आणि सेवांचे भौतिक उत्पादन वाढणे हे खरे आर्थिक वृद्धीचे द्योतक आहे. किमती वाढल्याने वाढलेले उत्पन्न आर्थिक वृद्धी दर्शवित नाही तर वास्तव जी.डी.पी. तील वाढ महत्त्वाची असते. निरनिराळ्या विचारवंतांनी आर्थिक वृद्धीच्या व्याख्या दिलेल्या आहेत. त्या पुढीलप्रमाणे –

व्याख्या

१) **प्रो. शुम्पिटर यांच्या मते,** ''आर्थिक वृद्धी म्हणजे अर्थव्यवस्थेत दीर्घकाळ चिरस्थायी आणि सातत्याने घडून आलेले बदल होत. हा बदल प्रामुख्याने बचतीचा दर आणि लोकसंख्या यात होणाऱ्या सामान्य वृद्धीमुळे घडून येतो.''

२) **मिसेस उर्सुला हिक्स यांच्या मते,** ''आर्थिक विकासाचा प्रश्न अल्पविकसित देशांशी जोडला आहे; तर आर्थिक वृद्धीचा प्रश्न विकसित देशांशी जोडला आहे. अल्पविकसित देशात प्रश्न सोडविण्यासाठी जी प्रक्रिया अमलात आणली जाते तिला आर्थिक विकास म्हणता येतो. विकसित देशात आर्थिक वाढीच्या दराची प्रक्रिया सातत्याने राखण्याचे प्रयत्न विकसित देश करतात.'

३) **प्रो. मॅंडीसन** यांच्या मते, 'विकसित देशातील उत्पन्नाची पातळी उंचविण्याचा प्रयत्न म्हणजे 'आर्थिक वृद्धी' होय, तर विकसनशील देशातील राष्ट्रीय उत्पन्न वाढविणे म्हणजे 'आर्थिक विकास' होय.'

४) **बॉने यांच्या मते,** ''विकसनशील देशात निरनिराळ्या घटकात वाढ करून ती टिकवण्यासाठी काही प्रमाणात मार्गदर्शन व नियमांची गरज असते या पद्धतीला 'विकास' म्हणता येते. मात्र, विकसित असलेल्या अर्थव्यवस्थेमध्ये शिक्षण, उद्योजकता इ. चा स्तर इतका वाढलेला असतो की, विकासाची प्रक्रिया बरीचशी स्वयंस्फूर्त असते व त्यामुळे नियमनाची फारशी गरज नसते, या प्रक्रियेला वृद्धी म्हणता येते.''

५) **प्रो. सायमन कुझनेट्स यांच्या मते,** ''आर्थिक वृद्धी म्हणजे लोकसंख्येनुसार वाढत्या प्रमाणात विविध वस्तूंचा पुरवठा करण्याच्या अर्थव्यवस्थेतील क्षमतेतील दीर्घकालीन वाढ होय.''

६) **प्रो.जे.के. मेहता यांच्या मते,** ''आर्थिक वृद्धी म्हणजे संख्यात्मक परिणाम होय.'' देशाची लोकसंख्या, एकूण राष्ट्रीय उत्पन्न, दरडोई उत्पन्न, गुंतवणूक आणि परराष्ट्रीय व्यापार इ. त वाढ झाली असेल तर त्यास 'आर्थिक वृद्धी' म्हणता येईल. कारण हा बदल प्रामुख्याने संख्यात्मक स्वरूपाचा आहे. यावरून मुख्यतः तीन गोष्टी दिसून येतात की,

अ) आर्थिक वृद्धी झालेल्या देशांत वस्तूंचा पुरवठा करण्याच्या क्षमतेत दीर्घकालीन वाढ झालेली असते.

ब) सुधारित तंत्रज्ञान हा आर्थिक वृद्धीतील महत्त्वाचा घटक आहे. वाढलेल्या वस्तूंच्या पुरवठ्यासाठी व लोकसंख्येसाठी तिचा उपयोग होतो.

क) To achieve efficient and wide use of Technology and its development, institutional and ideological adjustment have to be made to effect the proper use of innovations generated by the advanced stock of much knowledge.

७) **प्रो.किन्डल यांच्या मते,** ''आर्थिक वृद्धी म्हणजे आर्थिक विकास होताना तांत्रिक आणि संस्थात्मक बदलामुळे उत्पन्नात झालेली वाढ.''

आर्थिक चलामधील झालेल्या वाढीस 'आर्थिक वृद्धी' म्हणता येते. आर्थिक वृद्धीचा विकासातील मोजमाप करण्याचे साधन म्हणून वापर केला जातो. विकासातील बदल करण्याची क्षमता किती आहे हे यावरून दिसून येते.

८) **प्रो. झिंगन यांच्या मते,** "Jhingan argues that economic growth is related to a quantitative and sustained increase in the country's per capita output or income along with expansion in its area under cultivation, labour force, consumption, capital, volume of trade etc. without any structural change. On the other hand, economic development is a much wider term. It is related not only to quantitative but also qualitative changes in economic wants, goods, incentives and institutions. It describes the underlying determinants of growth such as technological and structual changes. Development embraces both growth and decline. An economy can grow but it may not develop because poverty, unemployment and inequalities may continue to persist due to the absence of technological and structural changes. But it is difficult to imagine development without economic growth in the absence of an increase in output per capita, particularly when population is growing rapidly."

तंत्रज्ञान आणि त्याचा विकास संस्थात्मक आणि आदर्श तत्त्वातील बदल यांच्या अद्ययावत ज्ञानाचा वापर करून नवनिर्माण शोधांचा योग्य वापर करणे म्हणजे 'आर्थिक वृद्धी' होय.

प्रा. झिंगन (Prof. Jhingan) यांच्या मते, ''राष्ट्राच्या दरडोई उत्पादनात अगर उत्पन्नात संख्यात्मक व चिरकालीन होणारी वाढ म्हणजे 'आर्थिक विकास' होय. त्यात आराखडा न बदलता लागवडीखालील क्षेत्रात झालेली वाढ, श्रमिक

संख्येतील वाढ, उपभोग, भांडवल व व्यापार यांतील वाढ यांचा समावेश होतो. मात्र, ही संकल्पना व्यापकस्वरूपी आहे. आर्थिक गरजा, वस्तू व सेवा व आर्थिक संस्था यांच्यातील केवळ संख्यात्मक नव्हे तर गुणात्मक बदलाशी आर्थिक विकासाची संज्ञा संलग्न आहे. तांत्रिक व रचनात्मक बदलासंदर्भातील अंतरंग आर्थिक विकासात आढळतात. विकासात वृद्धी व घटीचा समावेश होतो. अर्थव्यवस्था विकसित होत असते, पण दारिद्र्य, बेकारी व विषमता असल्याने देश आर्थिकदृष्ट्या प्रगत झालेला नसतो. दारिद्र्य, बेकारी, आर्थिक विषमतेच्या समस्या तांत्रिक व रचनात्मक बदलांच्या अभावामुळे सुटल्या नाहीत. जेव्हा लोकसंख्येत सातत्याने वाढ होत असते, तेव्हा दरडोई उत्पादनातील वाढीच्या अभावामुळे आर्थिक विकास होत नसताना कोणत्याही विकासाबाबत अपेक्षा करता येत नाही.''

अशा रितीने विचारवंतांनी या दोन्ही संज्ञांत फरक दाखविण्याचा प्रयत्न केला.

थोडक्यात, आर्थिक वृद्धी ही संकल्पना विकसित देशांशी जोडली गेली आहे. आर्थिक वृद्धीचे मोजमाप हे जी.डी.पी.च्या साहाय्याने केले जाते. देशाचा जी.डी.पी. वाढत जाण्याचा प्रक्रियेला 'आर्थिक वृद्धी' असे म्हणता येते; तर एका वर्षाचा जी.डी.पी. मागील वर्षाच्या जी.डी.पी. च्या तुलनेने जेवढ्या टक्क्यांनी वाढलेला असतो, त्याला 'अर्थिक वृद्धी दर' असे म्हटले जाते. हा वृद्धीदर धन अथवा ऋण असू शकतो.

१.४ आर्थिक विकासाचे निर्देशक (Indicators of Economic Development)

एखाद्या देशाचा आर्थिक विकास होतो किंवा नाही हे ठरविण्यासाठी वेगवेगळे निर्देशक अथवा मापदंड आहेत. ते पुढीलप्रमाणे –

१) **राष्ट्रीय उत्पन्नात वाढ :** जर राष्ट्रीय उत्पन्नात वाढ होत असेल तर आर्थिक विकास होत आहे असे मानले जाते. वस्तू आणि सेवांच्या किमतीमध्ये वाढ झाल्याने राष्ट्रीय उत्पादन वाढते परंतु ही वाढ खरी नसते. त्यासाठी राष्ट्रीय उत्पादन चालू तसेच स्थिर किमतींना मोजले जाते. राष्ट्रीय उत्पादन वाढले तर लोकांची क्रयशक्ती वाढते.

२) **दरडोई उत्पन्नात वाढ :** दरडोई उत्पन्न हा अधिक चांगला निर्देशक मानला जातो. दरडोई उत्पन्नात होणारी वाढ ही आर्थिक प्रगती मोजण्याचे साधन आहे. दरडोई उत्पन्न जेवढे जास्त तेवढा आर्थिक विकास जास्त मानला जातो. परंतु, देशाचे दरडोई उत्पन्न जास्त असले तरी त्याचे व्यक्तीनिहाय

वितरण अत्यंत असमान असू शकते, कारण दरडोई उत्पन्न ही एक साधी सरासरी असते, त्यातून उत्पन्नाचे खरे स्वरूप समजून येत नाही.

३) **उत्पन्नाची वाटणी :** आर्थिक विकासाची कल्पना येण्यासाठी उत्पन्नाची वाटणी कशी झाली आहे, हे माहिती करून घेणे आवश्यक आहे; कारण आर्थिक विकास होऊन राष्ट्रीय उत्पन्नात वाढ होऊनही त्याची समाजाच्या विविध स्तरात समान वाटणी झाली नसेल तर आर्थिक विकासाची स्थिती म्हणता येत नाही. उत्पन्न व संपत्तीच्या या असमानतेचे प्रमाण मोजण्यासाठी लॉरेंझ वक्ररेषा व गिनीगुणांक वापरला जातो. लॉरेंझ वक्ररेषेवरून काढलेला गिनीगुणांक जेवढा कमी तेवढे उत्पन्न/संपत्तीचे वितरण अधिक समान असते; तर गिनीगुणांक जेवढा जास्त तेवढे वितरण अधिक असमान असते.

४) **भांडवल निर्मिती :** आर्थिक विकासामध्ये भांडवल निर्मिती महत्त्वाची मानली जाते. देशाच्या उत्पन्नातून किती बचत होते त्यातून किती गुंतवणूक होते, त्यावर आर्थिक विकास अवलंबून असतो. अल्पविकसित देशात उपभोग प्रवृत्ती अधिक असते, त्यामुळे बचत कमी राहते व भांडवल निर्मिती कमी राहते. याउलट, विकसित देशात उपभोग प्रवृत्ती कमी व बचत आणि भांडवल निर्मिती अधिक असते.

५) **आर्थिक कल्याण :** आर्थिक व सामाजिक कल्याणाचा मापदंड 'आर्थिक विकास' आहे असे मानले जाते. आर्थिक विकास हा आर्थिक कल्याणाचे साधन आहे. आर्थिक कल्याण हे सामाजिक कल्याणाचे अंग आहे. दरडोई उत्पन्नात वाढ झाली म्हणून आर्थिक कल्याणात वाढ झाली असे निश्चितपणे म्हणता येत नाही.

६) **राहणीमानाचा दर्जा :** ज्या देशाचा दरडोई उपभोग जास्त आहे. त्या देशाला आर्थिक विकासाची स्थिती चांगली आहे असे मानले जाते. आवश्यक वस्तू, चैनीच्या वस्तूच्या उपभोगाची विपुलता ही समृद्धीची निर्देशक मानली जाते. जीवनमानाचा दर्जा आणि आर्थिक विकास यांचा प्रत्यक्ष संबंध आहे. राहणीमानाचा दर्जा आर्थिक विकासाची चांगली कल्पना देऊ शकतो. आर्थिक विकासात किमान जीवनमानाची पातळी उपलब्ध करून देण्यावर भर असतो.

७) **क्षेत्रवार लोकसंख्येतील विभागणीत बदल :** प्राथमिक, द्वितीय आणि तृतीय

क्षेत्रांत यामध्ये लोकसंख्येची झालेली विभागणी यावरून आर्थिक विकासाचे मोजमाप करता येते. आर्थिक विकासात प्राथमिक क्षेत्रातील लोकसंख्येचे प्रमाण घटत जाते आणि द्वितीय व तृतीय क्षेत्रातील रोजगाराचे प्रमाण वाढते त्यामुळे लोकसंख्येच्या क्षेत्रवार विभागणीतील बदल हा आर्थिक विकासाचा निर्देशक मानला जातो.

८) **ग्रामीण आणि शहरी भागातील बदल :** विकसनशील देशात जसजसा आर्थिक विकास होत जातो, तसतसे औद्योगिकरण वाढते, रोजगारासाठी ग्रामीण भागातील लोक शहरांकडे स्थलांतरित होतात, त्यामुळे शहरीकरण वाढत जाते. परिणामी ग्रामीण लोकसंख्या कमी होत जाऊन शहरीभागातील लोकांचे प्रमाण वाढते. लोकसंख्येत शहरी आणि ग्रामीण असा बदल घडून येतो.

९) **मूलभूत गरजांची पूर्तता :** आर्थिक विकासाचा विचार करताना आपण विकसनशील देशांचा विचार करतो. त्या देशामध्ये बेकारी, दारिद्र्य, आर्थिक विषमता दिसून येते. नागरिकांच्या मूलभूत गरजा पूर्ण करणे अवघड बनते. अशा स्थितीत मूलभूत गरजा पूर्ण करणाऱ्या वस्तू व सेवा यांच्या उत्पादनातील बदलांना महत्त्व द्यावे लागते, म्हणजेच त्यांच्या निर्देशांक विचारात घ्यावा लागतो. त्यामध्ये अन्नधान्याचा उपभोग, शिक्षण, आरोग्य, स्वच्छता, निवारा, वाहतूक, दळणवळण व्यवस्था इ. चा समावेश होतो. मूलभूत गरजा अथवा जीवनावश्यक गरजांचा निर्देशांक वाढला तरच आर्थिक विकास घडून आला असे मानले जाते; त्यामुळे गरीब अथवा विकसनशील देशातील मूलभूत गरजांची पूर्तता हा आर्थिक विकासाचा निर्देशक मानला जातो.

थोडक्यात, आधुनिक आर्थिक विकासाचे मापन करताना कोणत्याही एका निर्देशकाचा वापर करणे सयुक्तिक ठरत नाही. देशांनी ठरविलेली विकासाची उद्दिष्टे, देशाच्या आर्थिक मर्यादा विचारात घेणे आवश्यक ठरते. आर्थिक विकासात गुणात्मक मोजमापसुद्धा महत्त्वाचे ठरते. भारताच्या संदर्भात विचार करता भौगोलिक, सामाजिक व आर्थिक स्थितीत विविधता दिसून येते, त्यामुळे कोणत्याही एका निर्देशकाचा उपयोग करता येणार नाही. त्यामुळे बचत निर्देशक, उत्पन्न, रोजगार, आरोग्य, उपभोग, शिक्षण, मूलभूत सोयी-सुविधा व सामाजिक निर्देशकांचा विचार करणे महत्त्वाचे ठरते.

१.५ आर्थिक वृद्धीचे निर्देशक (Indicators of Economic Growth)

आर्थिक वृद्धीचे निर्देशक प्रो.कुझनेट्स यांनी पुढीलप्रमाणे सांगितले आहे –

प्रो. कुझनेट्स यांनी दीर्घकाल विकसित देशातील राष्ट्रीय उत्पन्नाच्या बाबतीत मोजमाप आणि विश्लेषणात्मक संशोधन केले आहे. त्यात पश्चिम जर्मनी, पश्चिम युरोप, अमेरिका, कॅनडा इ. देशांचा समावेश होता. आधुनिक विकसित राष्ट्रे ज्या आर्थिक विकास प्रक्रियेतून गेली आहेत त्या प्रक्रियेची सहा वैशिष्ट्ये कुझनेट्स यांनी सांगितली आहेत. त्यातील दोन वैशिष्ट्ये संख्यात्मक असून ती राष्ट्रीय उत्पादन आणि लोकसंख्या वाढीशी संबंधित आहेत. दोन रचनात्मक परिवर्तनाशी संबंधित आहेत; तर राहिलेली दोन आंतरराष्ट्रीय प्रसारावर आधारित आहेत. त्याचे विश्लेषण पुढीलप्रमाणे करता येते–

१) दरडोई उत्पादन आणि लोकसंख्या यांचे उच्च दर : १८ व्या आणि १९व्या शतकात आधुनिक आर्थिक वृद्धीच्या दरडोई उत्पादनातील वाढीचा उच्च दर आणि लोकसंख्येच्या वाढीचा उच्च दर ही वैशिष्ट्ये दिसून आली.

बिगर साम्यवादी देशातील दरडोई उत्पादन सरासरीने दर वर्षी २% दराने वाढले तर याच काळात सरासरी लोकसंख्यावाढीचा वार्षिक दर १% होता आणि स्थूल राष्ट्रीय उत्पादनात सरासरीने ३% वाढ झाली. अनेकविध देशात त्या शतकात सर्वसाधारणपणे ५% दरडोई उत्पादन आणि ३% दराने लोकसंख्या वाढत होती आणि जास्तीत जास्त १५% उत्पादन वाढत होते.

२) उत्पादकतेत वाढ : आधुनिक आर्थिक वृद्धीच्या वैशिष्ट्यात उत्पादकतेवर भर घालणारा घटक म्हणजे 'श्रम' होय. दरडोई उत्पादन वाढ ही आदानांच्या दर्जात सुधारणा घडून आणल्याने झाली. तसेच कार्यकौशल्यात (उपयोगी ज्ञानात) वाढ व संस्थात्मक व्यवस्थापन इ.च्या उपयोगामुळे उत्पादकतेत वाढ झाली. दरडोई कामाच्या तासात होत जाणारी घट ही वाढती उत्पादकता दर्शविते. सर्वसाधारणपणे अर्थव्यवस्थेतील सर्व क्षेत्रात उत्पादकता वाढत नाही. उद्योग क्षेत्रातील श्रमिकांची उत्पादकतेतील वाढ शेती क्षेत्रापेक्षा जास्त असते.

शेतीच्या आदान घटकामुळे प्रत्येक प्रदान घटकात वाढ होते. कृषीमध्ये क्रांतिकारक झालेल्या वाढीची जागा औद्योगिक क्रांती घेते.

३) संरचनात्मक परिवर्तन : आधुनिक आर्थिक वृद्धीत संरचनात्मक परिवर्तनात पुढील बाबी समाविष्ट होतात–

अ) कृषी कार्याकडून अकृषी कार्याकडे होणारे हस्तांतरण.
ब) उद्योगाकडून सेवा क्षेत्राकडे.
क) उत्पादनाच्या रचनेतील बदल.
ड) वैयक्तिक मालकीच्या आणि लहान प्रमाणावर उत्पादन करणाऱ्या उत्पादन संस्थेचे स्वरूप मोठ्या प्रमाणावरील सामूहिक संघटनांच्या आणि राष्ट्रव्यापी किंवा बहुराष्ट्रीय उत्पादन संस्थेत उत्क्रांत होत गेले.
इ) कामगारांच्या व्यावसायिक स्वरूपात बदल झाला. कामगारांच्या कामाच्या स्वरूपात गतिमानता आली. छोटी उत्पादन संस्था असो वा मोठी उत्पादन संस्था असो यांच्या कौशल्यावर आधारित कामाचेस्वरूप प्राप्त झाले.

४) **शहरीकरण :** आधुनिक आर्थिक वृद्धीत सामाजिक आणि लोकांच्या दृष्टिकोनात बदल घडून येतात. असे बदल हे आर्थिक विकासाचे घटक असतात. विकसित देशांत शहरीकरण हे प्रामुख्याने लोकसंख्यावाढीशी संबंधित असते. ही वाढ ग्रामीण भागातून शहरी भागाकडे तसेच मुख्यतः औद्योगिकीकरणामुळे घडून येते. बिगर शेती क्षेत्राच्या विकासात तांत्रिक सुधारणा झाल्याने ग्रामीण श्रमिक शहरी भागाकडे स्थलांतरित होतात.

शहरीकरणाचे परिणाम म्हणजे आधुनिक आर्थिक वृद्धीत विकसित देशात जननदर कमी राहतो व छोटे (लहान) कुटुंब ठेवण्याकडे कल असतो; तसेच शिक्षणासाठी लोक शहराकडे विविध भागांतून येत असतात; त्यामुळे राहात असलेल्या लोकसंख्येत वाढ होते. रस्ते व दळणवळण व्यवस्था विकसित झाल्यामुळे लोकांच्या सोयीत केलेली वाढ शहरीकरणामध्ये अनेक लोक एकत्र येत असल्याने त्यांचे संबंध टिकविणे महत्त्वाचे असते. त्यांचे हितसंबंध सांभाळणे, ते टिकवून ठेवणे व ते समजावून घेणे ही एक समस्या आहे.

उपभोक्त्यांच्या खर्चावर शहरीकरणाचे परिणाम विकसित देशात तीन मार्गाने होतात; ते म्हणजे -

अ) शहरीकरणातील श्रमिकांच्या कामाची विभागणी कामाचे स्वरूप, कौशल्यावर **(specialisation)** आधारित होते. जसे फळप्रक्रिया, टेलरिंग, वेशभूषा तसेच इमारत बांधणी व घरदुरुस्ती इ. व्यवसायाचे स्वरूप आधुनिक शहराच्या ठिकाणी दिसून येऊ लागले.

ब) आधुनिक शहरात गरजांचे बदलते स्वरूप हे खर्चीक बनले; कारण लोकसंख्यावाढ आणि वाढती गर्दी यामुळे अनेक प्रश्न निर्माण झाले जसे घराचा, स्वच्छतेचा, पाणीपुरवठ्याचा, शहरातील वाहतूक इत्यादी महत्त्वाच्या

गोष्टींच्या समस्या निर्माण झाल्या. त्याचा परिणाम शहरी जीवनातील खर्च वाढण्यावर झाला. उपभोक्त्यांच्या खर्चात विविध प्रकारे वाढ झाली.

क) शहरी जीवनाची लागलेली सवय व ती भागविण्यासाठी उपभोक्त्यांच्या खर्चात वाढ झाली.

५) **प्रभावक्षेत्रातील वाढ :** विकसित देशांमध्ये वृद्धीच्या अनुभवावरून असे दिसून येते की, या देशांचा प्रभाव इतर देशांमध्ये वाढत जातो, हे इतिहासाची पार्श्वभूमी पहाता दिसून येते. अठराव्या शतकाच्या मध्यास आधुनिक शास्त्र आणि ज्ञानाच्या साहाय्याने प्रथमतः इंग्लंडमध्ये औद्योगिक क्रांती झाली आणि ती इतर युरोपीय देशांत जलद गतीने पसरली. आधुनिक आर्थिक वृद्धी ही युरोपीय देशांच्या संबंधातून आली आणि इतर देशांत पसरली.

वाहतूक व दळणवळण क्षेत्रातील क्रांतिकारक बदलांमुळे विकसित देशांना इतर देशात आपला प्रभाव निर्माण करणे शक्य होत आहे. आंतरराष्ट्रीय संबंधांचा जो राजकीय पैलू आहे तो आधुनिक काळातील वृद्धीच्या विस्ताराला कारणीभूत ठरतो, असे म्हटले जाते; कारण पूर्वी कधी नव्हते इतके तांत्रिक ज्ञानाच्या आदान-प्रदानासाठी विविध देश परस्परांवर अवलंबून राहिले आहेत व या अवलंबित्वामुळे प्रभाव क्षेत्राची वाढ अपरिहार्यपणे होत आहे. मागसलेले तसेच विकसनशील देश तांत्रिक ज्ञान, कच्चा माल, यंत्रसामग्री इ. बाबी मिळविण्यासाठी विकसित देशांवर अवलंबून आहेत.

६) **श्रम, वस्तू आणि भांडवलाचा आंतरराष्ट्रीय प्रवाह :** प्रा. कुझनेट्स यांनी असे दाखवून दिले आहे की, विकसित देशातून श्रम, वस्तू व भांडवलाचे स्थलांतर झाले आहे.

१९व्या आणि २०व्या शतकात युरोपातील लोक उत्तर कोरिया, अमेरिका, आशिया, आफ्रिका, ऑस्ट्रेलिया, न्यूझिलंड, ब्राझिल इ. देशात स्थलांतरित झाले. कुशल श्रमाचा प्रवाह विकसित देशातून विकसनशील देशाकडे सुरू झाला.

विकसित देशातील प्रगत उत्पादनतंत्रामुळे आणि दळणवळणाच्या साधनांमधील सुधारणांमुळे तेथील वस्तूंचा प्रवाह इतर देशांकडे सुरू झाला आणि त्याच काळात विदेशी व्यापारात महत्त्वपूर्ण रीतीने वाढ घडून आली; कारण त्या काळातील मुक्त व्यापाराच्या धोरणांमुळे या गोष्टीला चालना मिळाली. राष्ट्रा-राष्ट्रातील वाढते परस्परावलंबित्व हे आंतरराष्ट्रीय आणि वस्तूंच्या वाढत्या प्रवाहांचे कारण आहे.

भांडवलाच्या बाबतीतही या काळात मोठ्या प्रमाणावर भांडवल इतरत्र जाऊ लागले. व्यापार वाढला तसे वस्तूंचे प्रवाह वाढले. एकोणिसाव्या शतकाच्या मध्यापासून पहिल्या महायुद्धापर्यंत ब्रिटन, फ्रान्स आणि जर्मनी या देशांचा भांडवल प्रवाह दर १८७४ ते १९१४ सालापर्यंत १९१३ च्या किमतीनुसार ०.५ ते १.१ बिलियन डॉलर इतका होता.

या देशांची परकीय गुंतवणूक ४.९ ते ३५.३ बिलियन डॉलरपर्यंत वाढली. १९१३ सालाच्या किमतीनुसार भांडवलवाढीचा दर त्या शतकातील ६४% एवढा होता. त्याला राजकीय आणि आर्थिक आधार होता.

मागासलेल्या देशांकडे भांडवलाची कमतरता असल्याने विकसित देशांकडून भांडवलाचा प्रवाह विकसनशील देशांकडे राजकीय आणि आर्थिक आधाराने घडून आला.

निष्कर्ष : अशा प्रकारे प्रा. सायमन कुझनेट्स यांनी आधुनिक वृद्धीच्या वैशिष्ट्यांची चर्चा करून कारणमीमांसा केली आहे. लोकसंख्या, श्रमिकांच्या संख्येतील स्थिरता, उच्च दरडोई उत्पन्नातील वाढ, श्रमिकांच्या दरडोई उत्पादकतेत वाढ, दरडोई उपभोगात वाढ, आधुनिक तंत्राचा वापर, उत्पादन संस्थेचे बदलते स्वरूप, संस्थाच्या वैशिष्ट्यपूर्ण परिणामांमुळे होणारे बदल, देशातील वस्तूंना विदेशी बाजारपेठ या बाबी आधुनिक आर्थिक वृद्धी होताना दिसून येतात असे नाही तर त्याबरोबर वास्तव दरडोई उत्पन्न वाढते आणि ते मुख्यतः उच्च राहणीमानाचे निर्देशक आहेत.

१.६ आर्थिक विकास आणि आर्थिक वृद्धी यातील फरक (Difference between Economic Development and Economic Growth)

आर्थिक विकास आणि आर्थिक वृद्धी या दोन संकल्पनांमध्ये फरक आहे. अर्थशास्त्रज्ञांमध्ये याबाबत बरेच मतभेद आहेत. प्रो. जोसेफ शुम्पिटर यांनी प्रथम या दोन्हीतील फरक स्पष्ट केला.

१) **शुम्पिटर :** आर्थिक विकास हा अर्थव्यवस्थेच्या स्थैतिक अवस्थेतील उत्स्फूर्त बदल असून विकासाची प्रक्रिया खंडित अथवा तुटक असू शकते. याउलट, अर्थव्यवस्थेत दीर्घकालीन, चिरस्थायी आणि सातत्याने घडून आलेले बदल म्हणजे 'आर्थिक वृद्धी' होय. वृद्धीमधील बदल बचतीचा दर आणि लोकसंख्या यात होणाऱ्या सामान्य वाढीमुळे घडून येतो.

२) **मिसेस उर्सुला हिक्स :** उर्सुला हिक्स यांनी आर्थिक विकासाचा संबंध विकसनशील देशांशी जोडला आहे; तर आर्थिक वृद्धीचा संबंध विकसित

देशांशी जोडला आहे. विकसनशील देशांत प्रश्न सोडविण्यासाठी जी प्रक्रिया अमलात आणली जाते तिला 'आर्थिक विकास' म्हटले जाते, तर विकसित देश आर्थिक वाढीच्या दराची प्रक्रिया सातत्याने राखण्याचे प्रयत्न करतात त्याला 'आर्थिक वृद्धी' म्हणता येते, म्हणजे विकसनशील देशात प्रगतीची प्रक्रिया म्हणजे आर्थिक विकास तर विकसित देशात वाढीची प्रक्रिया म्हणजे 'आर्थिक वृद्धी' होय.

३) **प्रो. मॅडिसन :** विकसनशील देशातील राष्ट्रीय उत्पन्न वाढविणे म्हणजे आर्थिक विकास होय; तर विकसित देशातील उत्पन्नाची पातळी उंचविण्याचा प्रयत्न म्हणजे 'आर्थिक वृद्धी' होय.

४) **बॉने :** विकसनशील देशात निरनिराळ्या घटकात वाढ करून ती शिकविण्यासाठी काही प्रमाणात मार्गदर्शन व नियमांची गरज असते, या पद्धतीला 'आर्थिक विकास' असे म्हटले जाते, तर विकसित असलेल्या अर्थव्यवस्थेमध्ये शिक्षण, उद्योजकता इ. चा स्तर इतका वाढलेला असतो की, विकासाची प्रक्रिया बरीचशी स्वयंस्फूर्त असते व त्यामुळे नियमाची फारशी गरज नसते या प्रक्रियेला 'आर्थिक वृद्धी' म्हटले जाते.

५) **प्रो. जे. के. मेहता :** आर्थिक विकासातील बदल हे गुणात्मक स्वरूपाचे असतात तर आर्थिक वृद्धीतील बदल हे संख्यात्मक स्वरूपाचे असतात. विकसनशील देशात उपलब्ध असणारी साधनसामग्री आणि तंत्रज्ञानाची पातळी यांचा विचार करता अधिक विकास होण्यासाठी गुणात्मक बदल महत्त्वाचे असतात तर विकसित देशात हे घटक आधीच प्रगत असल्याने त्यांचा मुख्य प्रश्न वाढीशी संबंधित असतो, त्यामुळे हा बदल संख्यात्मक स्वरूपाचा असतो.

६) **किंडल बर्जर :** आर्थिक विकासाचा संबंध संरचनात्मक बदल आणि उत्पादनातील वाढ या दोन्हीत होणाऱ्या बदलाशी संबंधित असतो, तर आर्थिक वृद्धी ही उत्पन्नातील वाढीशी संबंधित आहे.

वरील विचारवंतांनी व्यक्त केलेल्या मतांच्या आधारे आर्थिक विकास व आर्थिक वृद्धी यातील फरक दर्शविता येईल.

१) **देशाची अवस्था :** आर्थिक विकासाचा संबंध विकसनशील देशांच्या अवस्थेशी जोडला जातो तर आर्थिक वृद्धीचा संबंध विकसित देशांच्या अवस्थेशी जोडला जातो.

२) **साधनांची स्थिती :** विकसनशील देशात साधनसामग्री असते. त्या साधनसामग्रीचा उपयोगसुद्धा माहीत असतो. परंतु पुरेशा विकासाअभावी त्यांचा वापर करणे शक्य होत नाही, तर विकसित देशांत साधनांचा विकास झालेला असतो; त्यामुळे तेथील प्रक्रियेचे स्वरूप वेगळे असते, म्हणून तेथे 'आर्थिक वृद्धी' हा शब्द वापरला जातो.

३) **संख्यात्मक आणि गुणात्मक फरक :** विकसित देशात तांत्रिक प्रगती, उत्पादन घटकांमध्ये होणारी वाढ इ. बाबी गृहीत धरून आर्थिक वृद्धीची प्रारूपे मांडली जातात. विकसित देशात जे घटक स्वाभाविकपणे गृहीत धरतात तेच घटक विकसनशील देशात जास्त महत्त्वाचे ठरतात. विकसनशील देशात गुणात्मक परिवर्तनाची त्यासाठी अगोदर आवश्यकता असते, म्हणून विकसनशील देशात गुणात्मक परिवर्तनासाठी आर्थिक विकास व विकसित देशात संख्यात्मक परिवर्तनासाठी 'आर्थिक वृद्धी' असा शब्द वापरला जातो.

४) **प्रक्रियेचे स्वरूप :** विकसनशील देशातील निरनिराळ्या समस्या, निरनिराळ्या त्रुटी, प्रगतीचा अल्प स्तर, त्यामुळे प्रक्रिया स्वयंस्फूर्त पण तुटक राहते, तर विकसित देशात अनेक बाबींची उच्च पातळी आधीच गाठलेली असते त्यामुळे ही प्रक्रिया संथपणे, सातत्याने आणि दीर्घकालीन चालणारी असते, म्हणून विकसनशील आणि विकसित देशात प्रगती सुरू असते. परंतु त्या प्रक्रियेचे स्वरूप भिन्न असते.

५) **साधनांचा वापर :** विकसनशील देशात साधनसामग्रीचा वापर करणे, त्यांचा विकास करणे, त्यांच्या वापरासाठी तांत्रिक ज्ञान प्राप्त करणे व नंतर उत्पन्न वाढविणे म्हणजे आर्थिक विकास करणे होय तर विकसित देशात साधने किंवा साधनसामग्री आधीच वापरलेली असते, तसेच त्यांची तांत्रिक ज्ञानाची पातळी उच्च असते. त्यामुळे तेथे साधनसामग्रीचे कार्यक्षम पुनर्वितरण कसे करावे, हा प्रश्न महत्त्वाचा असतो; अशा वेळी 'आर्थिक वृद्धी' ही संकल्पना तेथे वापरली जाते.

६) **मार्गदर्शनाची गरज :** विकसनशील देशांना अनेक बाबतीत मार्गदर्शन करण्याची आवश्यकता असते. सरकारला अनेक बाबतीत निर्देश अथवा मार्गदर्शन करावे लागते. विकासाच्या वाढीच्या प्रेरणा निर्देशनाशिवाय अथवा मार्गदर्शनाशिवाय टिकणे कठीण असते; त्यामुळे विकासासाठी प्रयत्नांमध्ये निर्देशनाची गरज जास्त असते. परंतु विकसित देशांत वाढीच्या प्रक्रियेला गती

मिळालेली असते; त्यामुळे ती स्वयंस्फूर्त असते तिला मार्गदर्शनाची अथवा निर्देशनाची फारशी गरज नसते. यामध्ये समाजवादी देशांचा अपवाद आहे.

७) **क्रमावारी :** सर्वप्रथम देश अविकसित असतो. त्यानंतर विकसनशील होतो व नंतर तो विकसित होतो. या क्रमाचा विचार केल्यास सर्वप्रथम आर्थिक विकास आणि नंतर आर्थिक वृद्धी असेच म्हणावे लागते. विकसनशील देशांच्या आर्थिक विकासासाठी प्रथम गुणात्मक व रचनात्मक बदल आवश्यक ठरतात ते प्रथम विकसनशील देशात केले जातात. अशा बदलांचे विश्लेषण आर्थिक विकासात केले जाते. त्यानंतर होणाऱ्या बदलांचे विश्लेषण आर्थिक वृद्धीत केले जाते.

८) **व्यापकता :** विकसनशील देशात उत्पादन रोजगार व राहणीमानाच्या वाढीस आर्थिक विकास म्हणता येते. या आर्थिक बदलाबरोबर सांस्कृतिक, सामाजिक, राजकीय, वैचारिक आणि मानसिक बदलांचासुद्धा आर्थिक विकासात समावेश होतो, त्यामुळे आर्थिक विकासाचे स्वरूप व्यापकच आहे, तर विकसित देशात उत्पादनाच्या व राहणीमानाच्या वाढीला 'आर्थिक वृद्धी' म्हणता येते. आर्थिक वृद्धीमध्ये मात्र फक्त आर्थिक घटकातील बदलांचा समावेश होतो, म्हणजेच आर्थिक विकासाची संकल्पना आर्थिक वृद्धीपेक्षा व्यापक स्वरूपाची आहे.

९) **जबाबदारी आणि प्रेरणा :** विकसनशील देशात दारिद्र्याचे अधिक प्रमाण तसेच भांडवनिर्मितीचे कमी प्रमाण, तुटीचा अर्थभरणा, परकीय भांडवल व तंत्रज्ञान, आयात करार इ. मुळे सरकारला आर्थिक विकासाची जबाबदारी घ्यावी लागते व औद्योगिकरण करावे लागते. उद्योगधंदे स्वतः सुरू करावे लागतात व त्यातून आर्थिक विकास करावा लागतो, तर विकसित देशातील भांडवलाची उपलब्धता बाजारयंत्रणा प्रेरणात्मक ठरते. नफ्याच्या प्रेरणेने तंत्रज्ञानाबाबत तसेच उत्पादनाबाबतचे निर्णय घेतले जातात; त्यामुळे उत्पादनात वाढ होऊन आर्थिक वृद्धी घडून येते.

अशा प्रकारे ह्या दोन्ही संकल्पनात फरक दिसून येत असला तरी मॅडिसनच्या मते, उत्पन्नपातळी वाढविण्याचे प्रयत्न विकसित अर्थव्यवस्थेत होत असल्यास त्याला 'आर्थिक वृद्धी' असे म्हटले जाते, तर हेच प्रयत्न विकसनशील देशात होत असल्यास त्याला 'आर्थिक विकास' म्हटले जाते.

आर्थिक विकास ही संकल्पना विकसनशील देशांच्या समस्यांच्या संदर्भात वापरली जाते, तर आर्थिक वृद्धी ही संकल्पना विकसित देशाच्या संदर्भात वापरली जाते. आर्थिक विकासामध्ये सरकारच्या मार्गदर्शनाची आवश्यकता असते तर आर्थिक वृद्धी स्वयंस्फूर्त घडून येते.

सराव प्रश्न

प्र.१) खालील प्रश्नांची प्रत्येकी १०० शब्दांत उत्तरे लिहा.

१) आर्थिक विकासाची संकल्पना थोडक्यात स्पष्ट करा.

२) आर्थिक वृद्धीची संकल्पना थोडक्यात स्पष्ट करा.

३) आर्थिक विकास आणि आर्थिक वृद्धी यातील फरक सांगा.

४) आर्थिक विकासाचे निर्देशक थोडक्यात सांगा.

प्र.२) खालील प्रश्नांची प्रत्येकी २०० शब्दांत उत्तरे लिहा.

१) आर्थिक विकास म्हणजे काय? आर्थिक विकासाचे निर्देशक स्पष्ट करा.

२) आर्थिक वृद्धी म्हणजे काय? आर्थिक वृद्धीचे निर्देशक स्पष्ट करा.

३) आर्थिक विकास आणि आर्थिक वृद्धीतील फरक स्पष्ट करा.

प्र.३) खालील प्रश्नांची प्रत्येकी ४०० शब्दांत उत्तरे लिहा.

१) आर्थिक विकासाची व्याख्या सांगून आर्थिक विकासाचे निर्देशक सविस्तर स्पष्ट करा.

२) आर्थिक वृद्धीची व्याख्या सांगून आर्थिक वृद्धीचे निर्देशक स्पष्ट करा.

३) आर्थिक विकास आणि आर्थिक वृद्धीतील फरक स्पष्ट करा.

४) 'विकसनशील देशांचा संबंध आर्थिक विकासासाठी असतो तर विकसित देशांचा संबंध आर्थिक वृद्धीशी असतो.' हे स्पष्ट करा.

२ विकसनशील देश

Developing Countries

२.१ प्रास्ताविक (Introduction)

प्रत्येक देश स्वतःच्या वैविध्यपूर्ण परिस्थितीमुळे वेगळा दिसतो. एका देशात आढळणारे घटक दुसऱ्या देशात आढळतीलच असे सांगता येत नाही. एखाद्या मोठ्या देशात दोन, तीन विभागात तफावत दिसून येते. त्या तुलनेत दोन देशातील फरक दिसून येणे स्वाभाविक आहे. या वैविध्यपूर्णतेमुळे अल्पविकसित अथवा विकसनशील देशांची सर्वसामान्य वैशिष्ट्ये सांगणे कठीण आहे. काही घटक सर्व ठिकाणी सारखे असतात तर काही ठिकाणी त्यांची तीव्रता कमी-अधिक असू शकते. प्रत्येक देश विकसित व्हावा म्हणून प्रयत्न करतो. जगात अगदी थोडेच देश विकसित आहेत. अनेक देशात विकासाची प्रक्रिया कमी-अधिक रीतीने चालू आहे. देशांच्या आर्थिक विकासाच्या आधारावर वर्गवारी करताना विविध अर्थशास्त्रज्ञांनी वेगवेगळी वर्गवारी केल्याचे दिसून येते. सदरील प्रकरणात विकसित देश, विकसनशील देश याबाबतची संकल्पना तसेच अल्पविकसित अथवा विकसनशील देशाच्या वैशिष्ट्यांचा अभ्यास केला आहे.

२.२ विकसित आणि विकसनशील देश–अर्थ व संकल्पना (Developed and Developing Countries-Meaning and Concepts)

विकासाच्या संदर्भात अविकसित, अल्पविकसित, गरीब देश, विकसनशील, विकसित देश असे शब्दप्रयोग केले जातात. परंतु काही अर्थशास्त्रज्ञ देशांची विभागणी विकसनशील आणि विकसित देश अशा दोन गटांत करतात. अल्पविकसित देश हे विकसनशील देशात मानले जातात.

अ) विकसित देश–अर्थ व संकल्पना (Developed Country-Meaning and Concepts)

ज्या देशाचे दरडोई उत्पन्नाचे प्रमाण अधिक असते; तसेच मोठ्या प्रमाणावर औद्योगिकीकरण, शहरीकरण, साक्षरतेचे प्रमाण जास्त, राहणीमानाचा उच्च दर्जा, घटता जन्मदर आणि मृत्यूदर अशा देशांना 'विकसित देश' म्हटले जाते. अमेरिका, इंग्लंड, जर्मनी, फ्रान्स, जपान, ऑस्ट्रेलिया, कॅनडा इ. देश विकसित गटात मोडतात.

विकसित देशात शेतीक्षेत्र, उद्योगक्षेत्र, सेवाक्षेत्र विकसित झालेली असतात. त्यामुळे राष्ट्रीय उत्पन्न अधिक राहून ते दरवर्षी सातत्याने वाढत असते; त्यामुळे दरडोई उत्पन्नसुद्धा वाढत असते. उच्च तंत्रज्ञानाच्या आधारावर आर्थिक विकासात देश अधिक पुढारलेले असतात. त्यांचा विकसित देश म्हणून उल्लेख केला जातो.

ज्या देशामध्ये उपलब्ध साधनसामग्रीचा पर्याप्त वापर केला जातो आणि त्याद्वारे अधिक आर्थिक विकासाचा वेग साध्य केला जातो, त्या देशांना 'विकसित देश' म्हणतात.

जागतिक बँक दरवर्षी जागतिक पातळीवरील विकासाचा अहवाल प्रसिद्ध करते. दरडोई स्थूल उत्पन्नाच्या आधारे जगातील सर्व देशांची उच्च उत्पन्न, मध्यम उत्पन्न आणि अल्प उत्पन्न अशी विभागणी करते.

२०१२ च्या जागतिक विकास अहवालात विकसित देशाची व्याख्या पुढीलप्रमाणे दिली आहे –

ज्या देशाचे दरडोई उत्पन्न १२२७६ डॉलर किंवा त्यापेक्षा जास्त आहे अशा उच्च उत्पन्न गटातील देश म्हणजे 'विकसित देश' होय.

या व्याख्येनुसार नॉर्वे, स्वित्झर्लंड, नेदरलँड, अमेरिका, ब्रिटन, जर्मनी, ऑस्ट्रेलिया, जपान इ. देशांचा समावेश विकसित देशात होतो. अर्थात, कुवेतसारख्या काही देशांचे दरडोई उत्पन्न जास्त आहे, मात्र त्यांचा समावेश विकसित देशात होत नाही; कारण पेट्रोलियम पदार्थांची निर्यात करणाऱ्या देशांच्या संघटनेने पेट्रोलियम पदार्थांच्या किमती वाढविल्या, त्यामुळे त्यांच्या दरडोई उत्पनात वाढ घडून आली.

परंतु त्या देशांचा विकसित देशांत समावेश होत नाही. यावरून फक्त दरडोई उत्पन्नाच्या आधारावर देश विकसित आहे की नाही, हे ठरविता येत नाही. थोडक्यात म्हणजे देशातील सर्वच क्षेत्रांतील आर्थिक विकास होऊन दरडोई राष्ट्रीय उत्पन्न उच्च असेल, तरच त्या देशांना 'विकसित देश' म्हणता येईल.

ब) विकसनशील देश–अर्थ व संकल्पना (Developing Countries - Meaning and Concepts)

विकसनशील देशात लोकसंख्या वाढीचा दर अधिक असतो. दरडोई उत्पन्न कमी असते. भांडवलनिर्मितीचा दर कमी असतो, त्यामुळे भांडवलाचा तुटवडा भासतो. निर्यातीत प्राथमिक वस्तूंचा वाटा जास्त असतो. जन्म-मृत्यूदर उच्च असतो. नैसर्गिक साधनसामग्रीचा पुरेपूर वापर होत नाही. काही साधनसामग्री न वापरता तशीच पडून राहते. निम्म्यापेक्षा जास्त लोकसंख्या शेती क्षेत्रावर अवलंबून असते. उद्योगधंद्याची पुरेशी प्रगती झालेली नसते. विकसनशील देशात आर्थिक विकासाची प्रक्रिया जोराने सुरू असते.

१) "ज्या देशांचा आर्थिक विकास सुरू असून त्यांनी मोठ्या प्रमाणात विकास केला आहे, परंतु त्यांच्या आर्थिक विकासाचा दर विकसित राष्ट्रांच्या तुलनेने कमी आहे. त्यांना विकसनशील देश म्हणतात." उदा. भारत, चीन, श्रीलंका या देशांचा समावेश विकसनशील देशात होईल.

२) **रॅग्नर नर्क्स यांच्या मते,** "ज्या राष्ट्रात लोकसंख्या आणि नैसर्गिक साधनसामग्रीच्या तुलनेने भांडवलाचे प्रमाण कमी असते, असे राष्ट्र विकसनशील राष्ट्र होय."

३) **युजीन स्टॅले यांच्या मते,** "ज्या देशात नैसर्गिक साधनसंपत्तीचा तुटवडा नसतो तर ती पुरेशा प्रमाणात उपलब्ध असूनसुद्धा जुनाट पद्धती व दोषपूर्ण सामाजिक रचनेमुळे व्यापक प्रमाणावर दारिद्र्य असते असा देश विकसनशील देश होय."

४) **भारताचे राष्ट्रीय नियोजन मंडळ** "ज्या देशात एकाचवेळी उपयोगात न आणलेली नैसर्गिक साधनसामग्री आणि अपूर्ण वापर केलेली मानवी श्रमशक्ती आढळते तो देश विकसनशील देश होय."

५) "ज्या देशांचे दरडोई उत्पन्न अमेरिकेच्या दरडोई वास्तव उत्पन्नाच्या एक-चतुर्थांश पेक्षा कमी आहे. त्या देशांना 'विकसनशील देश' म्हणता येतील."

६) **जेकब वायनर यांच्या मते,** ''विशिष्ट वेळी असणाऱ्या लोकसंख्येला चांगले राहणीमान उपलब्ध करून देऊन तिचे चांगल्या प्रकारे पोषण करण्यासाठी आर्थिक भांडवल, श्रमशक्ती, उपलब्ध नैसर्गिक साधनसामग्री या सर्व घटकांचा वापर करण्याची सुप्त शक्ती असणारा देश म्हणजे अल्पविकसित अथवा विकसनशील देश होय.

७) **ऑस्कर लाँगे यांच्या मते,** ''ज्या अर्थव्यवस्थेत उपलब्ध भांडवली वस्तूंचा साठा आधुनिक उत्पादनतंत्राद्वारे श्रमिक संख्येस पुरेपूर रोजगार दिला जात नाही, त्या अर्थव्यवस्थेस विकसनशील अर्थव्यवस्था म्हणतात.''

८) Todaro observes "Underdeveloped countries are that countries in which there are low levels of living, absolute poverty, low per capita income, low consumption levels, poor health services, high death, high birth rates and dependence on foreign countries."

जागतिक बँकेच्या सन २०१० च्या विकास अहवालानुसार अल्प उत्पन्न देश आणि मध्यम उत्पन्न देश यांचा समावेश विकसनशील देशात होतो. या जागतिक विकास अहवालाच्या आधारे विकसनशील देशांची व्याख्या पुढीलप्रमाणे करता येते –

''ज्या देशाचे दरडोई उत्पन्न १००६ डॉलर्स ते १२२७६ डॉलरच्या दरम्यान आहे. अशा अल्प व मध्यम उत्पन्न गटांतील देश म्हणजे विकसनशील देश होय.''

विकसनशील देशांच्या विविध व्याख्यांवरून असे म्हणता येते की, विकसनशील देशात नैसर्गिक साधनसामग्री आणि श्रमशक्तीचा अपुरा वापर होतो. भांडवलाच्या टंचाईमुळे साधनसामग्रीचा पूर्णपणे विकास करता येत नाही. तसेच दरडोई उत्पन्न कमी असते, राहणीमानाची पातळी सामान्य असते. दारिद्र्य आणि बेकारीचे प्रमाण मोठे असते. बचतीचे प्रमाण कमी असते. लोकसंख्या वाढीचा उच्च दर असतो. जुनाट उत्पादनतंत्रात सुधारणा इ. सारखी विकसनशील देशांची वैशिष्ट्ये सांगता येतात.

२.३ विकसनशील देशांची वैशिष्ट्ये (Characteristics of Less Developed Countries or Developing Countries)

विकसनशील देशांच्या व्याख्यांवरून त्याचे सर्वसामान्य स्वरूप दिसून येते. परंतु हे स्वरूप समजून घेण्यासाठी वैशिष्ट्ये विचारात घेणे महत्त्वाचे ठरते.

अलीकडच्या काळात अल्पविकसित देश आणि विकसनशील देश असा फरक केला जात नाही. जगातील सर्व देशांची वर्गवारी विकसित देश आणि विकसनशील देश या गटातच केली जाते. दुसऱ्या महायुद्धानंतर अनेक देश स्वतंत्र

झाले, हे सर्व देश अल्पविकसित म्हणून ओळखले जाऊ लागले. विकसनशील देश ठरविताना एखादा घटक विचारात घेऊन चालत नाही. एका देशात आढळणारे घटक दुसऱ्या देशात असतीलच असे सांगता येत नाही. अशा स्थितीत अल्पविकसित अर्थव्यवस्थेची वैशिष्ट्ये सांगणे कठीण आहे. परंतु अल्पविकसित अर्थव्यवस्थेमध्ये भिन्नता असली तरी काही बाबतीत साम्य आढळते. विकसनशील अर्थव्यवस्थेची प्रो. हार्वे लायबेन्स्टाइन यांनी चार गटांत विभागणी केली आहे. आर्थिक, लोकसंख्याविषयक, सामाजिक–सांस्कृतिक, तंत्रज्ञान विषयक अशी वैशिष्ट्ये आणि इतर वैशिष्ट्ये अशी पाच वैशिष्ट्ये सांगता येतात. या वैशिष्ट्यांचे सविस्तर विश्लेषण पुढीलप्रमाणे –

२.३.१ आर्थिक वैशिष्ट्ये (Economic Characteristics)

विकसनशील देशाच्या आर्थिक वैशिष्ट्यांमध्ये काही सर्वसामान्य स्वरूपाची असून काही शेतीशी निगडित आहेत. सर्वसामान्य वैशिष्ट्यांमध्ये दरडोई अल्प उत्पन्न, बचतीचे प्रमाण अल्प, दरडोई भांडवलाचे अल्प प्रमाण, रोजगारात प्राथमिक क्षेत्राचे महत्त्व, प्राथमिक क्षेत्राची निर्यात अधिक, औद्योगिकरणाचा वेग कमी, निर्यात कमी, बेकारी इ. वैशिष्ट्यांचा समावेश होतो. शेतीची मूलभूत वैशिष्ट्ये म्हणजे अकिफायतशीर धारण क्षेत्रे, शेतकऱ्यांचा कर्जबाजारीपणा, शेतीची उत्पादकता कमी, जमिनीचे विभाजन इ. वैशिष्ट्यांचा यामध्ये समावेश होतो. त्यातील काही वैशिष्ट्ये पुढीलप्रमाणे सांगता येतात –

१) **प्राथमिक उत्पादनावर भर :** विकसनशील देशात सर्वांत जास्त लोकसंख्या उपजीविकेसाठी शेतीवर आधारित असते. शेतीचा राष्ट्रीय उत्पन्नातील सहभाग अतिशय कमी असतो तसेच विकसित देशाच्या तुलनेत शेतीची उत्पादकता कमी असते, तर प्रगत देशात शेती क्षेत्रात कमी लोक गुंतलेले असतात. अल्पविकसित देशात भांडवल गुंतवणूक अतिशय कमी प्रमाणात केली जाते. अल्पविकसित देशात शेती परंपरागत पद्धतीने केली जाते. तसेच अपुरे भांडवल, पर्जन्यावरील अवलंबित्व, कर्जबाजारीपणा, नापिकी इ. अनेक कारणाने शेती मागासलेली असते. तसेच देशाच्या निर्यातीत प्राथमिक उत्पादनांचा अधिक समावेश असतो. औद्योगिकरणाचे प्रमाण कमी असल्यामुळे उत्पादनाची निर्यात कमी प्रमाणात राहते. थोडक्यात, विकसनशील देशाचे औद्योगिकरण हे शेती व प्राथमिक क्षेत्राच्या उत्पादनावर आधारित असते. उदा. भारतीय उद्योगामध्ये साखर उद्योग, सुती वस्त्रोद्योग, तेल व वनस्पती उद्योग इ. ना महत्त्वाचे स्थान असून त्यांना कच्चा माल पुरविण्याचे काम प्राथमिक क्षेत्रच

करते. या अर्थानेसुद्धा विकसनशील अर्थव्यवस्था प्राथमिक उत्पादनावर आधारित आहे.

२) **आर्थिक मागासलेपणा :** विकसनशील देशात श्रमाची कार्यक्षमता आणि दर्जा कमी असलेला दिसतो. अनेकदा भौगोलिक परिस्थितीमुळे कार्यक्षमता कमी दिसून येते. श्रमिकांना चौरस आहार मिळत नाही. इतर करमणुकीच्या साधनाअभावी ते व्यसनाधीन असतात. भाषा, चालीरिती, धर्म इ. मुळे श्रमिकांची गतिक्षमता कमी दिसून येते. कुशल श्रमाचासुद्धा अभाव दिसून येतो. साधनसामग्री असते परंतु कुशल संघटकांचा अभाव दिसून येतो; त्यामुळे तो देश लवकर प्रगती करू शकत नाही.

अनेक ठिकाणी महत्तम लाभ मिळविण्यासाठी प्रेरित करणारी परिस्थितीच नसते. तसेच व्यक्तीचा दर्जा ठरविताना आर्थिकेतर गोष्टी जास्त महत्त्वाच्या मानल्या जातात. अशा दैववादीपणामुळे प्रयत्नांना दुय्यम स्थान दिले जाते. अशा सर्व घटकांमुळे देश आर्थिकदृष्ट्या मागासलेला दिसून येतो.

३) **अविकसित संसाधने :** प्रत्येक देशात नैसर्गिक साधनसामग्री कमी-अधिक प्रमाणात दिसून येते काही देशात ती अधिक तर काही देशात ती कमी दिसून येते अर्थातच तेथे संसाधनांचा शोध लागलेला नसतो तो भविष्यात उलब्ध होऊ शकतो. विकसनशील अर्थव्यवस्थेत साधने उपलब्ध असतात; परंतु पर्याप्त वापर होत नाही त्यांचा अपूर्ण वापर होतो. या अर्थाने ती अविकसित असतात. भांडवलाची कमतरता, आवश्यक तंत्रज्ञानाचा अभाव, अल्पविकसितपणा इ. कारणाने संसाधने तशीच पडून असतात. काहींचा अपूर्ण वापर होतो म्हणजेच अविकसित संसाधने हे विकसनशील देशाचे वैशिष्ट्य दिसून येते.

४) **भांडवल निर्मितीचा अल्प दर :** विकसनशील देशात भांडवलाची कमतरता असते. भांडवल निर्मितीचा दर अतिशय कमी असतो. भांडवल निर्मितीचा दर बचतीवर अवलंबून असतो. विकसनशील देशात गरिबी, आर्थिक विषमता, दारिद्र्य इ.मुळे लोकांचे उत्पन्न कमी असते. त्यांच्यातील उपभोगावरच अधिक खर्च होतो, त्यामुळे त्यांची बचत फारशी होऊ शकत नाही. परिणामी भांडवलाचा दर कमी राहिल्याने उत्पादन कमी, त्यामुळे रोजगार कमी, उत्पन्न कमी, बचत कमी व पुन्हा भांडवल कमी निर्माण होते. विकसनशील देशांमध्ये श्रीमंत वर्ग बचत करतो. सर्वाधिक बचत व गुंतवणूक याच वर्गाची असते. त्यातील अनेक लोक जमीन, मौल्यवान वस्तू, सोने इ. मध्ये पैसे गुंतवणे पसंत करतात.

काही लोक परदेशी बँकेत पैसे ठेवतात. श्रीमंतांच्या अशा प्रवृत्तींमुळे विकसनशील देशात भांडवल निर्मिती वाढण्याची शक्यता असूनही ती वाढत नाही.

५) **दरडोई उत्पन्न कमी :** दरडोई उत्पन्न हा आर्थिक विकासाचा निकष मानला जातो. लोकसंख्या अधिक असल्यास स्वाभाविकच राष्ट्रीय उत्पन्न जास्तीच्या लोकसंख्येवर विभागले जाते व दरडोई उत्पन्न कमी होते. विकसित देशाच्या तुलनेत अल्पविकसित देशातील दरडोई उत्पन्न फारच कमी दिसून येते. इ.स. २०१० मध्ये काही विकसित देशातील दरडोई उत्पन्न पुढीलप्रमाणे होते-यू.एस.ए. ४७१४० डॉलर्स, जपान ४२१५० डॉलर्स, जर्मनी ४३३३० डॉलर्स, ऑस्ट्रेलिया ४३७४० डॉलर्स इत्यादी तर भारताचे दरडोई उत्पन्न फक्त १३४० डॉलर्स इतके होते. याच वर्षी जागतिक बँकेच्या विकास अहवालावरून अल्पउत्पन्न देशांचे उत्पन्न १००५ डॉलर पर्यंत मानले होते. मध्यम उत्पन्न देशांचे उत्पन्न १००६ डॉलर्स ते १२२७५ डॉलर्स पर्यंत मानले होते; तर उच्च उत्पन्नदेशांचे उत्पन्न १२२७६ डॉलरपेक्षा जास्त मानले होते. अल्प आणि मध्यम उत्पन्न देश विकसनशील मानले जातात. या देशांचे उत्पन्न खूपच कमी असते. त्यावरून विकसनशील देशांचे दरडोई उत्पन्न फारच कमी असते हे वैशिष्ट्य दिसून येते. दरडोई उत्पन्नावरून सत्यस्थिती लक्षात येतेच असे नाही. जसे भारत, श्रीलंका, नेपाळ इ. देशांचे दरडोई उत्पन्न खूपच कमी आहे.

६) **दारिद्र्याचे मोठे प्रमाण :** विकसनशील देशांत जे निरनिराळे विकासाच्या मार्गात अडथळे असतात, त्यांचा परिणाम म्हणजे बेकारी अति दारिद्र्य होय. विकसित देश आणि विकसनशील देशातील उत्पन्नात प्रचंड अंतर असते ते अंतर दारिद्र्याचे सूचक असते. उत्पन्नाबरोबरच आहार, आरोग्य, मूलभूत गरजांची पूर्ती, शिक्षण इ. चा विचार केल्यास निरपेक्ष दारिद्र्याची कल्पना येते. या बाबतही विकसनशील देशांची स्थिती बिकट आहे. दारिद्र्याचे प्रमाण जास्त असल्यास बचत व भांडवल संचय कमी होतो. स्थूल राष्ट्रीय उत्पादनाचा दरही कमी होतो. दारिद्र्यरेषेखाली जगणाऱ्या लोकांच्या दारिद्र्यनिवारण योजनांवर सरकारला मोठ्या प्रमाणात खर्च करावा लागतो. दारिद्र्य निर्मूलन करण्यासाठी सरकारला खर्च करणे अनिवार्य असते; त्यामुळे सातत्यपूर्ण आर्थिक विकासात अडथळे निर्माण होतात. दारिद्र्य ही समस्या जोपर्यंत दूर होत नाही तोपर्यंत खऱ्या अर्थाने विकास झाला, असे म्हणता येत नाही. विकासासाठी दारिद्र्याचे दुष्टचक्र नष्ट केले

पाहिजे. त्यासाठी भांडवलाची उपलब्धता व तंत्रज्ञान उपलब्ध करून देणे गरजेचे असते. परंतु अल्पविकसित/विकसनशील देशात त्याची उणीव असल्याने दारिद्र्याचे दुष्टचक्र दिसून येते.

७) **मोठ्या प्रमाणातील बेकारी :** विकसनशील देशात विविध प्रकारची बेकारी असते. त्यामध्ये खुली बेकारी, छुपी अथवा प्रछन्न बेकारी ही जास्त गंभीर असते. लोकसंख्या सतत वाढत असल्याने बेकारी वाढतच जाते. अल्पविकसित/ विकसनशील देशात भांडवलाच्या कमतरतेमुळे बेकारी निर्माण होते. भांडवलाची कमतरता असल्याने उद्योगधंद्याची वाढ होत नाही; त्यामुळे बेकारी वाढतच जाते. ग्रामीण भागात शेती हा प्रमुख व्यवसाय असल्याने तेथे 'छुपी बेकारी' दिसून येते. अर्ध्याहून अधिक लोकसंख्या शेती व्यवसायावर अवलंबून असल्याने शेतीवर काम करणाऱ्या लोकांची संख्या आवश्यकतेपेक्षा जास्त असते; त्यामुळे छुपी बेकारी निर्माण होते. लोकसंख्यावाढ, कमी भांडवल, उद्योग व सेवा क्षेत्रांची कमी वाढ, पारंपरिक शेती पद्धत, रोजगाराच्या संधीची कमतरता इत्यादी कारणांमुळे मोठ्या प्रमाणावरील बेकारी हे अल्पविकसित/विकसनशील देशांचे एक वैशिष्ट्य दिसून येते.

८) **आर्थिक विषमता :** संपत्तीच्या वाट्यातील विषमता आर्थिक विषमतेला कारणीभूत ठरते. संपत्तीचे केंद्रीकरण काही मूठभर श्रीमंतांकडे झालेले असते. अनेक लोक गरीब असतात. अल्पविकसित देशात शेती हा प्रमुख व्यवसाय असल्याने जमिनीच्या मालकीबाबत विषमता निर्माण होऊन आर्थिक विषमता जाणवते. स्वतःच्या मूलभूत गरजा भागविण्याइतपत उत्पन्नाची साधने नसल्याने आर्थिक विषमतेत भर पडते. विकसनशील देशात मोठ्या प्रमाणात बेकारी असल्याने उत्पन्नात विषमता निर्माण होऊन आर्थिक विषमता दिसून येते.

९) **बँकिंग सुविधांची कमतरता :** विकसनशील देशांत ग्रामीण भागात बँकांची सुविधा पुरेशा प्रमाणात उपलब्ध नसल्याने ग्रामीण भागातील लोकांना बँकांच्या सेवा-सुविधेचा लाभ घेता येत नाही. तसेच बँकांमध्ये बचत अथवा ठेवींच्या स्वरूपात बँकेमध्ये पैसे ठेवण्याची सुविधा उपलब्ध होत नाही. त्याऐवजी लोक सोन्यामध्ये पैसे गुंतवितात, त्यामुळे ग्रामीण गुंतवणुकीत वाढ होत नाही; तसेच ग्रामीण भागात बँका, वाहतूक व दळणवळणाच्या सुविधा पुरेशा प्रमाणात उपलब्ध नसल्याने व्यापारविषयक सुविधा उपलब्ध होत नाहीत.

१०) **औद्योगिकरणाचे कमी प्रमाण :** विकसनशील देशांत शेती हा प्रमुख व्यवसाय असतो. भांडवलाचे प्रमाण कमी असते, उद्योगधंद्यांची संख्या कमी असते. उद्योगधंद्यांच्या स्थापनेसाठी भांडवलाची कमतरता आवश्यक ते तंत्रज्ञान, प्रशिक्षित कामगार इ. ची कमतरता दिसून येते. अल्पविकसित देशांत भांडवली वस्तू निर्माण करणाऱ्या उद्योगांची कमतरता दिसून येते; त्यामुळे औद्योगिकरणाची उणीव विकसनशील देशांत दिसून येते.

विकसनशील देशांत औद्योगिक विकास अल्प झाल्याने औद्योगिक वस्तूंची आयात मोठ्या प्रमाणावर करावी लागते, तसेच लोकसंख्या वाढीमुळे उपभोग्य वस्तुंचीसुद्धा आयात करावी लागते त्यामुळे निर्यातीच्या मानाने आयात जास्त राहते. अल्पविकसित देशात प्राथमिक वस्तूंची प्रामुख्याने निर्यात केली जाते. परंतु विकसित देशांकडील त्यांची मागणी कमी होताना दिसून येते; त्यामुळे अल्पविकसित देशांच्या आयातीचे मूल्य अधिक राहते.

२.३.२ लोकसंख्या विषयक वैशिष्ट्ये (Demographic Characteristics)

१) **शेती क्षेत्रावरील अवलंबित्व अधिक :** विकसनशील देशात शेती हा मुख्य व्यवसाय असल्याने शेतीवरील अवलंबित्वाचे प्रमाण अधिक असते. औद्योगिक क्षेत्राचा विकास फारसा झाला नसल्याने लोकसंख्येचा अतिरिक्त भार शेती व्यवसायावरच पडतो. विकसित देशांमध्ये उद्योग आणि सेवाक्षेत्राचा विकास अधिक झाल्याने शेती क्षेत्रावरील अवलंबित्व कमी झालेले असते. उद्योग व सेवाक्षेत्रात काम करणाऱ्या लोकांचे प्रमाण वाढते परंतु अल्पविकसित देशात उद्योग व सेवाक्षेत्राची मर्यादित प्रगती होत असल्याने तेथे फार थोडे लोक काम करतात. अल्पविकसित देशात वाढत जाणाऱ्या लोकसंख्येला रोजगार उपलब्ध होत नसल्याने शेती क्षेत्रावर लोकसंख्येचा अतिरिक्त भार पडतो. त्यामुळे शेती क्षेत्रात छुपी बेकारी दिसून येते.

२) **अतिरिक्त लोकसंख्या :** विकसनशील देशात साधनसामग्रीच्या मानाने लोकसंख्या अधिक असते. अतिरिक्त लोकसंख्या देशाच्या आर्थिक विकासांवर परिणाम करते त्यासाठी लोकसंख्या वाढीचा कल आणि प्रवाह पाहावा लागतो. तसेच साधनसंपत्ती, उत्पादने व तंत्रशक्तीचासुद्धा विचार करावा लागतो. अल्पविकसित देशात अंधश्रद्धा, रूढी, परंपरा, अज्ञान, निरक्षरता इ. कारणांनी लोकसंख्या अधिक वेगाने वाढते. अतिरिक्त लोकसंख्येमुळे भौतिक, आर्थिक, सामाजिक स्थितीवर परिणाम होतो व आर्थिक विकासाच्या मार्गात अडथळे निर्माण होतात. लोकांच्या उपभोग्य वस्तूंच्या निर्मितीकडे अधिक

लक्ष द्यावे लागते. परिणामी भांडवली वस्तूंचे उत्पादन कमी राहते त्यामुळे तो देश अल्पविकसित राहतो. अल्पविकसित देशात राष्ट्रीय उत्पन्न वाढीच्या दरापेक्षा लोकसंख्या वाढीचा दर अधिक असतो.

३) **सरासरी आयुर्मान कमी :** अल्पविकसित देशात कुपोषण, अनारोग्य, बेकारी, दारिद्र्य, अवर्षणप्रवण भाग, दुष्काळ इ. कारणाने सरासरी आयुर्मान कमी दिसून येते. अशा देशांचा कमी विकास झाल्याने चौरस आहार मिळत नाही. आरोग्याकडे पुरेसे लक्ष देता येत नाही. आजारकाळात औषधोपचार सुविधा मिळत नाहीत. तसेच दारिद्र्य, बेकारीमुळे राहणीमान निष्कृष्ट दर्जाचे राहते त्यामुळे विकसनशील देशात सरासरी आयुर्मान कमी दिसून येते.

४) **राहणीमानाच्या समस्या :** विकसनशील देशात वाढत्या लोकसंख्येमुळे दारिद्र्य, बेकारी या समस्या मोठ्या प्रमाणात निर्माण झाल्या. दारिद्र्यरेषेखालील लोक अत्यंत निकृष्ट प्रतीचे राहणीमान अनुभवते. या लोकांना कुपोषण, अनारोग्य यांना सतत तोंड द्यावे लागते. कार्यक्षम राहण्यासाठी किमान आवश्यक गरजा भागविणे आवश्यक असते. परंतु त्या गरजा देशातील अनेक लोकांना योग्य प्रकारे भागविता येत नाहीत. त्यामुळे लोकांची कार्यक्षमता वाढू शकत नाही.

५) **वाढता जन्मदर आणि घटता मृत्यूदर :** दर हजार लोकसंख्येमागे दरवर्षी किती बालके जन्माला येतात त्या प्रमाणाला 'जन्मदर' म्हणतात. दर हजार लोकसंख्येमागे दरवर्षी जेवढे लोक मृत्यू पावतात, त्या प्रमाणाला 'मृत्यूदर' म्हणतात. जन्मदर आणि मृत्यूदर या दोन महत्त्वाच्या घटकांवर देशाच्या लोकसंख्यावाढीचा दर अवलंबून असतो. अल्पविकसित/विकसनशील देशांत प्रथम जन्मदर आणि मृत्यूदर दोन्हीही जास्त असतात; त्यामुळे लोकसंख्या अतिरिक्त वाढत नाही. परंतु देशाचा जसा विकास होतो, तसा तेथील लोकांच्या जीवनमानात बदल होतो. त्यामुळे मृत्यूदर घटतो मात्र जन्मदर फारसा घटत नाही. त्यामुळे लोकसंख्या अधिक वाढते; तसेच हवामान, सार्वत्रिक विवाहपद्धती, लवकर विवाह, बहुपत्नीत्व, निरक्षरता, दारिद्र्य, अंधश्रद्धा, निकृष्ट राहणीमान, तसेच कुटुंब नियोजनाला पुरेसा प्रतिसाद न देणे इ. कारणामुळे जन्मदर उच्च दिसून येतो; तर मृत्यूदर घटण्याची कारणे म्हणजे शिक्षण प्रसार, आरोग्य विषयक सुविधा, असाध्य रोगांवर नियंत्रण, वाहतूक, दळणवळण सोयीत वाढ, सकस आहार, सामाजिक सुधारणा, दवाखाने, हॉस्पिटलमध्ये होत जाणारी वाढ, औषधोपचार इ. मुळे मृत्यूदरात वेगाने घट

होते. थोडक्यात, अल्पविकसित देशात जन्मदर उच्च राहतो व मृत्यूदर घटतो हे एक वैशिष्ट्य अल्पविकसित देशाचे सांगता येते.

६) सामाजिक सुविधांवर ताण : विकसनशील देशात अतिरिक्त लोकसंख्येमुळे प्राथमिक शिक्षण, बाल आरोग्य, मातृसेवा या मूलभूत सेवांची प्रचंड गरज असते. शासनाला नियोजित सुधारणांवर खर्च करण्याऐवजी या मूलभूत सेवांवरच जास्त खर्च करावा लागतो तसेच औषधोपचार, सार्वजनिक आरोग्य, शिक्षण इत्यादींवरील खर्चसुद्धा वाढतो. वाढत्या लोकसंख्येने स्रोतांचा प्रचंड वापर केल्यामुळे परिस्थितीवर त्याचे गंभीर परिणाम होतात.

७) ग्रामीण लोकसंख्या : विकसनशील देशांत ग्रामीण भागात लोकसंख्येचे मुख्यतः केंद्रीकरण झालेले असते कारण शहरांचा फारसा विकास झालेला नसतो. एकूण लोकसंख्येच्या ७० ते ९० टक्के लोक ग्रामीण भागात राहतात कारण त्यांचा शेती हा प्रमुख व्यवसाय असतो; एकूण लोकसंख्येचे ग्रामीण भागात राहणाऱ्या लोकांचे प्रमाण अधिक असते. विकसित देशांत शहरांचा विकास अधिक झाल्याने शहरीभागात राहणाऱ्या लोकांचे प्रमाण अधिक असते. अल्पविकसित देशात तंत्रज्ञानाचा अभाव आणि भांडवलाच्या कमतरतेमुळे उद्योग व सेवाक्षेत्राचा विकास झालेला नसतो; त्यामुळे ग्रामीण भागातील लोकांचे शहरीभागाकडे होणारे स्थलांतर अत्यंत कमी असते. उदरनिर्वाहाचे दुसरे साधन उपलब्ध नसल्याने वाढती लोकसंख्या शेतीकडेच वळते. इंग्लंड आणि अमेरिकेसारख्या विकसित देशात शहरी भागात अनुक्रमे ९०, ७६ टक्के एवढे प्रमाण असते; तर भारतात सध्या ३१ टक्के लोक शहरी भागात राहतात; म्हणजेच एकूण ग्रामीण लोकांचे प्रमाण जास्त आणि शहरी लोकांचे प्रमाण अल्प हे अल्पविकसित/विकसनशील देशांचे वैशिष्ट्य दिसून येते.

८) लोकसंख्येची गुणवत्ता कमी : अल्पविकसित देशांमध्ये लोकसंख्येची गुणवत्ता, साक्षरतेचे अल्पप्रमाण, अज्ञान, तांत्रिक प्रशिक्षणाचा अभाव, पौष्टिक अन्नाचा अभाव, निकृष्ट राहणीमान, भांडवलाची कमी उपलब्धता, गरिबी इ. अनेक घटकांमुळे लोकसंख्येची गुणवत्ता अल्प राहते. अल्पविकसित देशात कॅलरीजची कमतरता ही खरी समस्या आहे. पुरेशा कॅलरीजचा आहार मिळत नसल्याने लोकांची कार्यक्षमता कमी राहून गुणवत्ता कमी दिसून येते. आवश्यक त्या कॅलरीज प्रतिव्यक्ती मिळत नसल्याने त्यांचे राहणीमान निकृष्ट राहते, त्याचा परिणाम आरोग्यावर होऊन लोकसंख्येची गुणवत्ता कमी राहते.

१) **अकुशल श्रमिक व कमी उत्पादकता :** विकसनशील देशात कुशल श्रमिकांचा अभाव दिसून येतो कारण कौशल्य निर्माण करणारी शिक्षण पद्धती त्या देशात नसते, असली तरी ती अपुरी असते. देशात विकास जसा होत जातो तशी कुशल श्रमिकांची मागणी वाढते परंतु अशी स्थिती अल्पविकसित देशांत दिसून येत नाही. अकुशल श्रमिकांची संख्या अधिक दिसून येते. त्यामुळे अल्पविकसित देशांत श्रमाची उत्पादकता कमी दिसून येते. थोडक्यात, प्रशिक्षण, कौशल्य निर्माण करणाऱ्या शिक्षणाचा अभाव त्यामुळे श्रमिकांची उत्पादकता कमी राहते.

तसेच नवप्रवर्तन, धाडसी वृत्ती, संयोजकांचा अभाव इ. चा अभाव असल्याने विकासाची गती अल्पविकसित देशात वाढत नाही. अल्पविकसित देशात संयोजकांचा अभाव दिसून येतो.

२.३.३ सामाजिक-सांस्कृतिक वैशिष्ट्ये (Socio-Cultural Characteristics)

विकसनशील देशांमध्ये बहुतेक लोक रूढीवाढी असतात. त्यांच्यामध्ये शिक्षणाचा प्रसार फारसा झालेला नसतो. समाजात स्त्रियांचे स्थान खालावलेले असते. मजुरी करणाऱ्यात अल्पवयीन मुलांचे प्रमाण अधिक असते तर एकूण लोकसंख्येत मध्यम वर्ग कमी असतो. विकसित देशांच्या तुलनेत अल्पविकसित देशात सामाजिक, सांस्कृतिक वैशिष्ट्ये वेगळी असतात. ती पुढीलप्रमाणे -

१) **अंधविश्वास, रूढी-परंपरा व चालीरिती :** विकसनशील देशांत लोकांचा अंधविश्वास, रूढी-परंपरा, धार्मिक रीती यांवर पूर्ण विश्वास असतो. समारोह, प्रदर्शन, उत्सव इ. साठी मोठा खर्च केला जातो. धार्मिक रूढी, परंपरा, चालीरिती यासाठी समाज मोठा खर्च करतो. त्यामुळे अल्पविकसित देशांत बचतीचे प्रमाण कमी असते. परिणामी विकासाची गती कमी राहते जर चालीरिती, रूढी, परंपरा यामधील खर्चात घट केल्यास बचत वाढून, गुंतवणूक वाढून उत्पादनात वाढ होईल व आर्थिक विकास घडून येईल म्हणून संयुक्त राष्ट्रसंघाने असे स्पष्ट केले की, जुन्या समजुती, पुरातन व कालबाह्य संस्था, जात, धर्म, वर्ण इ.मध्ये बदल अपरिहार्य आहे. परंतु हा बदल लोकांना विश्वासात घेऊन संथपणे केलेला असावा. त्यामध्ये सामाजिक कल्याण हाच हेतू असावा. तसेच मायर व बाल्डविन यांनी असे म्हटले आहे की, जेथे आर्थिक विकासाच्या मार्गात धार्मिक अडथळे असतात, तेथे धार्मिक गोष्टींना कमी महत्त्व देणे किंवा त्यांचे स्वरूप बदलविणेच श्रेयस्कर ठरते.

२) **निरक्षरता :** विकसनशील अथवा विकसनशील देशांत शिक्षणाचा प्रसार पुरेसा झालेला नसतो. लोकांना शिक्षणाचे महत्त्व समजलेले नसते. स्त्रियांच्यामध्ये निरक्षरतेचे प्रमाण अधिक असते. गरिबी, दारिद्र्य, बेकारी इ.मुळे शिक्षणावर खर्च केला जात नाही. शिक्षणाचा प्रसार करणाऱ्या संस्था कमी असतात; तसेच सरकार शिक्षणावर अधिक खर्च करत नाही. शिक्षणाच्या सोयी-सुविधा पुरेशा उपलब्ध नसल्याने निरक्षरतेचे प्रमाण अधिक दिसून येते.

३) **विविध वर्गात समाजाची विभागणी : समाज विविध वर्गांत विभागलेला दिसून येतो. प्रत्येक समाज आपल्या जात, धर्म, वर्गाकडे लक्ष देतो. समाजातील विविध वर्गात सतत संघर्ष होत असतो;** त्यामुळे त्याचा आर्थिक विकासावर परिणाम होतो. प्रत्येक वर्ग स्वतःच्या अस्तित्वाकडे, हक्काकडे व हितसंबंधाकडे आर्थिक लक्ष देतो; त्यामुळे आर्थिक व सामाजिक विकासाकडे दुर्लक्ष होते; त्यामुळे समाजाची विविध वर्गांत विभागणी हे एक अल्पविकसित देशाचे वैशिष्ट्य सांगता येते.

४) **स्त्रियांना दर्जा कमी :** अनेक विकसनशील देशात पुरुषांच्या बरोबरीने स्त्रियांना दर्जा दिला जात नाही; त्यामुळे 'स्त्रियांना सामाजिक दर्जा कमी' हे एक अल्पविकसित देशाचे वैशिष्ट्य मानावे लागते. अल्पविकसित देशात निरक्षरता, अंधश्रद्धा यांचे प्रमाण अधिक असल्याने स्त्रियांकडे पाहण्याचा दृष्टिकोन वेगळा दिसून येतो. कुटुंबात स्त्रियांना महत्त्व दिले जाते परंतु ते एका मर्यादेपर्यंत असते. पुरुषांनी काय कामे करावीत व स्त्रियांनी काय कामे करावीत, हे अप्रत्यक्ष ठरलेले असल्याचे दिसून येते; त्यामुळे स्त्रियांना समाजात मर्यादा येत असताना दिसून येतात. परंतु जसजसा अल्पविकसित देशांचा विकास होतो. तसतसा स्त्रियांच्याकडील पाहण्याचा दृष्टिकोन बदलत असल्याचे दिसून येते; त्यामुळे सामाजिक, आर्थिक विकास हा घटक महत्त्वाचा मानला जातो, जेणेकरून स्त्री-पुरुष समानता निर्माण होऊ शकते. अनेक विकसनशील देशांत घरापुरतीच मर्यादित कामे केल्याचे दिसून येते; तसेच नोकरी, व्यवसाय यामध्ये स्त्रियांचे प्रमाण अत्यल्प असल्याचे दिसून येते; त्यामुळे देशाची निम्मी श्रमशक्ती वाया जाते असे दिसून येते. विकसित देशाला पुरुष आणि स्त्रिया बरोबरीने उत्पादन कामात मदत करतात. तसेच शिक्षण, नोकऱ्या यामध्येसुद्धा त्यांचा सहभाग अधिक असतो.

५) **कर्तव्य व हक्काबाबत कमी ज्ञान :** निरक्षरतेचे प्रमाण कमी असल्याने अल्पविकसित देशांत कर्तव्य व हक्काबाबत अधिक माहिती नसते. हक्क आणि

कर्तव्याची माहिती नसल्याने ते स्वतःचा विकास करू शकत नाहीत; त्यामुळे समाजाचा व देशाचा विकास वेगाने होत नाही. शासकीय पातळीवर मानवी हक्कांबाबत बदलाचा उपयोग करून घेता येत नाही हे एक वैशिष्ट्य विकसनशील देशात दिसून येते.

६) सामाजिक मूल्य कमी होतात : विकसनशील देशात लोकसंख्या अधिक वाढत असल्याने सामाजिक, नैतिक मूल्यांचा ऱ्हास होतो; जसे चोऱ्यामाऱ्या, लुटमार, जाळपोळ, खून, दरोडे इ. सारख्या अपप्रवृत्ती वाढतात; त्यामुळे सामाजिक स्वास्थ्य धोक्यात येते; तर शिक्षण, आरोग्य, सुरक्षितता, सामाजिक कल्याणकारी योजना इ. सुविधा निर्माण करण्यावर मोठा खर्च होतो; त्यामुळे आर्थिक विकासावर खर्च करण्यासाठी पैसा कमी पडतो व त्याचा आर्थिक विकासावर विपरीत परिणाम होतो.

७) नोकरदार वर्ग कमी : विकसनशील देशात उद्योगात वाढ झालेली नसते; तसेच शहरीकरण अतिशय कमी प्रमाणात झालेले असते; तसेच शिक्षणाचे प्रमाण अतिशय कमी असते. निरक्षरतेचे प्रमाण अधिक असते. कृषीक्षेत्रांत अधिक लोक काम करतात. या सर्वांच्या परिणामांमुळे नोकरदार वर्ग/ मध्यमवर्ग संख्यात्मकदृष्ट्या कमी असतो; म्हणून विकसनशील देशांत नोकरदार वर्गांची संख्या कमी दिसून येते हे एक वैशिष्ट्य सांगता येते.

२.३.४ तंत्रज्ञानविषयक वैशिष्ट्ये (Technological Characteristics)

विकसनशील देशात जुनाट तंत्रज्ञान, दळणवळणाच्या अपुऱ्या सुविधा, रोगराईचे प्रमाण अधिक, अस्वच्छ वातावरण, अकुशल श्रमिक, प्रशिक्षणाच्या साधनांचा अभाव इ. घटक दिसून येतात.

या तंत्रज्ञान विषयक घटकांचे विश्लेषण पुढीलप्रमाणे –

१) कालबाह्य आणि जुनाट उत्पादन तंत्र : विकसनशील देशात कालबाह्य उत्पादनतंत्राचा वापर करण्याकडे कल असतो आणि तशाच पद्धतीची साधनसामग्री वापरली जाते; तसेच काही कारणाने जुनाट तंत्रज्ञानाचा वापर कराबा लागतो. विकसित देशात आणि अल्पविकसित देशात वापरले जाणारे उत्पादन तंत्र यामध्ये खूप मोठा फरक दिसून येतो. अल्पविकसित देशातील कालबाह्य आणि जुनाट उत्पादन तंत्रामुळे उत्पादकता खूपच अल्प राहते. त्यांना आधुनिक तंत्रज्ञान भांडवलाच्या कमतरेमुळे वापरणे शक्य होत नाही; तसेच कुशल तंत्रज्ञ, प्रशिक्षित कामगार यांचा अभाव दिसून येतो. तांत्रिक

शिक्षणाच्या सुविधा नसल्यामुळे आधुनिक तंत्रज्ञान त्यांना आत्मसात करता येत नाही; परिणामी श्रमिकांची उत्पादकता कमी राहते.

२) **वाहतूक व दळणवळणाच्या अपुऱ्या सुविधा :** वाहतूक व दळणवळणाच्या अपुऱ्या सुविधा मुख्यतः ग्रामीण भागात दिसून येतात. आर्थिक विकासासाठी ग्रामीण रस्ते शहरी भागाला पक्क्या रस्त्याच्या साहाय्याने जोडणे आवश्यक असते. तसेच बाजारपेठेच्या ठिकाणाला जोडणारे रस्ते आवश्यक असतात. परंतु भांडवलाच्या अभावी अल्पविकसित देशात रस्त्याची सुविधा अपुरी असते. विकसित देशांच्या तुलनेत वाहतूक व दळणवळणाच्या सुविधा कमी प्रमाणात दिसून येतात. तसेच वाहतूक व्यवस्थेत नागरिकांचेसुद्धा सहकार्य महत्त्वाचे असते. अपुऱ्या शिक्षणामुळे ते सहकार्य अशा देशात मिळत नाही. त्यामुळे दळणवळण व्यवस्थेसंदर्भात विकसनशील देशात निराशाजनक स्थिती दिसून येते.

३) **तांत्रिक शिक्षण आणि प्रशिक्षणाच्या अभाव :** विकसनशील देशात अथवा विकसनशील देशात शिक्षण देणाऱ्या संस्थांची संख्या अल्प असते. सरकारी पातळीवरून शिक्षणाच्या सुविधा अपुऱ्या असतात. त्यामुळे शिक्षणाबरोबरच तांत्रिक शिक्षण आणि प्रशिक्षणाच्या सुविधांचा अभाव दिसून येतो. सामाजिक जागृती आणि भांडवलाच्या अभावामुळे तांत्रिक शिक्षण देणाऱ्या संस्था आणि प्रशिक्षणाच्या सुविधा अल्प प्रमाणात दिसून येतात; तर विकसित देशात शिक्षण व प्रशिक्षणावर भर दिला जात असल्याने तेथे पुरुषांच्या बरोबर स्त्रियांना सुद्धा तांत्रिक शिक्षण व प्रशिक्षण मोठ्या प्रमाणात उपलब्ध होते; म्हणजेच विकसनशील देशात तांत्रिक शिक्षण आणि प्रशिक्षणाचे प्रमाण खूपच अल्प असते, हे वैशिष्ट्य सांगता येते.

२.३.५ इतर वैशिष्ट्ये (Other Characteristics)

१) **प्रदूषण व अस्वच्छ वातावरण :** विकसनशील देशात अतिरिक्त लोकसंख्या, अस्वच्छ वातावरण, प्रदूषण, सांडपाण्याच्या व्यवस्थेचा अभाव इ. कारणाने देशात रोगराईचे प्रमाण अधिक असते. अस्वच्छ वातावरणामुळे लोकांच्या कार्यक्षमेवर प्रतिकूल परिणाम होतो. पिण्याच्या शुद्ध पाणीपुरवठ्याची सुविधा उपलब्ध नसल्याने त्याचा आरोग्यावर परिणाम होतो. आजूबाजूला अस्वच्छता व राहण्याच्या ठिकाणी व काम करण्याचा ठिकाणी अस्वच्छता असल्याने त्याचा लोकांच्या कार्यक्षमतेवर परिणाम होतो. निरक्षरता व राहणीमानाची

अवस्था कमी प्रतीची असल्याने स्वच्छता ठेवण्याची लोकांना जाणीव राहात नाही; त्यामुळे समाजातील वातावरण आनंददायी राहात नाही.

२) **रोगराईचे प्रमाण अधिक :** अतिरिक्त लोकसंख्या, अस्वच्छ वातावरण, प्रदूषण, सांडपाण्याची अव्यवस्था इ. मुळे रोगराईचे प्रमाण अधिक असते. त्यामुळे साथीच्या रोगांचे प्रमाण अधिक असते. उदा. मलेरिया, एड्स इ. विकसनशील देशांत आरोग्यविषयक सोयीसुविधा अपुऱ्या असल्याने रोगराईचे प्रमाण अधिक असते; तसेच शिक्षणाचा प्रसारही कमी प्रमाणात झाला असल्याने आरोग्यविषयक माहितीचा अभाव दिसून येतो. आरोग्याची अधिक काळजी घेतली जात नसल्याने अस्वच्छ वातावरण, सांडपाण्याची दुर्गंधी इ. मुळे रोगराईचे प्रमाण अधिक असते व त्याचा लोकांच्या कार्यक्षमतेवर परिणाम होतो व उत्पादनावर प्रतिकूल परिणाम होऊन आर्थिक विकासाचा वेग खूपच कमी राहतो.

३) **पर्यावरणामुळे दुर्लक्ष :** विकसनशील देशांत लोकांना पर्यावरणाच्या दुष्परिणामांची जाणीव नसते. वायू-प्रदूषण, जल-प्रदूषण इ. बाबत जागरूकता नसते; जंगलतोडीचे प्रमाण अधिक असते; कारण जळणासाठी म्हणजे स्वतःच्या फायद्यासाठी जंगलतोड केली जाते. त्यामुळे पर्जन्यमान घटणे, भूजलपातळी खाली जाणे, जमिनीची धूप होणे इ. परिणामांची त्यांना काहीही माहिती नसते; तसेच काही ठिकाणी जमिनीला अति पाणी दिले जाते, त्यामुळे जमिनीत क्षार वाढून जमिनीची प्रत खालावते, जमिनी नापीक होतात, तर औद्योगिक क्षेत्रात धुरांचे प्रदूषण, तसेच औद्योगिक क्षेत्रातील रसायनांचे पाणी नदी, नाल्यात सोडले जाते त्यामुळे जलप्रदूषण वाढते. त्याचा परिणाम पर्यावरणावर होतो. अशा दुष्परिणामांची जाणीव अल्पविकसित देशातील लोकांना नसते. पर्यावरणाचे संवर्धन कसे करावे याची माहिती नसते. माहिती असली तरी तसे घडत नाही.

सराव प्रश्न

प्र.१) खालील प्रश्नांची प्रत्येकी १०० शब्दांत उत्तरे लिहा.

१) विकसनशील आणि विकसित देशांच्या संकल्पना स्पष्ट करा.
२) विकसनशील देशांची वैशिष्ट्ये थोडक्यात सांगा.
३) विकसनशील देशांची वैशिष्ट्ये सांगा.
४) विकसनशील देशांची तंत्रज्ञान विषयक वैशिष्ट्ये स्पष्ट करा.

प्र.२) खालील प्रश्नांची प्रत्येकी २०० शब्दांत उत्तरे लिहा.

१) विकसनशील देशांच्या आर्थिक वैशिष्ट्यांची चर्चा करा.

२) विकसनशील देशांची सामाजिक, सांस्कृतिक वैशिष्ट्ये स्पष्ट करा.

३) विकसनशील देशांची तंत्रज्ञान विषयक वैशिष्ट्ये स्पष्ट करा.

प्र.३) खालील प्रश्नांची प्रत्येकी ४०० शब्दांत उत्तरे लिहा.

१) विकसनशील देश म्हणजे काय? अल्पविकसित देशाची आर्थिक व लोकसंख्या विषयक वैशिष्ट्ये स्पष्ट करा.

२) विकसनशील देश म्हणजे काय? विकसनशील देशाच्या सामाजिक, सांस्कृतिक व तंत्रज्ञान विषयक वैशिष्ट्यांची चर्चा करा.

३) विकसनशील देशाची ठळक वैशिष्ट्ये विशद करा.

प्र.४) टिपा लिहा. (१०० शब्दांत)

१) विकसित देशाची संकल्पना.

२) विकसनशील देशाची संकल्पना.

३) विकसनशील देशाची वैशिष्ट्ये.

अ) आर्थिक वैशिष्ट्ये.

ब) लोकसंख्याविषयक वैशिष्ट्ये.

क) सामाजिक-सांस्कृतिक वैशिष्ट्ये.

ड) इतर वैशिष्ट्ये.

३ आर्थिक विकास प्रक्रियेतील अडथळे

Constraints on Development Process

३.१ प्रास्ताविक (Introduction)

प्रत्येक देशाची भौगोलिक, राजकीय, सांस्कृतिक, सामाजिक, आर्थिक परिस्थिती भिन्न असल्याने विकासातील अडचणींचे स्वरूपही वेगळे असते. काही देश अनेक वर्षे पारतंत्र्यात राहिल्यानंतर स्वतंत्र्य होऊन सुरुवातीच्या काळात अनेक अडथळे निर्माण झाल्याचे दिसून येते; जरी लोकशाही स्वीकारली तरी लोकशाहीचे प्रशिक्षण मिळालेले नसते. हक्क, कर्तव्य, अधिकार यांची जाणीव नसते; त्यामुळे शासनाच्या विविध कामात सहभाग दिसून येत नाही. भारताच्या बाबतीतसुद्धा असेच दिसून येते. भारतालासुद्धा स्वातंत्र्यानंतर अनेक अडचणींना तोंड द्यावे लागले. परकीयांच्या वर्चस्वामुळे जबाबदारी पार पाडण्याची वृत्ती नष्ट झाली होती; त्यामुळे लोकांच्या मनोवृत्तीत बदल होईपर्यंत विकासाच्या प्रयत्नांना यश मिळाले नाही. काही

अल्पविकसित अथवा विकसनशील देशांमध्ये लोकसंख्या वेगाने वाढल्याने विकासात अडथळे निर्माण झाले. विकसित देश आणि अल्पविकसित अथवा विकसनशील देश यांच्यामध्ये विकासाच्या बाबतीत भिन्नता निर्माण झाली. देशाच्या आर्थिक विकासावर नैसर्गिक साधनसामग्रीची उपलब्धता, लोकसंख्या, भांडवलनिर्मिती, श्रमिकांची कौशल्ये, तांत्रिक प्रगती, कार्यक्षमता, प्रशासन, इत्यादी घटकांचा प्रभाव असतो. विकसित देशात भांडवल मोठ्या प्रमाणावर उपलब्ध असते तर अल्पविकसित अथवा विकसनशील देशात भांडवलाची टंचाई असते. परिणामी आर्थिक विकासाच्या प्रक्रियेत मर्यादा दिसून येते.

आर्थिक विकासाच्या प्रक्रियेतील अडथळे अथवा अडचणी पुढीलप्रमाणे सांगता येतील –

३.२ दारिद्र्याचे दुष्टचक्र (Vicious Circle of Poverty)

दारिद्र्य हे एक वास्तव असून ती एक आर्थिक व सामाजिक घटना आहे. ज्या व्यक्तीस मूलभूत गरजांची पूर्तता करता येत नाही. ती व्यक्ती दरिद्री समजली जाते. अन्न, वस्त्र, निवारा, आरोग्य विषयक सुविधा व शिक्षण यांच्या पूर्ततेसाठी उत्पन्नाची कमतरता असते. जे लोक आपल्या दैनंदिन राहणीमानाची किमान पातळी गाठू शकत नाहीत, किंवा मूलभूत गरजांची पूर्तता करू शकत नाहीत; त्यांना 'गरीब किंवा दारिद्र्यातील लोक' म्हटले जाते. तिसऱ्या जगातील देश आणि दक्षिण आणि दक्षिण पूर्व आशिया आणि आफ्रिका खंडातील देश दारिद्र्याच्या दुष्टचक्रात अडकले आहेत. त्या देशातील दरडोई उत्पन्न अनेक वर्षांपासून स्थिर असल्याचे दिसून येते. तसेच निकृष्ट प्रतीचे जीवन बहुसंख्य लोक जगतात. भारताच्या संदर्भात विचार करता ब्रिटिशकाळात भारताचा विकास झाला नाही. त्याचे अनेक विचारवंतांनी तसे दाखले दिलेले आहेत, उदा. आर.सी. दत्त आणि दादाभाई नौरोजी इ. दारिद्र्य ह्या संकल्पनेबाबत जीवनाची किमान कोणती त्या किमान पातळीवर जीवन जगण्यासाठी दरडोई किमान किती उत्पन्न आवश्यक आहे; यामध्ये तज्ज्ञांमध्ये एकमत असल्याचे दिसून येत नाही. परंतु दारिद्र्य ही संकल्पना निरपेक्ष आणि सापेक्ष अशा दृष्टिकोनातून विचारात घेतली जाते.

१) **निरपेक्ष दारिद्र्य (Acsolute Poverty)** : जगण्यासाठी अन्न, वस्त्र, निवारा या किमान गरजांची पूर्तता करणाऱ्या वस्तू व सेवांची किमान मात्रा नसणे हे निरपेक्ष दारिद्र्याचे लक्षण मानले जाते. ज्या वेळी दारिद्र्याची मोजणी करण्यासाठी कुठल्यातरी 'निरपेक्ष मानकाचा' वापर केला जातो, त्याला निरपेक्ष दारिद्र्य म्हटले जाते.

भारताच्या नियोजन मंडळाने ग्रामीण भागातील व्यक्तींसाठी दरडोई दैनिक २४०० कॅलरीज (उष्मांक) व शहरी भागातील व्यक्तींसाठी २१०० कॅलरीज देणाऱ्या अन्नाची उपलब्धता होत नाही. त्या व्यक्ती दारिद्र्यरेषेखाली आहेत असे समजले जाते.

२) **सापेक्ष दारिद्र्य :** सापेक्ष दारिद्र्य निश्चित करण्यासाठी देशाच्या लोकसंख्येची निरनिराळ्या उत्पन्न गटांत विभागणी केली जाते व उच्च, मध्यम व निम्न स्तरातील उत्पन्न गट असणाऱ्या गटांची एकमेकांशी तुलना केली जाते. देशातील लोकांची विविध उत्पन्न गटांत विभागणी केली जाते. उच्च उत्पन्न गटातील ५ ते १० टक्के लोकसंख्येच्या राहणीमानाची तुलना तळाच्या उत्पन्न गटातील ५ ते १० टक्के लोकांच्या राहणीमानाशी केली जाते. वरच्या उत्पन्न गटातील लोकसंख्येपेक्षा तळातील उत्पन्न गटातील लोकसंख्या सापेक्षपणे दारिद्र्यात आहेत, असे मानले जाते. प्रो. रॉनर नर्क्स यांनी दारिद्र्याचे दुष्टचक्र व त्यातील चक्रीय व संचयी प्रक्रिया स्पष्ट केली. त्यांच्या मते, गरीब माणासाला खाण्यासाठी पुरेसे अन्न मिळत नाही. अपुऱ्या आहारामुळे त्याच्या प्रकृती व कार्यक्षमतेवर परिणाम होतो. कमी कार्यक्षमतेमुळे ती पुरेसे अन्न मिळवू शकत नाही व त्यामुळे पुन्हा गरीबच राहतो. अशा प्रकारे दारिद्र्याचे दुष्टचक्र ही एक चक्रीय व संचयी अथवा वाढत जाणारी प्रक्रिया आहे; त्यामुळे परिस्थिती दिवसेंदिवस अधिक बिघडत जाते. तो देश दारिद्र्यात अडकतो.

मागणी आणि पुरवठ्याच्या साहाय्याने दारिद्र्याचे दुष्टचक्र स्पष्टीकरण –

मागणी बाजू : अल्पविकसित देशात अथवा अविकसित देशात शेती व उद्योगक्षेत्रांचा विकास झालेला नसतो. त्यामुळे त्यांची उत्पादनक्षमता कमी असते. प्राथमिक क्षेत्रात म्हणजेच कृषी क्षेत्रात मोठ्या प्रमाणात रोजगार प्राप्त होतो. परंतु कृषी क्षेत्र मागासलेले राहिल्याने राष्ट्रीय उत्पन्न कमी राहते. परिणामी दरडोई उत्पन्न कमी राहून उत्पादन झालेल्या वस्तू व सेवांना मागणी कमी राहते. मागणी कमी राहिल्याने उत्पादनासाठी व गुंतवणुकीसाठी प्रेरणा निर्माण होत नाही. कृषी उत्पादन वाढविण्यासाठी हरितक्रांती व औद्योगिकरण होण्यासाठी गुंतवणुकीची मोठ्या प्रमाणात गरज असते. परंतु भांडवलाची टंचाई निर्माण होऊन उत्पादन व उत्पादकता कमी राहून दारिद्र्यात वाढ होते.

```
अल्प वास्तव उत्पन्न  →  अल्प मागणी  →  अल्प गुंतवणूक
        ↑                                    ↓
कमी रोजगार        ←  अल्प उत्पादन  ←  कमी भांडवल गुंतवणूक
```

पुरवठ्याची बाजू : अविकसित देशात उत्पादकता अतिशय कमी असते. त्यामुळे शेतीचे उत्पादन अतिशय कमी होते. अशा देशांची अर्थव्यवस्था कृषीप्रधान असल्याने त्या देशाचे राष्ट्रीय उत्पन्नसुद्धा कमी असते. उद्योग विकसित झालेले नसतात. त्यांचीसुद्धा उत्पादकता अल्प असते त्यामुळे अविकसित देशात लोकांची बचत करण्याची शक्ती आणि बचतीची इच्छा या घटकांवर बचत अवलंबून असते. अल्प दरडोई उत्पन्न असल्याने बचत कमी राहते. परिणामी गुंतवणूकसुद्धा कमी राहते व एकूण उत्पादन कमी राहते. पुरवठासुद्धा कमी राहतो. याचा अर्थ उत्पादन कमी व उत्पादकतासुद्धा कमी राहून दारिद्र्याचे दुष्टचक्र निर्माण होते; म्हणून नर्क्स यांच्या मते, अल्प उत्पादकता व त्या परिणामी वास्तव उत्पन्न पातळी कमी राहते, हे दोन्हीही चक्रातून दिसून येते.

```
अल्प वास्तव उत्पन्न  →  अल्प बचत  →  अल्प गुंतवणूक
        ↑                              ↓
कमी रोजगार        ←  अल्प उत्पादन  ←  अल्प भांडवल
```

मागणी आणि पुरवठा या दोन्हीही बाबींचा दारिद्र्याच्या दुष्टचक्रात आर्थिक विकासावर प्रतिकूल परिणाम होतो.

दारिद्र्याचे दुष्टचक्र निर्माण होण्याची कारणे

दारिद्र्याचे दुष्टचक्र पुढील कारणांनी निर्माण होते –

१) अतिरिक्त लोकसंख्या : देशातील एकूण लोकसंख्येवर दरडोई उत्पन्न अवलंबून असते. एकूण राष्ट्रीय उत्पन्नास लोकसंख्येने भागल्यास दरडोई उत्पन्न मिळते. लोकसंख्या जास्त असल्यास राष्ट्रीय उत्पन्न अतिरिक्त असणाऱ्या लोकसंख्येने विभागले जाते; त्यामुळे दरडोई उत्पन्न कमी होते. अतिरिक्त लोकसंख्येमुळे जीवनावश्यक वस्तूंची टंचाई निर्माण होते. राहणीमानाचा दर्जा खालावतो. त्यामुळे अधिक दारिद्र्य निर्माण होते.

२) **बचतीचे प्रमाण कमी :** गरीब देशांमध्ये दरडोई उत्पन्न अतिशय कमी असल्यामुळे बचत करण्याची त्या देशाची क्षमता खूपच कमी असते.

३) **भांडवल निर्मितीचा दर कमी :** कोणत्याही देशाचा विकास भांडवल निर्मितीवर अवलंबून असतो. अप्रगत देशात भांडवल टंचाईमुळे श्रमप्रधान तंत्राचा अवलंब केला जातो. परिणामी उत्पादनावाढीचा वेग कमी असतो. तसेच बहुसंख्य लोकांचे उत्पन्न कमी असल्याने बचत कमी राहून भांडवल निर्मिती कमी राहते त्यामुळे गुंतवणूक कमी राहून उत्पन्न व रोजगार कमी असे दुष्टचक्र गरीब देशात दिसून येते.

४) **उत्पादकता कमी :** अतिरिक्त लोकसंख्या, भांडवल निर्मितीचा अल्पदर, जलसिंचनाचे कमी प्रमाण, त्यामुळे उत्पादकता अतिशय कमी असते. शेती व उद्योगाची उत्पादकता अतिशय कमी दिसून येते. विकासकामांकडे दुर्लक्ष झाल्याने त्याचा परिणाम उत्पादकतेवर होतो.

५) **नैसर्गिक साधनसामग्रीचा अपुरा वापर :** नैसर्गिक साधनसंपत्तीत खनिजे, जंगले, जलसंपत्ती, ऊर्जा, भूमी इ. चा समावेश होतो. माणसाचे जीवनमान साधनसंपत्तीच्या उत्पादन क्षमतेवर अवलंबून असते. अल्प विकसित देशात अथवा अविकसित देशात भांडवलाची कमतरता, नवीन तंत्रज्ञानाचा अभाव तसेच इतर अनेक कारणांनी नैसर्गिक साधन संपत्तीचा व उत्पादन साधनांचा पुरेपूर वापर होत नाही. परिणामी उत्पादनात मोठ्या प्रमाणात वाढ होत नाही. त्यामुळे दरडोई अल्प उत्पन्न राहून दारिद्र्याचा प्रश्न बिकट बनतो.

६) **मानवी व्यक्तिमत्त्व :** मानसशास्त्रज्ञांनी दारिद्र्याचा मानवी व्यक्तिमत्त्व व मानवी स्वभावाशी संबंध जोडला आहे. उदा. स्थानिक स्थितीचा अभाव, बदलाबदल तटस्थता, समजून घेण्याची कमी कुवत, बुद्धिप्रामाण्यवादाची अक्षमता यातून दारिद्र्य निर्माण होते. स्वतःच्या उत्कर्षाचा दृष्टिकोन नसणारे नकारात्मक दृष्टिकोनाचे लोक दरिद्री राहतात. अल्पविकसित अथवा अविकसित देशात ही स्थिती दिसून येते.

७) **निरक्षरता :** दारिद्र्यात जीवन जगणाऱ्या लोकांमध्ये निरक्षरतेचे प्रमाण अधिक असते. निरक्षर लोकांची कार्यक्षमता साक्षर लोकांपेक्षा कमी असते. कौशल्याचा अभाव, शिक्षणाचा अभाव, प्रशिक्षणाचा अभाव इ. मुळे ते विकासापासून दूर राहतात. त्यामुळे अल्प विकसित देशात दारिद्र्याचे प्रमाण अधिक दिसून येते.

८) **सामाजिक घटक :** सामाजिक कारणेसुद्धा दारिद्र्यास कारणीभूत ठरतात. उदा. धार्मिक रूढी, परंपरा, चालीरिती इ. मुळे अनेक लोक अनावश्यक व अनुत्पादक खर्च करतात; त्यामुळे कर्जबाजारीपणा वाढतो. निरक्षरता, अडाणीपणा, जातीयवाद, नशिबावर विसंबून राहण्याची प्रवृत्ती इ. मुळे लोक नवीन विचार, उपक्रमशीलता यापासून दूर राहतात; त्यामुळे दारिद्र्य वाढण्यास मदत होते.

९) **दारिद्र्याचे दुष्टचक्र :** अविकसित देशात कुटुंबाच्या दारिद्र्यास दरिद्रताही कारणीभूत ठरते. दरिद्री व्यक्तीस उत्पन्नाचे साधन कमी असते किंवा नसते त्याची पतक्षमता कमी असते त्यामुळे तो बँका अथवा पतसंस्थांकडून कर्ज घेऊ शकत नाही. सावकाराकडून अशी कर्जे घेतल्यास त्यात पिळवणूक व आर्थिक शोषण होते. दारिद्र्यातून पुन्हा दारिद्र्याकडे असे दुष्टचक्र सुरू राहते यासाठी शासनाकडून त्याला आर्थिक साहाय्य व मदत मिळणे आवश्यक असते.

१०) **अपूर्णता** : अल्पविकसित अथवा विकसनशील देशात अन्न, वस्त्र, निवारा या मूलभूत गरजा तसे त्या अनुषंगाने येणाऱ्या शैक्षणिक, बौद्धिक व सांस्कृतिक गरजांची पूर्तता न झाल्याने दारिद्र्यातील लोकसंख्या वाढताना दिसून येते.

११) **अपूर्ण विक्री व्यवस्था :** विक्री व्यवस्थेच्या अभावी तसेच पूर्ण स्पर्धेऐवजी अपूर्ण स्पर्धा निर्माण होते. विक्रीवरील नियंत्रणे, जाचक अटी, नियम इ. मुळे स्पर्धेला अडथळा निर्माण होतो. त्याचा उत्पादनावर प्रतिकूल परिणाम होतो. तसेच कमी मागणीमुळे उत्पादन कमी राहते व बाजारांचा विकास होत नाही आणि सार्वत्रिक दारिद्र्य निर्माण होते.

१२) **नवीन आर्थिक धोरण :** खाजगीकरण, उदारीकरण व जागतिकीकरण या नवीन आर्थिक धोरणांमुळे बेकारी वाढून दारिद्र्य रेषेखालील लोकसंख्या वाढली आहे.

दारिद्र्याच्या दुष्टचक्राचे परिणाम

नर्क्स यांच्या मते, गरीब देशांची दारिद्र्यातून सुटका होणे अवघड असते. त्यामुळे अर्थव्यवस्था अनेक वर्षे दारिद्र्यातच अडकून पडतात. त्यांच्या मते, एखाद्या देशाची गरिबी त्या देशाच्या दारिद्र्यास कारणीभूत ठरते. परंतु काही विचारवंतांनी दारिद्र्य कमी करण्यासाठी सरकारने केलेल्या उपाययोजनांमुळे दारिद्र्य कमी होते हे स्पष्ट केले आहे.

पी.टी.बॉवर यांच्या मते, नर्क्सने दारिद्र्याबद्दल व्यक्त केलेले विचार प्रत्यक्षात फारच कमी प्रमाणात दिसून येतात.

३.३ लोकसंख्येचा प्रस्फोट (Population Explosion)

अल्पविकसित अथवा विकसनशील देशात लोकसंख्येच्या प्रस्फोटाची अवस्था दिसून येते. अतिरिक्त लोकसंख्येचा देशाच्या आर्थिक विकासावर परिणाम होतो. मात्र, हा परिणाम देशाच्या दृष्टीने अनुकूल की प्रतिकूल हे पाहावे लागते. तसेच लोकसंख्या कमी किंवा जास्त याचा विचार करून चालत नाही, तर त्या लोकसंख्या वाढीचा कल व प्रवृत्ती पहावी लागते. साधनसंपत्ती, उत्पादने व तंत्रशक्तीचासुद्धा विचार करावा लागतो. इ.स.१७९८ मध्ये माल्थसने लोकसंख्या सिद्धान्त मांडून अन्नधान्याच्या वेगापेक्षा लोकसंख्या संक्रमण सिद्धान्त थॉम्पसन, फ्रँक नॉटन्स्टाईन यांनी मांडून लोकसंख्या संक्रमणाचे तीन टप्पे स्पष्ट केले. पहिल्या अवस्थेत जन्मदर आणि मृत्यूदर जास्त असतात; त्यामुळे लोकसंख्या स्थिर राहते. दुसऱ्या अवस्थेत जन्मदर, जास्त आणि मृत्यूदर कमी राहतो. त्यामुळे लोकसंख्या वेगाने वाढते. या टप्प्यात साथीच्या रोगांवर नियंत्रण तसेच इतर कारणांनी मृत्यूदरात घट होते तर लग्नाचे वय, विवाहाचा सार्वत्रिकपणा, संतती नियमनाची साधने, सामाजिक दृष्टिकोन, अंधश्रद्धा यातील बदल स्वीकारणे समाजाला कठीण जाते; त्यामुळे जन्मदर ताबडतोब कमी होत नाही. अशा प्रकारे उच्च जन्मदर आणि वेगाने घटणारा मृत्यूदर त्यामुळे लोकसंख्या प्रचंड गतीने वाढणे; म्हणजेच लोकसंख्येचा प्रस्फोट घडून येतो. यामध्ये आशिया खंडातील विकसनशील व अल्पविकसित देशात हा अनुभव दिसून येतो. सध्या भारतात उत्तरप्रदेश व बिहारमध्ये ही अवस्था दिसून येते; तर तिसऱ्या अवस्थेत जन्मदर व मृत्यूदर दोन्ही कमी होत जातात या अवस्थेत लोकसंख्या मंद गतीने वाढू लागते ही अवस्था विकसित देशात दिसून येते.

लोकसंख्या प्रस्फोटाचे परिणाम

अचानक प्रचंड लोकसंख्या वाढते त्याला आपण लोकसंख्येचा प्रस्फोट म्हणतो. लोकसंख्या प्रस्फोटांचा प्रतिकूल परिणाम आर्थिक विकासावर होतो. लोकसंख्या अतिरिक्त वाढीमुळे अनेक समस्यांना तोंड द्यावे लागते ते पुढीलप्रमाणे -

१) **जीवनावश्यक वस्तूंचा तुटवडा :** लोकसंख्या सतत वाढत असल्याने अन्नधान्य, निवारा, औषधे, पेट्रोलियम वस्तू, गॅस इ. चा तुटवडा निर्माण होतो. आरोग्य व शिक्षणविषयक सुविधा कमी पडतात. ऊर्जा, दळणवळण, वाहतूक इ. बाबत टंचाई निर्माण होते. सार्वजनिक सेवा, नागरी सेवा इ. अपुऱ्या पडतात.

२) **बेरोजगारी :** लोकसंख्या वाढीचा बेरोजगारीत वाढ हा परिणाम दिसून येतो. बेरोजगार व्यक्तीच्या संख्येत दरवर्षी वाढ होते. बेरोजगारीमुळे अनेक प्रकारचे प्रश्न निर्माण होतात. उदा. सामाजिक अशांतता, आर्थिक विकासाला खीळ इ. भारतात उघड बेकारी व छुपी बेकारी मोठ्या प्रमाणात दिसून येते. अल्पविकसित देशात छुप्या बेकारीचे प्रमाण पंचवीस टक्क्यांपर्यंत आहे.

३) **भांडवल टंचाई :** कोणत्याही देशाचा आर्थिक विकास भांडवल निर्मितीवर अवलंबून असतो. लोकसंख्या वाढीमुळे बचत, उत्पन्न, गुंतवणूक कमी होते. भांडवल निर्मितीचा वेग कमी होतो, त्यामुळे औद्योगिक प्रगती होत नाही. देशाचा आर्थिक विकास जलदगतीने होण्यास अडथळे निर्माण होतात. दारिद्र्याचे प्रमाण आर्थिक असल्याने करापासून पुरेसे उत्पन्न मिळत नाही तर अप्रत्यक्ष करांमुळे वस्तु महाग होऊन बचतीत घट होत असते.

४) **दरडोई उत्पन्नावर प्रतिकूल परिणाम :** राष्ट्रीय उत्पन्नातील वाढ लोकसंख्येच्या वाढीपेक्षा जास्त असेल तर दरडोई उत्पन्न वाढीचा दर जास्त राहील. जर राष्ट्रीय उत्पन्नातील वाढ लोकसंख्या वाढीपेक्षा कमी असेल तर दरडोई उत्पन्न वाढीचा दर कमी राहतो. भारतात १९५१ ते २००१ या काळात राष्ट्रीय उत्पन्नात सरासरीने ४६% वाढ झाली. परंतु दरडोई उत्पन्नातील वाढ राष्ट्रीय उत्पन्नातील वाढीपेक्षा कमी राहिली. लोकसंख्या मात्र अधिक वेगाने वाढली. त्यामुळे दरडोई उत्पन्न कमी वेगाने वाढले. भारताचे दरडोई उत्पन्न २०१० मध्ये १३४० डॉलर्स होते तर अमेरिकेचे ४७१४० डॉलर्स होते.

५) **कृषीक्षेत्रावर अनिष्ट परिणाम :** अतिरिक्त लोकसंख्येमुळे कृषीक्षेत्रात दर पिढीत जमिनीचे विभाजन व तुकडीकरण होते, त्यामुळे जमिनीचे आकारमान कमी होते. धारणक्षेत्र कमी झाल्यास त्याचा कृषीक्षेत्रावर अनिष्ट परिणाम होत आहे. भारताच्या बाबतीत कुटुंबाची कृषीक्षेत्राची उपलब्धता खूपच कमी झाल्याचे दिसून येते, त्याचा कृषी उत्पादनावर अनिष्ट परिणाम होत आहे. भारतात शेतजमिनीची उपलब्धता ०.३ हेक्टर प्रति शेतकरी इतकी कमी झाली आहे.

६) **अनुत्पादक उपभोक्त्यांच्या संख्येत वाढ :** ० ते १४ या वयोगटातील आणि ६० वर्षे यावरील वृद्धांचा समावेश अनुत्पादक उपभोक्त्यांमध्ये केला जातो. उच्च जन्मदर आणि घटत्या मृत्यूदरामुळे चौदा वर्षांखालील व ६० वर्षांपेक्षा जास्त असलेल्यांचे प्रमाण निम्म्यापेक्षा अधिक होते ही लोकसंख्या अनुत्पादक मानली जाते.

७) राहणीमानाचा दर्जा खालावतो : अतिरिक्त लोकसंख्येमुळे दारिद्र्य, बेकारी या समस्या मोठ्या प्रमाणात निर्माण होतात. दारिद्र्यरेषेखालील लोक अत्यंत कमी प्रतीचे राहणीमान अनुभवत असतात. या लोकांना कुपोषण, अनारोग्य यांना सतत तोंड द्यावे लागते. कार्यक्षम राहण्यासाठी जीवनावश्यक गरजा भागविण्यासाठी तेवढे उत्पन्न असणे आवश्यक असते. परंतु ते उत्पन्न नसल्याने त्यांचा राहणीमानाचा दर्जा निकृष्ट प्रतीचा राहतो.

८) सामाजिक मूल्यांचा ऱ्हास : अतिरिक्त लोकसंख्या वाढल्यास सामाजिक व नैतिक मूल्यांचा ऱ्हास होतो. खून, दरोडे, चोऱ्या, मारामाऱ्या, लुटमार इ. सारख्या अपप्रवृत्ती वाढतात. त्यामुळे सामाजिक स्वास्थ्य धोक्यात येते. शिक्षण, आरोग्य, सुरक्षितता, सामाजिक कल्याणकारी योजना इ. सुविधा निर्माण करण्यासाठी मोठ्या प्रमाणावर खर्च करावा लागतो. लोकांच्या पालनपोषणावर मोठ्या प्रमाणात खर्च होतो. त्यामुळे आर्थिक विकासासाठी पैसा कमी पडतो व त्याचा आर्थिक विकासावर परिणाम होतो.

९) सामाजिक सुविधांवर ताण : वाढत्या लोकसंख्येने स्रोतांचा/साधनसंपत्तीचा प्रचंड वापर केल्याने पुढील काळात त्याचे गंभीर परिणाम होतात. लोकसंख्या विस्फोटामुळे प्राथमिक शिक्षण, बालआरोग्य, मातृसेवा या मूलभूत सेवांची प्रचंड गरज असते. सरकारला नियोजित सुधारणांवर खर्च करण्याऐवजी या मूलभूत सेवांवरच जास्त खर्च करावा लागतो. तसेच औषधोपचार, सार्वजनिक आरोग्य, शिक्षण इत्यादींवरील खर्चसुद्धा वाढतो.

१०) इतर परिणाम : लोकसंख्येच्या प्रस्फोटामुळे शेतजमिनीचा घरे बांधण्यासाठी मोठ्या प्रमाणात वापर, झोपडपट्ट्यांची मोठ्या प्रमाणात वाढ, प्रदूषण इ. दुष्परिणाम होऊन देशाच्या उत्पन्नात घट होऊन दारिद्र्य मोठ्या प्रमाणात निर्माण होते; त्यासाठी लोकसंख्या नियंत्रण महत्त्वाचे ठरते. भारताने कुटुंब नियोजन कार्यक्रमाद्वारे लोकसंख्या नियंत्रणाला प्राधान्य दिले आहे. विकसनशील देशात उच्च जन्मदर असल्याने अनेक कारणे आहेत जसे सार्वजनिक विवाह, निरक्षरता, अज्ञान, रूढी परंपरा, विशिष्ट धर्मातील असुरक्षिततेची भावना, धार्मिक कट्टरपणा, स्त्रियांच्या शिक्षणाचा अपुरा प्रसार, सार्वजनिक दारिद्र्य, बालविवाह, प्रजोत्पादनाचा दीर्घ कालावधी, संतती नियमन उपायांबाबतचे गैरसमज इ. कारणे सांगता येतात. भारतात जन्मदर १९११-२० या काळात दरहजारी ४९.२ होता. तो २०११ मध्ये २०.९ झाला. जन्मदरात अतिशय कमी घट झाली. याच काळात भारतातील मृत्यूदर दर हजारी ४८.६ वरून

७.४ एवढी घट झाली. भारतात जन्मदरात वेगाने घट होत आहे. आरोग्य सुविधेत वाढ, दवाखान्यांच्या संख्येत वाढ, रुग्णालयांच्या संख्येत वाढ, रोग प्रतिबंधक औषधात वाढ, बाल मृत्यूदरात घट, सकस आहार इ. कारणाने मृत्यूदरात वेगाने घट झाली. १९९५ ते २000 या काळात अल्प विकसित देशात जन्मदर आणि मृत्यूदर अनुक्रमे २५ व ९ होता. त्यामुळे लोकसंख्या वाढीचा वार्षिक दर १.६ टक्के होता; तर विकसित देशात तो 0.३ टक्के एवढाच होता आणि अत्यल्प विकसित देशात तो २.४ टक्के एवढा अधिक होता. त्यामध्ये इथोपिया, मालदीव, नेपाळ, भूतान, बांगलादेश इ. चा समावेश होतो.

३.४ शेतीची अल्पउत्पादकता (Low Productivity of Agriculture)

अनेक विकसनशील देशात बहुसंख्य लोक उदरनिर्वाहासाठी शेतीवर अवलंबून आहेत. जपानसारख्या देशांनी शेतीचा उपयोग भांडवलनिर्मितीसाठी केला व विकास साध्य केला परंतु मागासलेल्या देशात ती शक्यता खूपच कमी आहे कारण त्यांच्या शेती विकासात अनेक अडथळे असतात. एका बाजूला अज्ञान व दैववादी वृत्ती तर दुसऱ्या बाजूला शेती विकासाला प्रेरक वातावरण, उत्पादनाचे आधुनिक तंत्रज्ञान, सिंचनसोयी, शेतमालाला योग्य बाजारभाव, कृषी वित्त पुरवठा इ. बाबींचा अभाव असतो. त्यामुळे शेतीचा विकास करणे आवश्यक असूनही तो साध्य होत नाही. तसेच शेतीची उत्पादकतासुद्धा अतिशय कमी असते. भारतात १९५०-५१ मध्ये एकूण राष्ट्रीय उत्पन्नापैकी जवळजवळ ५५% उत्पन्न शेतीक्षेत्रातून मिळत होते. शेती क्षेत्राचा राष्ट्रीय उत्पन्नातील हिस्सा १९९०-९१ मध्ये ३०.९% एवढा होता. २०११-१२ मध्ये १३.९% एवढा झाला. म्हणजे शेतीचा एकूण राष्ट्रीय उत्पन्नातील हिस्सा दिवसेंदिवस कमी होत आहे. विकसित देशात तो जसे अमेरिकेत २%, जपानमध्ये ५%, इंग्लंड १% असा आहे म्हणजे प्रगत देशात एकूण राष्ट्रीय उत्पन्नातील हिस्सा कमी आहे. अल्पविकसित अथवा विकसनशील देशात शेतीची उत्पादकता कमी आहे. शेतीचे उत्पादन शेती क्षेत्रावर अवलंबून नसते; तर ते शेतीच्या उत्पादकतेवर अवलंबून असते.

शेतीची उत्पादकता : शेतीची उत्पादकता दोन प्रकारे मोजता येते.

अ) प्रती माणशी अथवा श्रमिक उत्पादकता.

ब) शेतीची प्रतिहेक्टरी उत्पादकता.

अ) **शेतीची प्रतिश्रमिक उत्पादकता :** 'प्रत्येक श्रमिकामागे प्राप्त होणारे उत्पादन म्हणजे प्रतिश्रमिकाची उत्पादकता होय.' भारतात दर एकरी उत्पादकता खूप कमी आहे. उदा. भारताच्या प्रतिश्रमिकाची उत्पादकता अमेरिका व जपानच्या श्रमिकाच्या १/२३ आहे तर इंग्लडच्या १/२१ इतकी आहे. श्रमिकाची अल्पउत्पादकता हे शेतीच्या मागासलेपणाचे निदर्शक आहे आणि म्हणून भारताच्या श्रमिकाच्या उत्पादकतेत बरीच मोठी सुधारणा करावी लागेल.

$$\text{शेतीची प्रतिश्रमिक उत्पादकता} = \frac{\text{विशिष्ट पिकाचे एकूण उत्पादन}}{\text{शेतीतील श्रमसंख्या}}$$

ब) **शेतीची प्रतिहेक्टरी उत्पादकता :** लागवडीखालील प्रत्येक हेक्टरमागे जे उत्पादन मिळते त्यास जमिनीची प्रतिहेक्टरी उत्पादकता असे म्हणतात.

$$\text{शेतीची प्रतिहेक्टरी उत्पादकता} = \frac{\text{विशिष्ट पिकाचे एकूण उत्पादन}}{\text{पिकाखालचे एकूण क्षेत्र (हेक्टरमध्ये)}}$$

शेती उत्पादकतेची तुलना : भारताच्या शेतीच्या उत्पादकतेची निवडक देशातील शेतीच्या प्रतिहेक्टरी उत्पादकतेशी तुलना करता पुढील बाबी लक्षात येतात. भारतात २००८ मध्ये गहू, तांदूळ, ऊस व भुईमूग यांचे दर हेक्टरी उत्पादन अनुक्रमे २८०२, ३३७०, ६८८७७ व १०७१ किलोग्रॅम एवढे होते. तर चीनमध्ये अनुक्रमे ४७६२, ६५५६, ७३११४ व ३१०२ किलोग्रॅम एवढे होते; ते भारतापेक्षा अधिक होते. इंग्लंडमध्ये गव्हाचे दर हेक्टरी उत्पादन सर्वाधिक म्हणजे ८२८१ किलोग्रॅम होते तर तांदळाचे सर्वाधिक उत्पादन अमेरिकेचे ७६०२ किलोग्रॅम एवढे होते; तर उसाचे सर्वाधिक उत्पादन अर्जेंटिनाचे ८४३६६ किलोग्रॅम एवढे होते.

शेतीच्या अल्प उत्पादकतेची कारणे : अल्पविकसित अथवा विकसनशील देशात शेतीची अल्प उत्पादकतेची कारणे पुढीलप्रमाणे –

१) **पावसावरील अवलंबित्व :** अल्पविकसित अथवा विकसनशील देशातील शेतीक्षेत्र मोठ्या प्रमाणात पर्जन्यावर अवलंबून आहे. तेथील शेती 'पावसावरचा जुगार' म्हणून संबोधली जाते. कोरडवाहू क्षेत्राचे मोठे प्रमाण असल्याने तेथे एकच पीक घेतले जाते; त्यामुळे शेतीची उत्पादकता अतिशय कमी राहते अन्नधान्याचे उत्पादन हे उदरनिर्वाहासाठी घेतले जाते.

२) **जलसिंचन सुविधांचे प्रमाण कमी :** अल्पविकसित अथवा विकसनशील देशात जलसिंचनाच्या सुविधा अपूर्ण आहेत. भारतात लागवड योग्य क्षेत्राच्या १/३ शेतजमिनीचे क्षेत्र सिंचनाखाली आहे; तर २/३ शेतजमीन कोरडवाहू आहे आणि ती पूर्णपणे पावसावर अवलंबून आहे आणि ज्या सिंचनाच्या सुविधा उपलब्ध आहेत, त्याचा उपयोग पूर्ण क्षमतेने होत नाही; त्यामुळे शेतीची उत्पादकता कमी राहते.

३) **शेतीवरील लोकसंख्येचा दबाब :** अल्पविकसित अथवा विकसनशील देशात कृषीक्षेत्रावर एकूण लोकसंख्येचे अवलंबित्व अधिक असते; त्यामुळे शेतीची उत्पादकता कमी राहण्यास शेतीवरील लोकसंख्येचा दबाव हा महत्त्वाचा घटक जबाबदार आहे. भारतात मोठ्या प्रमाणात वाढत्या लोकसंख्येचा भार शेतीवर वाढला. प्रत्येक वर्षी श्रमिकांच्या संख्येत वाढ होत आहे. त्यांना शेतीशिवाय दुसरा पर्याय नाही. शेती क्षेत्रात छुपी बेकारी निर्माण झाली; त्यामुळे शेतीची उत्पादकता वाढली नाही. भारतात १९५१ मध्ये एकूण श्रमिकांच्या ७०% श्रमिक कृषीक्षेत्रात कार्यरत होते तर २००१ मध्ये ५९% इतके होते आणि २०११ मध्ये ५२% लोकांना कृषीक्षेत्रात रोजगार प्राप्त झाला आहे.

४) **लहान आकाराचे भूधारणक्षेत्र :** अल्पविकसित अथवा विकसनशील देशात मोठ्या प्रमाणात लोकसंख्या वाढल्याने शेतीक्षेत्रात फार मोठ्या लोकसंख्येचा भार पडून शेतीक्षेत्राचे लहान लहान तुकड्यांत विभाजन होऊन धारणक्षेत्र अकिफायतशीर बनले. भारतात २००१ मध्ये लागवडीखाली असलेल्या जमिनीचे प्रतिमाणसी प्रमाण ०.२० हेक्टर एवढे आहे. सध्या ०.३ हेक्टर पर्यंत कमी झाले आहे. ५८% पेक्षा अधिक क्षेत्र एक हेक्टरपेक्षा लहान आहे. अमेरिकेसारख्या विकसित देशात ते १२२ हेक्टर आहे. लहान आकाराच्या धारणक्षेत्रात विहीर, पाईपलाईन अथवा सुधारणा करता येत नाहीत, परिणामी शेतीची उत्पादकता वाढत नाही; तसेच अतिरिक्त श्रमशक्तीमुळे बेकारीची समस्या निर्माण झाली.

५) **शेती कसण्याची अशास्त्रीय पद्धत :** अल्पविकसित अथवा विकसनशील देश अशास्त्रीय व पारंपरिक पद्धतींचा वापर करतात. उदा. पाणी देण्याची पद्धत, बियाणांचा वापर, मशागत पद्धत इत्यादी त्यामुळे दर हेक्टरी उत्पादकता कमी राहते. बहुसंख्य शेतकरी निरक्षर, अंधश्रद्धा, रूढी-परंपरांचा पगडा असणारा असल्याने एकतर त्यांना आधुनिक तंत्रज्ञानाची माहिती नसते किंवा

ते नवीन तंत्रज्ञान व वैज्ञानिक दृष्टिकोन स्वीकारण्यास तयार होत नाहीत; त्यामुळे पारंपरिक पद्धतीने शेती करतात. त्यांच्याकडून नवीन उत्पादनतंत्र, सुधारित बी-बियाणे, खते व पीकसंरक्षणासाठी कीटकनाशक औषधांचा वापर कमी प्रमाणात केला जातो. परिणामी शेतीची उत्पादकता कमी राहते.

६) **अपूर्ण वित्त पुरवठा :** अल्पविकसित अथवा विकसनशील देशात संघटित क्षेत्रातील बँका शेतकऱ्यांना पूर्णपणे कर्जपुरवठा करू शकत नाहीत. त्यामुळे त्यांना खाजगी सावकार अथवा सराफी पेढीवाले यांच्याकडून कर्ज घ्यावे लागते, हे कर्ज उच्च व्याजदराने घेतले जाते. तसेच या कर्जात पारदर्शीपणा नसल्यामुळे शेतकऱ्यांना दामदुपटीने कर्ज परत करावे लागते व त्यांचा कर्जबाजारीपणा वाढतो तसेच अनेक देशात शेतीवरील कर्जावरील व्याजदर अधिक आहे. त्यामुळे शेतीला भांडवल पुरवठा कमी प्रमाणात होतो. शेतकऱ्यांकडे शेतीमध्ये गुंतवणूक करण्यात स्वतःकडे भांडवल अपुरे असते. या सर्व परिणामांमुळे शेतीची उत्पादकता कमी राहते.

७) **बाजारसुविधेचा अभाव :** अल्पविकसित अथवा विकसनशील देशात शेतमाल विक्रीव्यवस्था सदोष असल्याने शेतकऱ्यांना योग्य बाजारभाव मिळत नाही; तसेच शेतकऱ्यांना शेतमालाची विक्री स्वतः न करता दलालामार्फत करावी लागते, दलाल व आडते मोठ्या प्रमाणात नफा मिळवितात; तसेच शेतमाल वाहून नेण्याची जलद वाहतुकीची साधने उपलब्ध नाहीत. शेतमाल साठविण्यासाठी साठवणगृहांची सोय नाही. उंदीर व घुशींपासून शेतमालाचे मोठ्या प्रमाणावर नुकसान होते. योग्य बाजारभाव मिळेपर्यंत थांबण्याची शेतकऱ्यांची आर्थिकस्थिती नसते; त्यामुळे शेतकऱ्यांना अत्यंत कमी किमतीत माल विकावा लागतो. शेतकऱ्याला त्याच्या शेतमालास योग्य किंमत मिळत नाही.

८) **नैसर्गिक आपत्ती :** अल्पविकसित अथवा विकसनशील देशात अतिवृष्टी, दुष्काळ, वादळीवारे, गारपीट, अवेळी येणारा पाऊस, पूर, धुके इत्यादी अशा नैसर्गिक आपत्तींमुळे मोठ्या प्रमाणात पीक वाया जात असल्याने त्याचा उत्पादकतेवर प्रतिकूल परिणाम होतो.

९) **उत्पादक गुंतवणुकीचा अभाव :** अनेक विकसनशील अथवा अल्पविकसित देशात शेतीत सुधारणा करण्यासाठी करण्यात येणारी गुंतवणूक मर्यादित आहे, कारण अशा गुंतवणुकीपासून मिळणाऱ्या लाभांचे प्रमाण कमी आहे; तसेच

मिळणारा लाभ हळूहळू मिळतो. शेतीत पुरेशा प्रमाणात उत्पादक गुंतवणूक होत नसल्याने उत्पादनवाढीस मर्यादा येते.

१०) **हवामान बदलाचा परिणाम :** सध्या प्रतिकूल हवामानामुळे पिकांवर विविध किडींचा व रोगांचा प्रादुर्भाव होत आहे. तापमान वाढीमुळे कृषीक्षेत्रावर पर्जन्यातील बदल, कार्बनचे वाढते प्रमाण, नैसर्गिक घटनांच्या वारंवारितेत वाढ इ. मार्गाने परिणाम होत आहे. हवामानाच्या प्रतिकूलतेमुळे पिकांवर परिणाम होत आहे. त्याचा परिणाम पिकांच्या उत्पादकतेवर होत आहे.

११) **सामाजिक घटक :** शेतीची उत्पादकता कमी असण्यास सामाजिक घटकही महत्त्वाचा ठरतो. शेतकऱ्यांच्या शेती करण्याच्या पारंपरिक पद्धती तसेच लोकांचा शेतीकडे पाहण्याचा दृष्टिकोन परंपरावादी असल्याने उत्पादनासाठी आधुनिक तंत्राचा स्वीकार केला जात नाही. सध्या भारतात काही ठिकाणी ग्रामीण वातावरण बदलले आहे. तेथे आधुनिक पद्धतीचा स्वीकार केल्यामुळे वागणुकीत सुधारणा झाल्याचे दिसून येते.

थोडक्यात, अल्पविकसित अथवा विकसनशील देशात शेतीची अल्पउत्पादकता हा देशांच्या आर्थिक विकासातील अडथळा आहे. शेती हे उदरनिर्वाहाचे साधन म्हणून आजही पाहिले जाते. शेतीची उत्पादकता वाढविण्यासाठी सिंचनाबरोबरच शेतीला पाणी देण्याच्या पद्धतीत आमूलाग्र बदल करणे आवश्यक आहे; तसेच मृदा व जलसंधारण महत्त्वाचे असून पाण्याची उत्पादकता पाहणेसुद्धा महत्त्वाचे ठरते. त्याचबरोबर भारतासारख्या देशात शेतकऱ्यांच्या होणाऱ्या आत्महत्या हासुद्धा गंभीर प्रश्न असून तो शेतीच्या उत्पादनाशी निगडित आहे. त्यामुळे शेतीचे उत्पन्न, उत्पादकता वाढविण्यासाठी शेतीचे बागायत व जिरायत क्षेत्राचे नियोजन करून शेतकऱ्यांचे जीवनमान उंचावणे अतिशय गरजेचे आहे. त्या संदर्भातील योग्य त्या उपययोजना करणे आवश्यक ठरते.

३.५ भांडवल टंचाई (Scarcity of Capital)

भांडवलाची टंचाई हे अल्पविकसित अथवा विकसनशील देशातील आर्थिक विकासातील महत्त्वाची समस्या मानली जाते. भांडवलनिर्मितीचे प्रमुख स्रोत म्हणजे बचत परंतु गरीब देशात बचत कमी होते आणि जी बचत होते तिचा अयोग्य वापर होतो त्यामुळे भांडवलाचा पुरवठा कमी राहतो. भांडवलाची कमतरता असते तेथे भांडवलाची दरडोई मात्रा कमी असते. या देशात भांडवलाचा एकूण साठाच कमी असतो असे नव्हे तर भांडवल निर्मितीचा वेगसुद्धा कमी असतो. क्लार्क यांच्या मते,

देशाच्या लोकसंख्येत जर एक टक्क्याने वाढ होत असेल तर वर्तमान लोकसंख्येच्या राहणीमानाचा स्तर टिकवून ठेवण्यासाठी प्रतिवर्ष ४% गुंतवणूक करायला हवी. प्रत्यक्षात अनेक देशात हा गुंतवणुकीचा दर दिसून येत नाही. भांडवल निर्मिती कमी म्हणजे उत्पादन कमी; त्यामुळे कमी रोजगार, कमी उत्पन्न, कमी बचत व पुन्हा कमी भांडवल अशी स्थिती निर्माण होते. विकसनशील देशात भांडवलाची कमतरता असण्याचे कारण तेथील दारिद्र्य व आर्थिक विषमता हे आहे. बहुसंख्य लोकांचे उत्पन्न इतके कमी असते की, ते उपभोगावर खर्च झाल्याने फारशी बचत करू शकत नाहीत. त्यांच्या उत्पन्नात जरी वाढ झाली तरी अनुकरण परिणामांमुळे अथवा ड्युसेनबेरी परिणामांमुळे जास्तीचे उत्पन्न चैनीच्या अथवा सुखसोयींच्या वस्तूंवर खर्च केले जाते. जो त्या देशात श्रीमंत वर्ग असतो तो बचत करू शकतो. बहुतांश बचत व गुंतवणूक या वर्गाची असते. परंतु अनेक लोक जमीन, सोने, मौल्यवान वस्तू, परकीय वस्तू, यामध्ये पैसे गुंतवतात; तर काही लोक परदेशातील बँकेत पैसे ठेवतात. अशा प्रवृत्तीमुळे अप्रगत देशात भांडवल निर्मिती वाढण्याची शक्यता असूनही प्रत्यक्षात ते साध्य होत नाही. सध्या अनेक आंतरराष्ट्रीय संस्था विकसनशील देशांना अर्थसाहाय्य करतात; तसेच अनेक देश स्वतःच्या देशात गुंतवणूक वाढवण्यासाठी परकीय कंपन्या, सरकार यांना भांडवल गुंतवणूक करण्यास प्रेरित करताना दिसून येतात.

उत्पादनाचे श्रम, भूमी, भांडवल व संयोजक हे चार घटक असून त्यातील भांडवल हा उत्पादनासाठी महत्त्वाचा आवश्यक घटक आहे. माणसाने निर्माण केलेला व उत्पादनासाठी वापरलेला संपत्तीचा भाग म्हणजे 'भांडवल' होय. भांडवलनिर्मिती ही व्यक्ती आपल्या उत्पन्नाचा काही भाग उपभोगासाठी खर्च करते आणि उर्वरित भाग बचत करते. या बचतीतूनच भांडवलनिर्मिती होते. देशाच्या आर्थिक विकासासाठी भांडवल महत्त्वाचे असते आणि म्हणून प्राथमिक, द्वितीय व तृतीय क्षेत्राचा विकास करण्यासाठी भांडवल महत्त्वाचे ठरते. मग ते शेतीच्या आधुनिकतेसाठी असो, उद्योगांच्या, व्यवसायासाठीच्या प्रगतीसाठी असो अथवा रस्ते, बँकिंग, विद्युतनिर्मितीसाठी असो. यासाठी भांडवल महत्त्वाचे ठरते. भारताने १९९१ मध्ये नवीन आर्थिक धोरण स्वीकारून उदारीकरणाचे धोरण स्वीकारले त्यामुळे भांडवल गुंतवणुकीचा मार्ग खुला झाला.

भांडवल टंचाईची कारणे : अल्पविकसित अथवा विकसनशील देशांना भांडवल टंचाईला सामोरे जावे लागते. अल्पविकसित देशात भांडवल निर्मितीचा दर खूपच कमी असतो; तर विकसित देशात भांडवल निर्मितीचा दर अधिक असतो. अल्पविकसित अथवा अप्रगत देशात भांडवल टंचाई असण्याची कारणे पुढीलप्रमाणे आहेत –

१) **कमी बचत :** भांडवल निर्मितीचा एक मार्ग म्हणजे बचत होय. परंतु गरीब देशात बचत कमी होते आणि जी होते तिचा अयोग्य वापर होतो. त्यामुळे भांडवलाचा पुरवठा कमी राहतो. देशातील बचत व परकीय मदत हे भांडवल निर्मितीचे मार्ग असले तरी देशातील लोकांची बचत महत्त्वाची मानली जाते. देशातील लोक आपल्या उत्पन्नातून जी बचत करतात ती खाजगी बचत असते. देशातील अल्प उत्पन्न वर्गातील लोकांचे उत्पन्न उपभोगावर खर्च होते. मध्यम वर्गाची चलनविस्ताराच्या/भाववाढीच्या काळात बचतक्षमता कमी कमी होत जाते. म्हणजे विकसनशील देशातील श्रीमंतवर्गाचीच बचत लक्षणीय असते. परंतु अनुभवावरून असे दिसून आले की हा वर्गसुद्धा आपल्या क्षमतेइतकी बचत करत नाही आणि केली तरी ती प्रभावीपणे गुंतविली जात नाही; त्यामुळे भांडवलाचा साठा आवश्यतेइतका वाढत नाही.

२) **प्रदर्शन परिणाम :** श्रीमंत व्यक्तींना आपले बरेचसे उत्पन्न उपभोग्य टिकाऊ वस्तू आणि चैनीच्या वस्तूंवर खर्च करण्याची इच्छा असते. ड्युसेबेरी परिणामामुळे त्यांना परकीय वस्तूंचे आकर्षण असते त्यावर खूप मोठा पैसा खर्च केला जातो. परंतु या वर्गाची इतकी श्रीमंती असते की, खूप खर्च करूनसुद्धा उत्पन्न शिल्लक राहते. परंतु ही बचत प्रेरणांच्या अभावी गुंतवली जातेच असे नाही. त्याऐवजी घरे, सोने, परकीय बँकांमध्ये पैसा गुंतविला जातो. नर्क्स यांच्या मते, गरीब देशातील शहरी लोकांमध्ये विकसित देशातील लोकांच्या जीवनपद्धतीबाबत खूप आकर्षण असते; त्यामुळे ते उपभोगाचे विकसित देशातील लोकांचे अनुकरण करतात. थोडक्यात, प्रदर्शन परिणामात आपण श्रीमंत आहोत त्यापेक्षा आपण इतरांपेक्षा श्रीमंत आहोत हे दाखविण्याची पद्धत असते.

३) **कमी उत्पादकता :** गरीब देशात मागासलेले तंत्रज्ञान वापरले जाते. त्यामुळे त्यांच्या उत्पादनात हळूहळू वाढ होते. परंतु लोकसंख्या वाढीचा वेग अधिक असल्याने दरडोई उत्पन्न कमी राहते. त्यातून जीवनावश्यक गरजा अनेक लोकांना पूर्ण करता येत नाही; त्यामुळे त्यांची बचतक्षमता कमीच राहते.

४) **कमी मागणी :** गरीब देशात अथवा अल्पविकसित देशात लोकांचे वास्तव उत्पन्न कमी असल्याने मागणीची पातळीसुद्धा कमी असते. त्यामुळे उत्पादनासाठी प्रेरणा कमी राहते आणि लोकांचे उत्पन्न कमी राहून बचत कमी होते व भांडवल निर्मिती कमी होते.

५) **अतिरिक्त लोकसंख्या :** अतिरिक्त लोकसंख्येमुळे लोकसंख्येच्या गरजा पूर्ण होण्यासाठी उत्पन्नाचा मोठा भाग उपभोगावर खर्च होतो; त्यामुळे भांडवल निर्मिती कमी होते. अतिरिक्त लोकसंख्येमुळे दारिद्र्य व बेकारी निर्माण होते. त्यामुळे दरडोई उत्पन्नात घट होते तसेच लोकांचा राहणीमानाचा दर्जा निकृष्ट राहतो. परिणामी कार्यक्षमता व उत्पादनात घट होते. भारतात सध्या १.६ टक्क्याने लोकसंख्येत भर पडते.

६) **मागासलेले तंत्रज्ञान :** गरीब अथवा अल्प विकसित देशात मागासलेल्या तंत्राचा अधिक वापर होत असल्याने उत्पादनाचा खर्च अधिक असतो; त्यामुळे नफ्याचे प्रमाण कमी असते. नफ्याचे प्रमाण कमी असल्याने उत्पादनसुद्धा कमी असते. हे उत्पादन महाग असल्याने त्याला परदेशातून मागणी येत नाही. त्यामुळे गुंतवणूक कमी होते तसेच भांडवल निर्मिती कमी होते.

७) **सार्वजनिक क्षेत्रातील तोटा :** सार्वजनिक क्षेत्रामध्ये सतत तोटा होत असल्याने सरकारला त्यासाठी आर्थिक तरतूद करावी लागते. त्यामुळे अशा उद्योगातून भांडवल निर्मिती होत नाही. त्यासाठी सरकार निर्गुंतवणूक धोरण राबवत आहे. थोडक्यात, सार्वजनिक क्षेत्रातील अनेक उपक्रम तोट्यात असल्याने भांडवल निर्मिती होऊ शकत नाही.

८) **वेतनदर कमी :** अल्पविकसित देशात श्रमिकांचे वेतनाचेदर खूपच कमी असल्याने ते बचत करू शकत नाहीत. त्यामुळे भांडवल निर्मिती कमी होऊन भांडवलाची टंचाई निर्माण होते.

९) **तुटीचे अधिक प्रमाण :** विविध क्षेत्रांच्या विकासासाठी सरकार तुटीचा अर्थभरणा करते. ही तूट भरून काढण्यासाठी नवीन चलनाची निर्मिती करावी लागते. त्यामुळे पैशांच्या पुरवठ्यात वाढ होते व चलनविस्तार निर्माण होतो. वस्तू व सेवांच्या किमती वाढतात. परिणामी लोकांचा उपभोग खर्च वाढतो व बचत कमी होते. परिणामी भांडवल निर्मिती कमी होते.

१०) **अप्रगत नाणेबाजार व भांडवलबाजार :** अल्पविकसित देशात नाणेबाजार व भांडवल बाजाराची प्रगती झालेली नसते त्यामुळे बचतीचा गुंतवणुकीसाठी पुरेशा प्रमाणात वापर होत नाही. विकसित देशात नाणेबाजार व भांडवलबाजार प्रगत असतो. भांडवल बाजारात दीर्घ मुदतीच्या कर्जांचे व्यवहार होतात तर नाणेबाजारात अल्पमुदतीच्या कर्जांचे व्यवहार होतात. भारतात कृषीक्षेत्रात खूप मोठ्या प्रमाणात भूसंघटित क्षेत्राकडून कर्जपुरवठा होतो. तो बऱ्याचदा

अनुत्पादक कारणासाठीच होतो. त्यामुळे उत्पादकतेत वाढ न होता बचत प्रवृत्ती कमी होते व भांडवल टंचाई निर्माण होते.

११) अ) लोकांचा गुंतवणुकीत सहभाग कमी असल्याने भांडवलनिर्मिती अधिक होत नाही. तसेच वित्तीय संस्था विखुरलेल्या स्वरूपात असल्याने बचत कमी होताना दिसून येते.

ब) देशातील अंतर्गत प्रदेशांचा व विभागांचा विकास कमी झालेला असतो. तसेच करांचे दर जास्त असल्यामुळे लोक बचत व गुंतवणूक करण्यास उत्सुक नसतात व गुंतवणुकीची प्रेरणा कमी होते.

क) देशातील अंतर्गत रचनात्मक तसेच पायाभूत सुविधेच्या कमतरतेमुळे लोक उत्पादन कार्यात गुंतवणूक करण्यास उत्सुक नसतात; त्यामुळे भांडवल निर्मिती कमी होते.

ड) देशातील अस्थिर राजकीय परिस्थितीमुळे अर्थव्यवस्थेत गुंतवणुकीचे धोरण यशस्वी होत नाही; तसेच श्रमाच्या गतिशीलतेच्या मार्गात अनेक अडथळे निर्माण होतात. भांडवल व उद्योजन या घटकांचे गतिशीलतेतही अडथळे येतात. परिणामी घटकांचा पुरवठा अलवचिक बनतो; त्यामुळे उत्पादन खर्च वाढून गुंतवणूक करणारे लोक त्यापासून दूर जातात.

उपाययोजना : भांडवलटंचाई दूर करून भांडवल संचय करणे आर्थिक विकासासाठी गरजेचे असते. अल्पविकसित अथवा विकसनशील देशात भांडवल निर्मितीसाठी अनेक उपाययोजना कराव्या लागतात.

१) *तांत्रिक विकास :* अत्याधुनिक तंत्रज्ञानामुळे आर्थिक विकास होतो. तांत्रिक विकासामुळे शेती व उद्योगात नवीन यंत्रे व आधुनिक उत्पादनतंत्र यांचा वापर करणे शक्य होईल व त्यामुळे श्रमिकांची उत्पादकता वाढेल व भांडवल निर्मितीला पोषक वातावरण निर्माण होईल. विकसनशील देशांनी नवीन उत्पादनतंत्राचा अशा प्रकारे वापर करावा की, ज्यामुळे श्रमिकांची उत्पादकता वाढेल त्याबरोबरच श्रमिक बेकार होणार नाहीत तसेच जर नवीन उत्पादनतंत्र जुन्या तंत्रापेक्षा अतिशय वेगळे असेल तर श्रमिकांना नवीन तंत्राशी जुळवून घेणे कठीण जाईल व बेकारी वाढण्याची शक्यता असते.

२) *ऐच्छिक बचत :* लेविस यांच्या मते, विकासाच्या मुख्य समस्येचे उत्तर म्हणजे अर्थव्यवस्थेत पाच टक्क्यापासून बारा टक्क्यापर्यंत बचत करणे यातच आहे; जर बचत जास्त झाली तर भांडवलनिर्मिती होऊन उत्पादकता वाढेल

व वास्तव उत्पन्नात भर पडेल. वास्तव उत्पन्न वाढल्याने पुन्हा बचत करणे शक्य होईल. अर्थव्यवस्थेत बचतीस व गुंतवणुकीसाठी प्रेरणा निर्माण होणे आवश्यक आहे.

३) **सार्वजनिक कर्ज :** सरकारला खर्च करण्यासाठी उत्पन्नाचे विविध स्रोत असतात. जसे कर, सार्वजनिक उपक्रमांचे उत्पन्न इ. परंतु जेव्हा हे उत्पन्न अपुरे पडते तेव्हा सार्वजनिक कर्ज काढले जाते. कर्जरोखे विक्रीला काढले जाते. लोक आपल्याजवळील पैसा कर्जरोख्यात गुंतवितात त्यामुळे सरकारला भांडवल उपलब्ध होते.

४) **अधिक्यरूपी श्रमशक्तीचा भांडवल निर्मितीसाठी वापर :** विकसनशील देशात श्रमशक्ती भरपूर असते व ती स्वस्त दरात उपलब्ध असते. बहुसंख्य श्रमिक शेतात गुंतलेले असतात. शेतीमध्ये अनावश्यक श्रमिकांचा भरणा असतो. त्याला 'छुपी बेकारी' किंवा 'सुप्त बेकारी' असे म्हटले जाते; जर या आधिक्यरूप शक्तीचा इतर उत्पादक कार्याकडे वापर केला तर उत्पादनात निश्चित भर पडेल व भांडवल संचयात वाढ होईल; तसेच शेतीक्षेत्रातून श्रमिक काढून घेतल्यास शेतीच्या उत्पादनातही वाढ होईल. त्यासाठी भांडवल निर्माण करणाऱ्या संस्था निर्माण कराव्या लागतील असे रॉजर नर्क्स यांचे मत होते.

५) **साठविलेला पैसा बाहेर काढणे :** विकसनशील देशात वास्तव उत्पन्न कमी असल्याने बचतीचे प्रमाण कमी असते. त्याबरोबरच जी थोडीफार बचत होते तिचा बराचसा भाग साठविला जातो. उदा. मौल्यवान धातू, सोने, चांदी इ. मध्ये तसेच दागिने करणे, जमीन विकत घेणे, फ्लॅट घेणे इत्यादींमध्ये पैसे साठविण्याची प्रवृत्ती दिसून येते. सोन्याला दिले जाणारे महत्त्व आजही दिसून येते. त्याला सामाजिक कारणे असली तरी लोकांना जर उत्पादक गुंतवणूक आकर्षक वाटली तर अशा रीतीने पैसा साठविला जाणार नाही परंतु उत्पादक गुंतवणुकीला पोषक वातावरण नसल्याने या देशात आजही ही पद्धत अनेक देशात आहे. त्यामुळे उपलब्ध होऊ शकणारे भांडवल मिळू शकत नाही.

दुसरे एक कारण म्हणजे मौल्यवान धातूने साठविलेला पैसा केव्हाही रोख स्वरूपात बदलता येतो. तसेच त्या धातूचे मूल्य सहसा कमी होत नाही; तसेच चलनाचे मूल्य अस्थिर असते. या विचाराने लोक स्वतःजवळील पैसा साठविण्यास प्रवृत्त होतात. भारताने मार्च २०१५ मध्ये २५० टन सोने आयात केले; यासाठी साठविलेला पैसा बाहेर काढण्यासाठी वेगवेगळ्या मार्गाने हा

प्रश्न हाताळणे आवश्यक आहे. त्यासाठी प्रथम लोकांच्या प्रवृत्तीत बदल करणे आवश्यक आहे. जागतिक क्षेत्रांतसुद्धा सोन्याचे महत्त्व कमी करण्याचा प्रयत्न होत आहे. त्याबरोबरच देशांतर्गत महत्त्व कमी होणे आवश्यक आहे जर लोकांना गुंतवणूक व विकास यांचे महत्त्व पटले तर हा पैसा बाहेर निघू शकेल. त्यासाठी सरकारने आकर्षण म्हणून जास्त व्याजाचा दर द्यावा. तसेच चलनाच्या मूल्याच्या स्थिरतेबाबत लोकांना खात्री पटणे आवश्यक आहे. सोन्यासारख्या धातूत पैसे गुंतवणूक न केल्यास काहीही तोटा होत नाही, असे लोकांना दिसून आल्यास लोक स्वेच्छेने जवळील पैसा गुंतवतील असा प्रयत्न झाला तर साठविलेला पैसा बाहेर येऊन भांडवल म्हणून त्याचा वापर होईल.

६) उपलब्ध भांडवलाचा महत्तम वापर : विकसनशील देशात अनेक क्षेत्रांत भांडवलाची क्षमता फार कमी प्रमाणात वापरली जाते. ती जर पूर्ण क्षमतेने वापरली तर दुर्मीळ असे भांडवल वाचविले जाऊ शकते. ज्याप्रमाणे श्रमिकांमध्ये छुपी बेकारी असते. तशीच भूमी, भांडवल, संघटन या घटकांच्या बाबतीतसुद्धा आढळते. संघटकांच्या कार्यक्षमतेचा पुरेपूर वापर होत नाही. उद्योगामध्ये अनेक यंत्रे, त्यांच्या क्षमतेपेक्षा कमी चालविली जातात. सुपीक जमिनीचा ६ ते ८ इंचाचा वरील थर उत्पादनाच्या कार्यासाठी वापरला जातो. ही सर्व छुपी बेकारीचीच उदाहरणे आहेत. त्यासाठी उद्योगांची जास्तीत जास्त क्षमता वापरली पाहिजे. श्रमिकांच्या कौशल्यात प्रशिक्षणाद्वारे वाढ केली पाहिजे. व्यवस्थापकीय कौशल्यात वाढ करणे आवश्यक आहे; तरच भांडवलाचा महत्तम वापर होईल. उदा. जपानने मोठ्या भांडवलाची बचत केली. १८८३ ते ९२ या काळात २.५० भांडवली गुणांक होता तो १८९३-१९०२ या काळात १.२९ इतका कमी झाला. म्हणजेच भांडवलाच्या साहाय्याने नवीन गुंतवणूक न करता उत्पादनात मोठी वाढ करणे जपानला शक्य झाले. अशा प्रकारे दुर्मीळ भांडवल पुढील काळासाठी उपयोगासाठी वापरता येते.

७) लोकसंख्येवर नियंत्रण : अल्पविकसित अथवा विकसनशील देशात लोकसंख्या विस्फोटाचीच स्थिती दिसून येते त्यासाठी लोकसंख्या नियंत्रणाचे उपाय करणे आवश्यक आहे. तरच उत्पादनात वाढ होऊन, बचत निर्माण होऊन भांडवल संचय होईल. लोकसंख्या पोषणावरील खर्च कमी होईल व भांडवलसंचय वाढेल.

८) **चलनविस्तार :** केन्स, डॉब, रॉबर्टसन, रोस्टो इ. अर्थशास्त्रज्ञांनी चलनविस्तारातून आर्थिक विकास होतो हे स्पष्ट केले. किंमत पातळीत मर्यादित वाढ झाली तर नफ्याचे प्रमाण वाढून गुंतवणुकीला चालना मिळते. काही देशात उड्डाणवस्थेत चलनविस्ताराची महत्त्वाची भूमिका होती असे रोस्टोचे मत होते. आज अनेक विकसनशील देश या साधनाचा वापर करीत आहेत परंतु हे खात्रीलायक साधन म्हणता येत नाही.

९) **सार्वजनिक क्षेत्रातील उपक्रमांची कार्यक्षमता वाढविणे :** जे सार्वजनिक उद्योग व महामंडळे तोट्यात आहेत त्यांची कार्यक्षमता वाढविणे महत्त्वाचे आहे. त्यासाठी कामगारांना आधुनिक पद्धतीचे प्रशिक्षण देणे, व्यवस्थापनात कामगारांचा सहभाग वाढविणे, सार्वजनिक क्षेत्राची स्पर्धाक्षमता वाढविणे तसे झाल्यास भांडवलसंचयाला मदत होईल.

१०) **परकीय खाजगी गुंतवणूक :** जेव्हा देशातील साधने अपुरी पडतात तेव्हा परकीय गुंतवणुकीला अर्थव्यवस्थेत महत्त्वाचे स्थान असते. परकीय खाजगी गुंतवणूक निर्यात क्षेत्राकडे आकर्षित केल्यास परकीय मदतीचा फायदा मिळून निर्यातीशी संबंधित उद्योग विकसित झाले तर देशाची निर्यात वाढून, वाढलेल्या निर्यातीचे उत्पन्न अर्थव्यवस्थेच्या इतर क्षेत्रांच्या विकासासाठी आवश्यक अशी यंत्रे व कच्चा माल आयात करण्यासाठी वापरता येईल; जर विकसनशील देशात राजकीय व आर्थिक स्थैर्य असेल तर परकीय भांडवल जास्त आकर्षित होईल.

अशा रीतीने भांडवलसंचय हा आर्थिक विकासातील महत्त्वाचा घटक आहे. केन्स यांनी असे स्पष्ट केले की, भांडवल संचय वाढविण्यासाठी यंत्रे, संयंत्रे इ. साठ्यात वाढ करावी लागते. भांडवलसंचय वाढला तरच उत्पादनात वाढ होऊन रोजगारात वाढ होईल त्यासाठी भांडवलाची टंचाई दूर करणे महत्त्वाचे आहे.

३.६ अयोग्य तंत्रज्ञान (Inappropriate Technology)

विकसनशील देशातील श्रमिकांची कार्यक्षमता कमी, नैसर्गिक साधनांचा वापर कमी होणे याचे कारण म्हणजे तेथील तांत्रिक प्रगतीचा स्तर कमी असतो. तंत्र याचा अर्थ 'कार्य उत्पादनाची पद्धत' होय. मागासलेल्या देशात उत्पादनाची पद्धत किंवा तंत्र वापरले जाते ते जुनाट, कालबाह्य व आधुनिक साधनांचे वापर न करणारे असते. उत्पादनासाठी श्रमप्रधान व भांडवलप्रधान तंत्राचा वापर केला जातो.

अ) **श्रमप्रधान तंत्र :** ज्या देशात लोकसंख्या अधिक आहे, तेथे श्रमप्रधान तंत्राचा वापर केला जातो. श्रमिकांना रोजगार उपलब्ध होतो. ग्रामोद्योग, लघुद्योग, कुटीरोद्योग या तंत्राचा वापर केला जातो.

ब) **भांडवलप्रधान तंत्र :** मोठ्या उद्योगात विविध प्रकारच्या क्रिया-प्रक्रिया यंत्रांवर केल्या जातात; त्यामुळे तेथे भांडवल प्रधान तंत्राचा वापर केला जातो. भांडवल प्रधान तंत्रात जास्तीत जास्त भांडवल व कमीत कमी श्रमिकांचा वापर केला जातो. भांडवल प्रधान तंत्रामुळे उत्पादन खर्च कमी होतो. गुणवत्ता टिकून राहते. तसेच उत्पादनाचा वेग वाढतो. परंतु विकसनशील देशात या तंत्राचा वापर काही उद्योगांमध्येच केला जातो.

पारंपरिक तसेच आधुनिक तंत्रज्ञान असेसुद्धा दोन प्रकार दिसून येतात. अल्पविकसित देशात पारंपरिक अथवा जुने तंत्रज्ञान वापरले जाते; त्यामुळे त्यांची उत्पादकता कमी दिसून येते.

प्रगत तंत्रज्ञानामुळे कार्यक्षमता वाढते. साधनांची तेवढीच मात्रा वापरून जास्त उत्पादन करणे शक्य होते. वस्तूचा खर्च कमी होऊन किंमत कमी होते व विक्री वाढते. भारतात शेतीत अनेक तांत्रिक सुधारणा घडून आल्या. लाकडी नांगराऐवजी लोखंडी नांगर त्यानंतर ट्रॅक्टर यांचा वापर होऊ लागला. प्रगत तंत्रज्ञानात हाताने काम करण्याऐवजी यंत्राच्या आधारे काम करणे होय.

प्रगत तंत्रज्ञानाचे अथवा आधुनिक तंत्रज्ञानाचे फायदे पुढीलप्रमाणे –

१) **भांडवलाची बचत :** आधुनिक तंत्रज्ञानामुळे निरनिराळ्या साधनांची मुख्यतः भांडवलाची बचत होते. नवीन तंत्रज्ञान एकदा गुंतवणूक केली की, भविष्यकाळात गुंतवणुक करण्याची गरज नसते. त्यामुळे भांडवलाचा संभाव्य वापर कमी होतो म्हणजेच भांडवलाची बचत होते.

२) **नवनवीन शोध :** प्रगत तंत्रज्ञानामुळे उपलब्ध संसाधनांचा/साधनसामग्रीचा अधिक उपयोग करता येतो. शोधली न गेलेली संसाधने विकासासाठी उपलब्ध होतात. खनिजतेले, खनिजे शोधणे शक्य होते. आधुनिक तंत्राच्या साहाय्याने भारताने खनिजतेलाचे साठे शोधून काढले त्यामुळे भारताची उत्पादनक्षमता वाढली.

३) **कार्यक्षमतेत वाढ/खर्चात घट व विक्रीत वाढ :** उत्पादनाच्या तंत्रात सुधारणा झाल्यामुळे कार्यक्षमतेत वाढ होते. साधनांची तेवढीच मात्रा वापरून जास्त उत्पादन करणे शक्य होते. पूर्वी इतक्याच उत्पादनासाठी कमी साधने लागतात.

त्यामुळे खर्च कमी होऊन कमी किमतीला वस्तू विकता येते. त्यामुळे वस्तूंची विक्री अधिक होते.

४) **औद्योगिकरण :** भारताला स्वातंत्र्य मिळाले तेव्हा कापडगिरण्या, साखर कारखाने, पोलादाचा कारखाना अशा थोड्याच कारखान्यांचा विकास झाला होता. वाढत्या तंत्रज्ञानाच्या आधारे भारताची उद्योगरचना पूर्णपणे बदलली. पूर्वी आयात करणाऱ्या अनेक वस्तू देशातच निर्माण केल्या जातात; तर त्यातील काही वस्तूंची निर्यातसुद्धा करतो. भांडवली वस्तू, उपभोग्य वस्तू, मध्यमवस्तू या तिनही क्षेत्रात उत्पादन प्रचंड वाढते. या बदलामागे प्रगत तंत्रज्ञानाची भूमिका महत्त्वाची आहे.

५) **कृषीक्षेत्राचा विकास :** आधुनिक तंत्रामुळे कृषीक्षेत्रात अनेक सुधारणा घडून आल्या. शेतीतील कामे ट्रॅक्टरसारख्या यंत्रांच्या साहाय्याने करता येऊ लागली. शेतमाल वाहतुकीची साधने उपलब्ध झाली. लांब अंतराच्या बाजारपेठेपर्यंत शेतमाल जाऊ लागला. शेतमाल साठविण्यासाठी गोदामांची सोय उपलब्ध झाली. भारतात हरितक्रांतीच्या स्वरूपात नवीन तंत्रज्ञानाचा शेतीत वापर सुरू झाला. त्यामुळे अन्नधान्यात मोठ्या प्रमाणात वाढ झाली.

६) **उत्पादनात वाढ :** आधुनिक तंत्रज्ञानामुळे प्राथमिक, द्वितीय व तृतीयक्षेत्राचा विकास वेगाने होऊ लागला अनेक प्रकारच्या वस्तू देशातच निर्माण होऊ लागल्या. लोकांच्या गरजा पूर्ण होऊ लागल्या; स्वावलंबनात वाढ झाली.

७) **अधिकाधिक वापर :** आधुनिक तंत्रज्ञानामुळे उपलब्ध साधनांचा अधिकाधिक वापर होऊ लागला. उद्योगांची क्षमता पूर्णपणे वापरली गेली. त्यामुळे दुर्मीळ साधनांचा अपव्यय कमी झाला.

आधुनिक तंत्रज्ञान वापरातील अडथळे

अल्पविकसित अथवा विकसनशील देशात प्रगत अथवा आधुनिक तंत्रज्ञान वापरात अडथळे निर्माण होतात ते पुढीलप्रमाणे -

अ) अल्पविकसित देशात शेतीक्षेत्रावर अधिक लोक उपजीविकेसाठी अवलंबून असतात. तेथे छुपी बेकारी दिसून येते. परंतु आधुनिक तंत्राचा वापर केल्यास बेकारीत वाढ होते.

ब) शेतीमध्ये कोरडवाहू क्षेत्रात नवीन तंत्र वापरावर मर्यादा येतात.

क) अल्पविकसित देश विकसित देशातून जुनी यंत्रसामग्री खरेदी करते. त्यामुळे आंतरराष्ट्रीय स्पर्धेत ते स्पर्धा करू शकत नाही.

ड) विकसनशील देशात श्रमिकसंख्या अधिक असते. तेथे भांडवलाची टंचाई असल्याने आधुनिक तंत्रज्ञान वापरावर मर्यादा येते.

इ) कामगार संघटना आधुनिक तंत्र वापरण्याला विरोध करतात कारण आधुनिक तंत्रामुळे बेकारी वाढेल. त्यामुळे त्यांचा त्याला विरोध असतो.

ई) अल्प विकसित देशात आधुनिक तंत्रज्ञानाच्या बाबत शिक्षणाच्या व प्रशिक्षणाच्या सुविधा अपुऱ्या असतात.

अशा रीतीने कालबाह्य तंत्रज्ञान हा अल्पविकसित देशातील आर्थिक विकासातील अडथळा असतो. अल्पविकसित देशात तंत्रज्ञान फारसे प्रगत नसल्यामुळे अद्यापही आधुनिक तंत्रज्ञान परदेशातून आयात केला जाते.

३.७ सामाजिक–सांस्कृतिक अडथळे (Socio-Cultural Constraints)

अल्पविकसित देशात सामाजिक रचना पिढ्यान्पिढ्या रुळलेली असते. ती नवीन बदलांना विरोध करत असते. बुचानन व एलिस यांच्या मते, परंपरांनी जखडलेल्या समाजात व्यक्तीची जात, धार्मिक विश्वास, सामाजिक दर्जा यामधून श्रमिक म्हणून त्याची क्षमता वेगळी काढणे आणि ती उपयोगात आणणे अतिशय कठीण असते. तसेच समाजातील दर्जाविषयक समजुती, श्रमाकडे पाहण्याचा दृष्टिकोन, धार्मिक अंधविश्वास व दैववादी वृत्ती इ. माणसाच्या मनात इतके रुजलेले असते की, या अडथळ्यामुळे आर्थिक विकासाच्या मार्गात अनेक अडथळे निर्माण होतात. एक वेळ भांडवलाची कमतरता दूर करता येईल. अथवा नैसर्गिक साधनांचा शोध घेता येईल परंतु लोकांचे समज व समाजातील वातावरण बदलणे अतिशय कठीण असते.

आर्थिक विकासातील मर्यादा पुढीलप्रमाणे स्पष्ट करता येतात –

१) **धार्मिकता :** धार्मिक अंधविश्वास आणि दैववादी वृत्ती इत्यादींमुळे आर्थिक विकासात अडथळे निर्माण होतात. अल्पविकसित देशांमध्ये लोक रूढीवादी असतात. त्यांच्यामध्ये शिक्षणाचा प्रसार झालेला नसतो. धर्मामुळे लोक दैववादी बनल्याने त्यांच्या मनामध्ये विज्ञानाला कमी स्थान दिले गेले. परिणामी समाजात विज्ञानवादी समाजाची निर्मिती झाली नाही. धर्मामुळे भौगोलिक गतीक्षमतेवर प्रतिकूल परिणाम झाला. अल्पसंख्य धर्मांनी संतती नियमनांना विरोध केल्याने भारतासारख्या देशाला लोकसंख्या नियंत्रण प्रभावीपणे राबविता आले नाही. तसेच धार्मिक विधी व समारंभाला मोठ्या प्रमाणात

खर्च होत असल्याने अल्पविकसित देश भांडवलसंचय करू शकले नाहीत. सध्या आर्थिक प्रश्नांची जागा धार्मिक आवाहनांनी घेतल्याचे दिसून येते. मुख्य प्रश्न बाजूला ठेवून धार्मिक भावना पेटविण्याला राजकीय पक्षांनी अधिक महत्त्व दिले. त्यामुळे त्याचा आर्थिक विकासावर परिणाम होतो. अविकसित आणि अल्पविकसित देशात धर्म आर्थिक विकासाच्या प्रक्रियेत अडथळा बनला. समाजात गट निर्माण झाले. सामाजिक सलोखा बिघडण्याला धर्म कारणीभूत ठरू लागला. थोडक्यात, धर्माचा उपयोग काही स्वार्थी लोक स्वतःच्या फायद्यासाठी करू लागले.

२) **जातियता :** जातीव्यवस्थेमुळे व्यावसायिक गतिशीलता कमी झाली. जातीची व्याख्या 'जी जात नाही ती जात' अशी केली जाते. जातीव्यवस्थेमुळे पारंपरिक व्यवसाय जोपासले गेले. भौगोलिक व व्यावसायिक गतिशीलता कमी झाली. जाती व्यवस्थेमुळे स्त्री शिक्षणाकडे दुर्लक्ष झालेले अनेक लोक विकासापासून दूर राहिले. शिक्षण व औद्योगिकरणामुळे जातीव्यवस्थेची तीव्रता कमी झाली परंतु ती पूर्णपणे नष्ट झाली नाही. त्यामुळे जातियता ही आर्थिक विकासातील आजही अडथळा ठरली आहे.

३) **कामाकडे पाहण्याचा दृष्टिकोन :** आर्थिक विकासावर कामाकडे पाहण्याच्या दृष्टिकोनाचासुद्धा परिणाम होतो. नकारात्मक दृष्टिकोन असेल तर उत्पादनात वाढ होत नाही ; जर सकारात्मक दृष्टिकोन असेल तर उत्पादनात वाढ होते. जाती व धर्मामुळे श्रमाच्या प्रतिष्ठेला धक्का बसत असल्याचे दिसून येते. मध्यम अथवा पांढरपेशा वर्गाला समाजात महत्त्व प्राप्त झाल्याचे दिसून येते. शारीरिक श्रमांपेक्षा मध्यम वर्गाला अधिक आर्थिक मोबदला मिळतो.

काही देशांनी अल्प काळात खूप मोठी प्रगती केली कारण त्यांचा कामाकडे पाहण्याचा सकारात्मक दृष्टिकोन हाच त्यातून दिसून येतो. उदा. इस्राइल या देशाची पर्जन्यस्थिती भारतापेक्षा बिकट होती. परंतु या देशाने शेतीचा कायापालट करून दाखविला. संपूर्ण देश सिंचनाखाली आणला. भारत मात्र अजूनही सिंचनाबाबत खूपच मागे आहे.

४) **संयुक्त कुटुंब पद्धती :** अल्पविकसित देशात संयुक्त कुटुंब पद्धत अस्तित्वात होती. संयुक्त कुटुंबपद्धतीत नोकरी निमित्ताने शहरात राहावे लागत असल्याने अथवा नोकरीनिमित्त बाहेरगावी राहावे लागत असल्याने संयुक्त कुटुंब पद्धतीचा ऱ्हास होत जाऊन विभक्त कुटुंबपद्धती अस्तित्वात आली. एकत्र कुटुंबपद्धतीचे आर्थिक विकासावर दुष्परिणाम झाल्याचे दिसून येते.

एकत्र कुटुंब पद्धतीत कुटुंबाचा प्रमुखच निर्णय घेतो. इतर सदस्यांचा निर्णयप्रक्रियेत सहभाग नसल्याने इतर सदस्यांची निर्णयक्षमता निर्माण होत नाही. तसेच एकत्र कुटुंब पद्धतीत जन्मदर उच्च राहून लोकसंख्येत वाढ होते. कुटुंबातील व्यक्तींच्या पालनपोषणाची जबाबदारी कुटुंब प्रमुखावरच असल्याने मुलांच्या संख्येत होणाऱ्या वाढीची, कुटुंबातील इतर व्यक्तींना त्याची फारशी काळजी नसते. त्यामुळे जन्मदर उच्च राहतो.

एकत्र कुटुंब पद्धतीच्या कौटुंबिक प्रेमामुळे कुटुंबातील व्यक्ती लांब अंतरावर नोकरीसाठी जात नाहीत. त्यामुळे ग्रामीण भागातून शहराकडे जाणाऱ्यांची संख्या खूपच कमी राहते. अशा रीतीने एकत्र कुटुंबाचे काही दुष्परिणाम असल्याने आर्थिक विकासात अडथळा निर्माण होतो. परंतु अल्पविकसित देशात एकत्र कुटुंब पद्धती आजही लोकप्रिय दिसून येते.

अशा रीतीने सांस्कृतिक घटकांचा आर्थिक विकासावर प्रत्यक्ष परिणाम होत नसला तरी अप्रत्यक्ष परिणाम होताना दिसून येतो.

३.८ राजकीय व प्रशासकीय अडथळे (Political and Administrative Constraints)

जर राजकीय आणि प्रशासकीय रचना दुर्बल असेल तर आर्थिक विकासाच्या प्रक्रियेत अडचणी निर्माण होतात; तसेच राजकीय व्यवस्थेने योग्य वेळी योग्य त्या पद्धतीने निर्णय घेतले नाहीत, तर प्रशासन व्यवस्थेकडून त्या निर्णयांची अंमलबजावणी ताबडतोब होत नाही; जर देशात राजकीय स्थिरता असेल तर आर्थिक विकासाला पोषक वातावरण निर्माण होते.

आर्थिक विकासासाठी प्रशासनयंत्रणा कार्यक्षम असणे आवश्यक असते. इंग्लंड, अमेरिका, फ्रान्स या देशात मुक्त वातावरण, स्थैर्य व कार्यक्षमता तसेच दृढ संकेताचे पालन झाल्यामुळे त्यांचा विकास जलद आणि शाश्वत झाला. याउलट, या घटकांच्या अभावी इटली हा देश मागे पडला. योजना कितीही चांगल्या असल्या तरी त्यांची अंमलबजावणी करणारी यंत्रणा प्रामाणिक व कार्यक्षम नसेल तर त्या योजना कागदावरच राहतात. कार्यक्षम यंत्रणा आर्थिक विकासासाठी महत्त्वाची मानली जाते.

अ) **राजकीय अडथळे :** आर्थिक विकासातील राजकीय अडथळे पुढीलप्रमाणे –

१) अनेक अल्पविकसित देशातील सरकारे आजही अस्थिर आहेत. जेव्हा सरकार अस्थिर असते तेव्हा सार्वजनिक निवडणुकांना केव्हाही सामोरे जावे लागते. त्यामुळे खूप मोठा खर्च करावा लागतो. तसेच निवडणुका

काळामध्ये काळापैसा चलनात येऊन अर्थव्यवस्थेतील पैसा वाढतो व भाववाढीला सामोरे जावे लागते; तसेच समाजाचे नैतिक अधःपतन होते.

२) सत्ताधारी लोक एका ठरावीक वर्गाचे संरक्षण करत असतील तर आर्थिक शोषण व विषमता निर्माण होते व राजकीय अस्थिरता वाढते असे इंडोनेशिया मेक्सिको देशात दिसून येते. तेथे श्रीमंतांनाच अधिक लाभ झाल्याचे दिसून येते.

३) अल्पविकसित देशात अनेक सत्ताधारी राजकीय पक्षात आर्थिक विकास राबविण्याची क्षमता नसते; तसेच त्यांची तशी इच्छाशक्तीसुद्धा नसते.

४) विकसनशील देशात सत्तेवर येण्यासाठी धर्माचा आधार घेतला जातो. आर्थिक प्रश्नाऐवजी लोकांचे लक्ष इतर गोष्टींकडे वळविले जाते जसे पाकिस्तान हा देश भारत-पाकिस्तान संबंधांचा वारंवार वापर करताना दिसून येतो.

५) काही मध्य पूर्वदेशात मूलतत्त्ववादी सरकारांचे आर्थिक विकासाबाबतचे धोरण फसवे होते. त्यांनी धार्मिक धोरणे स्वीकारली व आर्थिक विकासाकडे दुर्लक्ष केले त्याचा आर्थिक विकासावर प्रतिकूल परिणाम झाला.

६) लोकशाही देशात निवडणुका जिंकण्यासाठी भांडवलदार, व्यापारी यांच्याकडून मोठ्या प्रमाणात पैसा गोळा केला जातो. त्यामुळे त्यांचे वर्चस्व राहते. परिणामी भांडवलदारधार्जिणे सरकार निर्माण होते व भांडवलदारांच्या हिताचे निर्णय घेतले जातात; त्यामुळे आर्थिक विकासाला अडथळा निर्माण होतो.

ब) **प्रशासकीय अडथळे :** आर्थिक विकासात प्रशासकीय अडथळे पुढीलप्रमाणे सांगता येतात –

१) आशिया व आफ्रिका खंडातील अनेक देशावर ब्रिटिशांचे राज्य होते. त्यामुळे त्या देशातील प्रशासन व्यवस्था ब्रिटिशकाळातीलच दिसून येते. ब्रिटिशांनी स्वतःच्या फायद्यासाठी ही प्रशासन यंत्रणा तयार केली होती. त्यामध्ये अजूनही सुधारणा झाल्याचे दिसून येत नाही.

२) सध्या अनेक देशात प्रशासनात भ्रष्टाचार पसरल्याचे दिसून येत आहे. परिणामी सार्वजनिक क्षेत्रातील कामे वेळेवर होत नाहीत. शिवाय दर्जाहीन दिसून येतात. त्यामुळे आर्थिक विकासात अडथळे निर्माण होताना दिसून येतात.

३) प्रशासकीय यंत्रणेतील दिरंगाईमुळे कामे वेळेवर होत नाहीत असे अनुभवावरून दिसून येते.

४) सार्वजनिक क्षेत्रातील अनेक उपक्रमांत तोटा होताना दिसून येतो. भारतासारख्या अल्पविकसित देशात तोट्यात चालणारे उपक्रमांचे खाजगीकरण करण्याचे सरकारने धोरण स्वीकारलेले आहे. भ्रष्टाचार, अकार्यक्षमता, सरकारचा हस्तक्षेप इ. कारणाने अनेक सार्वजनिक उपक्रम तोट्यात दिसून येतात.

५) देशांतर्गत नोकरशाहीचे वर्चस्व अद्यापही दिसून येते. सरकारने जरी उदार आर्थिक धोरण स्वीकारले तरी भारत व अल्पविकसित देशात अशी स्थिती दिसून येते. परिणामी देशाच्या आर्थिक विकासावर त्याचा परिणाम होताना दिसून येतो.

आर्थिक विकासासाठी प्रशासकीय यंत्रणेत खूपच सुधारणांची गरज आहे. परवाना पद्धती, कररचना, आयात-निर्यात धोरणे इ. मध्ये लवचिकता येणे गरजेचे आहे. एका कामासाठी अनेकदा हेलपाटे मारूनही कामे होत नाहीत. यासाठी प्रशासन व्यवस्थेत बदल केला पाहिजे; तरच आर्थिक विकासाला चालना मिळेल.

३.९ बाह्य अडथळे (External Bottlenecks)

विकसनशील देशांचा तसेच विकसित देशांचा आयात-निर्यातीच्या माध्यमातून परकीय देशांशी संबंध येतो. तसेच खुल्या आर्थिक धोरणामुळे अनेक देशांचा एकमेकांशी संबंध येतो; त्याचा आर्थिक विकासावर परिणाम होतो.

आर्थिक विकासाबरोबर बाह्य अडथळे पुढीलप्रमाणे सांगता येतात –

१) **निर्यातीचे प्रत्याधावी परिणाम :** विकसनशील देशांना आंतरराष्ट्रीय व्यापाराच्या अटी बऱ्याचदा प्रतिकूल ठरतात; कारण विकासाच्या सुरुवातीस आवश्यक ती यंत्रसामग्री, तंत्रज्ञान या देशात उपलब्ध नसते. त्यासाठी त्यांची आयात केली जाते. त्याची किंमत निर्यात करून चुकवावी लागते. हे देश शेतीतील कच्चा माल आणि खनिजे यांची निर्यात करतात. या निर्यातीचे मूल्य कमी असते. ही निर्यात एका मर्यादेपेक्षा जास्त वाढविता येत नाही. त्यामुळे आयात जास्त व निर्यात कमी अशी स्थिती निर्माण होते. त्यामुळे विकसनशील देशांची स्थिती अधिक गंभीर होते.

चलन विस्ताराच्या काळात निर्यात उत्पन्न वाढलेले दिसत असले तरी बऱ्याचदा ते अनावश्यक आयातीवर खर्च केले जाते; कारण ड्यूसन बेरी

परिणाम व्यक्तीपुरताच मर्यादित नसून देशा-देशांतही लागू होतो तर मंदीच्या काळात विकसित देशांच्या पक्क्या मालाच्या किमतीच्या तुलनेत अल्पविकसित देशातील प्राथमिक उत्पादनांच्या किमतीत जास्त वेगाने घट होते. निर्यातीची मात्रा व उत्पन्न घटत जाते. परंतु आयात कमी करणे सहज शक्य नसते त्यामुळे व्यापारातील तूट मोठ्या प्रमाणात वाढते. या संदर्भात प्रा. गुनार मिर्डाल यांनी असे मत स्पष्ट केले की, अप्रगत देशातील निर्यात वाढूनही तिचे प्रत्याधावी परिणाम इतके तीव्र असतात की, देशाची स्थैतिकता तशीच राहते.

२) प्रतिकूल आर्थिक संबंध : विकसित देशाचे हितसंबंध विकसनशील देशांना नेहमीच प्रतिकूल राहिलेले दिसून येतात. जागतिक व्यापार संघटनेतील देश शेतीक्षेत्रातील अनुदानाबाबत अमेरिकेसारखा देश, व्यापार संघटनेच्या अटीचे पालन न करता आपल्या देशातील शेतकऱ्यांना ग्रिन बॉक्स, ब्लू बॉक्स इ. च्या रूपाने साहाय्य करताना दिसून येतो. परंतु विकसनशील देशांना मात्र अटींचे पालन करण्याला दबाब तंत्राचा वापर करते. तसेच पाकिस्तान हा देश दहशतवादाला साहाय्य करीत असूनही स्वतःच्या हितसंबंधासाठी अमेरिका पाकिस्तानला आर्थिक साहाय्य करत आहे.

३) परकीय गुंतवणुकीचे परिणाम : सध्या परकीय गुंतवणूक ही आर्थिक विकासासाठी महत्त्वाची बाब ठरली आहे. परंतु हे परकीय भांडवल अशा क्षेत्रात गुंतविले जाते की, त्याचा लाभ जास्तीत जास्त लोकांना मिळू शकेल; म्हणजेच ही गुंतवणूक निर्यातक्षम उत्पादनात केली जाते. त्या गुंतवणुकीचा विस्तारक परिणाम इतर क्षेत्रांवर होणे आवश्यक असते. परंतु विपनीच्या अपूर्णतेमुळे तसा परिणाम घडून येत नाही परिणामतः अर्थव्यवस्थेला द्विदल स्वरूप प्राप्त होते.

तसेच गुंतवणुकीवरील नफा देशातच गुंतविण्याऐवजी मूळ देशात नेण्याची प्रवृत्ती दिसून येते; जर यावर बंधने घातली तर गुंतवणुकीची प्रेरणा कमी होते. अल्पविकसित देशाला अशा प्रवृत्तीमुळे मोठ्या बचतीपासून वंचित रहावे लागते.

४) वित्तीय संस्थांचा हस्तक्षेप : आंतरराष्ट्रीय वित्तीय संस्था जसे जागतिक बँक, आंतरराष्ट्रीय नाणेनिधी यांच्याकडून व्यापारातील तूट भरून काढण्यासाठी विकसनशील अथवा अल्पविकसित देशांना कर्जे घ्यावी लागतात. या संस्था कर्जे घेताना जाचक अटी घालतात. त्यामुळे कर्जे घेणाऱ्या देशांना आपल्या धोरणात बदल करावा लागतो. जसे भारताने १९९१ मध्ये नवीन आर्थिक

धोरण स्वीकारले ते जागतिक बँक व नाणेनिधीच्या दबावामुळे स्वीकारले असे म्हटले जाते.

५) **खुला व्यापाराचे धोरण :** अॅडम स्मिथ, रिकार्डो या सारख्या सनातनवादी अर्थशास्त्रज्ञांनी खुला व्यापार धोरणाचा स्वीकार केला. परंतु या धोरणाचा फायदा विकसित देशांना अधिक झाला. अल्पविकसित देश प्राथमिक वस्तूंचे उत्पादन करून त्यांची निर्यात करतात या उत्पादनांची मागणी अलवचिक असल्याने त्यांच्या निर्यातीत मर्यादितच वाढ झाली. डंकेल प्रस्ताव, जागतिक व्यापार संघटना यामुळे अल्पविकसित देशांपेक्षा विकसित देशांना अधिक फायदा झाला. विकसनशील देशांचा आर्थिक विकासावर अनिष्ट परिणाम झाला.

६) **बहुराष्ट्रीय कंपन्याचे परिणाम :** उदारीकरण व जागतिकीकरण यामुळे परकीय गुंतवणूक बहुराष्ट्रीय कंपन्यांनी भारतासारख्या देशात गुंतविण्याला सुरुवात केली. या बहुराष्ट्रीय कंपन्या भांडवल प्रधान तंत्राचा वापर करतात. तसेच विकसनशील देशात प्रदुषण निर्माण होताना दिसून येते. या कंपन्या उपभोग्य वस्तूंच्याऐवजी चैनीच्या वस्तूंचे उत्पादन घेतात. परिणामी देशातील लोकांच्या जीवनावश्यक वस्तूंची मागणी पूर्ण होत नाही. नफा मिळविणे हेच त्यांचे ध्येय असते. अशा कंपन्यांमुळे देशात फारसा रोजगार वाढत नाही.

७) **आर्थिक शोषण :** अविकसित देशातील संसाधनांचे विकसित देशांनी शोषण केल्याने त्यांच्या आर्थिक विकासावर अनिष्ट परिणाम झाला. ब्रिटिश काळात भारताला तसा अनुभव आला. आजही पेटंटच्यारूपाने विकसनशील देशातील नैसर्गिक साधनसामग्रीचे शोषण होण्याची भीती व्यक्त केली जाते.

अशा रीतीने आर्थिक विकासात दारिद्र्याचे दुष्टचक्र, भांडवलाची टंचाई, सामाजिक-सांस्कृतिक अडथळे, राजकीय-प्रशासकीय अडथळे व बाह्य अडथळे दूर करणे हे अल्पविकसित, विकसनशील देशांपुढील खूप मोठे आव्हान आहे. 'इच्छा तेथे मार्ग' या न्यायाने शिक्षण, तंत्रज्ञानविकास, निश्चय, देशप्रेम, लोकांचा सहभाग, चांगले नेतृत्व याद्वारे असे आव्हानात्मक अडथळे पार करणे आवश्यक आहे.

सराव प्रश्न

प्र.१) खालील प्रश्नांची प्रत्येकी १०० शब्दांत उत्तरे लिहा.

१) दारिद्र्याच्या दुष्टचक्राची कारणे सांगा.

२) मागणीच्या बाजूने दारिद्र्याचे दुष्टचक्र स्पष्ट करा.

३) लोकसंख्या प्रस्फोटाचे परिणाम सांगा.

४) आर्थिक विकासातील बाह्य अडथळे सांगा.

प्र.२) खालील प्रश्नांची प्रत्येकी २०० शब्दांत उत्तरे लिहा.

१) लोकसंख्या प्रस्फोटाची कारणे स्पष्ट करा.

२) शेतीची उत्पादकता कमी असण्याची कारणे सांगा.

३) भांडवलटंचाईची कारणे स्पष्ट करा.

४) प्रगत तंत्रज्ञानाचे फायदे सांगा.

५) प्रगत तंत्रज्ञानाचे अडथळे स्पष्ट करा.

६) आर्थिक विकासातील राजकीय व प्रशासकीय अडथळे सांगा.

७) आर्थिक विकासातील सामाजिक-सांस्कृतिक अडथळे स्पष्ट करा.

प्र.३) खालील प्रश्नांची प्रत्येकी ४०० शब्दांत उत्तरे लिहा.

१) आर्थिक विकास म्हणजे काय? आर्थिक विकासातील दारिद्र्याचे दुष्टचक्र व अडथळा स्पष्ट करा.

२) आर्थिक विकास प्रक्रियेतील लोकसंख्या प्रस्फोट व शेतीची अल्पउत्पादकता या अडथळ्यांचे स्पष्टीकरण करा.

३) 'एखाद्या देशाची गरिबी त्या देशाच्या दारिद्र्यास कारणीभूत ठरते.' या विधानाचे स्पष्टीकरण करा.

४) भांडवल टंचाई व अयोग्य तंत्रज्ञान या आर्थिक विकासातील अडथळ्यांचे स्पष्टीकरण करा.

प्र.४) टिपा लिहा. (१०० शब्दांत)

१) दारिद्र्याचे दुष्टचक्र.

२) आर्थिक विकासातील अडथळे - लोकसंख्या प्रस्फोट.

३) भांडवल टंचाई - विकासातील अडथळा.

४) आर्थिक विकासातील राजकीय व प्रशासकीय अडथळे.

५) आर्थिक विकासातील बाह्य अडथळे.

६) आर्थिक विकासातील सामाजिक-सांस्कृतिक अडथळे.

७) अयोग्य तंत्रज्ञान.

४ आर्थिक विकासाचे सिद्धान्त

Theories of Economic Development

४.१ प्रस्तावना (Introduction)

४.२ आर्थिक विकासाचा सनातन सिद्धान्त
(Classical Theories of Economic Development)

४.३ ॲडम स्मिथचा आर्थिक विकासाचा सिद्धान्त
(Adam Smith's Theory of Economic Development)

४.४ रिकार्डोचा आर्थिक विकासाचा सिद्धान्त
(Recardian Theory of Economic Development)

४.५ माल्थसचा आर्थिक विकासाचा सिद्धान्त
(Malthusian Theory of Economic Development)

४.६ कार्ल मार्क्सचा आर्थिक विकासाचा सिद्धान्त
(Karl Mark's Theory of Economic Development)

४.७ शुम्पीटरचा आर्थिक विकासाचा सिद्धान्त
(Shumpeteterian Theory of Economic Development)

४.१ प्रस्तावना (Introduction)

आर्थिक विकासाच्या संदर्भात अभिमतपंथीय विचारधारेपासून सुरुवात झाली. प्रामुख्याने ॲडम स्मिथ, डेव्हिड रिकार्डो, माल्थस इ. नी सुरूवातीच्या काळात आर्थिक विकासाबाबतची मते मांडली. व्यापारवादी किंवा निसर्गवादी अर्थशास्त्रीय विचारवंतांनी जे विचार मांडले त्यातून अर्थशास्त्रीय विकासाच्या संकल्पना स्पष्ट होण्याला मदत झाली. प्रस्तुत प्रकरणात देशाचा विकास कसा करावा या संदर्भात स्मिथ, रिकार्डो, माल्थस या अभिमतपंथीय तसेच कार्ल मार्क्स व शुम्पीटर या नवअभिमतपंथीय या दोन विचारधारांच्या आधारे आर्थिक विकासाच्या सिद्धान्ताचा आढावा घेतला आहे.

अ) **व्यापारवादी विचारसरणी :** व्यापारवादी विचारप्रणाली मांडऱ्या थॉमस मन, व कोलबर्ट यांचा विशेष उल्लेख करावा लागतो. युरोपीय देशात या विचारसरणीचा अधिक प्रभाव होता. जसे इंग्लंड, फ्रान्स इ. विशिष्ट परिस्थितीत व्यवहारी दृष्टिकोनातून देशहिताचा विचार डोळ्यांपुढे ठेवून तत्कालीन परिस्थितीत योग्य वाटणारे आर्थिक विचार व्यापारवाद्यांनी मांडले. वेगवेगळ्या वेळी वेगवगेळ्या देशात मांडले गेलेले समान विचार एकत्रितपणे व्यापारवादी विचार म्हणून ओळखले जातात. तत्कालीन परिस्थितीत देश आर्थिकदृष्ट्या बलशाली करण्यासाठी सोने चांदी हे धातू प्राप्त करून संपत्ती वाढविण्यासाठी आंतरराष्ट्रीय व्यापारात अनुकूल व्यवहारतोल कसा उपयुक्त ठरतो याचे विश्लेषण केले आहे. व्यापारवाद्यांच्या मते, ज्या देशात सोने अथवा चांदीचे साठे असतील त्यांना विकास करणे कठीण नाही. परंतु ज्यांच्याजवळ असे साठे नाहीत त्यांना व्यापार हाच एकमेव मार्ग आहे. व्यापाराद्वारे देशातील वस्तूंची निर्यात जास्तीत जास्त केली तर देशात संपत्तीचा ओघ येईल व देश संपन्न होईल.

व्यापारवाद्यांच्या मते, उत्पादनवाढीला चालना दिली पाहिजे. आयात कमी करण्यासाठी आयात वस्तूंचे देशातच उत्पादन केले पाहिजे. तसेच निर्यातवाढीसाठीसुद्धा उत्पादन केले पाहिजे. त्यासाठी त्यांनी उद्योगांच्या वाढीवर भर दिला. त्यांच्या मते, शेतीतील उत्पादन हे मोठ्या प्रमाणात उपभोगासाठी खर्च होते. त्यामुळे उद्योगाकडे अधिक लक्ष दयायला पाहिजे तसेच आयात कमी करण्यासाठी आयात कर बसवावेत आणि निर्यात वाढीसाठी अर्थसाहाय्य द्यावे. निर्यात वस्तूंचे उत्पादन करणाऱ्या उद्योगांना विशेष प्रोत्साहन द्यावे. बाजारपेठ उपलब्ध होण्यासाठी वसाहतींची स्थापना करावी, इत्यादींचा

व्यापारवाद्यांनी पुरस्कार केला. आर्थिक विकासासाठी औद्योगिकीकरण, निर्यात वाढ, संपत्तीचा साठा इ. बाबींना त्यांनी महत्त्व दिले.

ब) निसर्गवादी विचारसरणी : निसर्गवाद ही फ्रान्समधील व्यापारवादाविरुद्धची प्रतिक्रिया होती. निसर्गवादी विचारसरणीचे प्रमुख डॉ. क्वेस्ने, मिरॅबु, तुर्गो हे होत. निसर्गवाद हा मुख्यत: फ्रान्स पुरताच मर्यादित राहिलेला दिसून येतो. व्यापारवाद्यांनी व्यापार व उद्योग या राज्यसंस्थेच्या प्रभावी हस्तक्षेपाला पाठिंबा दर्शविला आणि कोलबर्टच्या काळात फ्रान्समधील आर्थिक जीवनावर अनेक बंधने आली. राज्यसंस्थेच्या या अतिरेकी हस्तक्षेपाविरुद्ध प्रतिक्रिया म्हणून निसर्गव्यवस्थेची कल्पा निसर्गवाद्यांनी सुचविली. समाज जीवनाचे निसर्गाकडून आपोआप नियमन होत असते; म्हणून राज्यसंस्थेने समाजजीवनात हस्तक्षेप करू नये, अशी भूमिका निसर्गवाद्यांनी घेतली; त्यांनी शेती हाच खरा उत्पादक व्यवसाय आहे, त्यामुळे देशाची संपत्ती वाढविण्यासाठी व्यापाराऐवजी शेती व्यवसायाला अधिक महत्त्व दिले पाहिजे. जमीन कसणारे श्रमिक व जमिनीचे मालक असलेले जमीनदार हे उत्पादक वर्ग आहेत तर व्यापारी, कारखानदार, इतर व्यावसायिक व श्रमिक हे अनुत्पादक वर्गात येतात थोडक्यात व्यापार हा उत्पादक नाही असे विचार निसर्गवाद्यांनी मांडले. त्यांनी शेतीला उत्पादक मानले. त्यांच्या मते शेतीतून जे अधिक्य निर्माण होते त्यामुळेच देशाची संपत्ती वाढते म्हणजेच विकास होतो. क्वेस्ने यांनी उत्पनाचा चक्राकार प्रवाहाचा आराखडा मांडून शेती व्यवसायात उत्पादनाचा ओघ निर्माण होतो व तो सर्व वर्गापर्यंत पोहोचतो आणि पुन्हा मुळ उत्पादकांना कसा येऊन मिळतो याचे स्पष्टीकरण क्वेस्न यांनी केले. निसर्गवाद्यांनी शेती हा आर्थिक विकासाचा मुळ आधार मानला. त्यामध्ये त्यांनी निर्हस्तक्षेपाचे धोरण, खाजगी मालमत्ता, निर्वाह वेतन इ.चे विचार मांडले.

क) अभिमतपंथीय अथवा सनातन विचारप्रणाली : ॲडम स्मिथ, डेव्हिड रिकार्डो, जॉन मिल, थॉमस माल्थस इ. अर्थशास्त्रज्ञ अभिमतपंथीय अथवा सनातन विचार प्रणालीच्या विचारांचे मानले जातात. त्यांनी आर्थिक विकासाबाबत आपले विचार व्यक्त केले. वरील सर्वांचे सिद्धान्त वेगवेगळे असले तरी त्यातील सारखेपणा त्यांच्या विचारातून दिसून येतो. आर्थिक विकासासंदर्भात त्यांनी जे विचार मांडले त्यांना आर्थिक विकासाचा सनातन/ अभिमतपंथीय सिद्धान्त असे म्हणतात. सनातनवादी अर्थशास्त्रज्ञ ॲडम स्मिथ, डेव्हिड रिकार्डो, मिल, थॉमस माल्थस इ.नी आर्थिक विकासाबाबत जे विचार

मांडले त्यांना आर्थिक विकासाचा सनातन सिद्धान्त म्हणतात.

सनातन सिद्धान्तांची रूपरेषा पुढील मुद्यांच्या आधारे मांडता येते -

४.२ आर्थिक विकासाचा सनातन सिद्धान्त (Classical Theories of Economic Development)

१) **भांडवल संचय :** भांडवल संचयावर आर्थिक विकास अवलंबून असतो असे सनातनवादी अर्थशास्त्रज्ञांचे मत होते. त्यांच्या मते, उत्पादनात वाढ करावयाची असेल तर भांडवल गुंतवणूक मोठ्या प्रमाणात होणे आवश्यक आहे. भांडवल संचय होण्यासाठी बचत करणे आवश्यक आहे. परंतु भांडवलदार व श्रमिक आपले बहुतांशी उत्पन्न उपभोगावर खर्च करतात. भांडवलदार मात्र उपभोग कमी करून बचत करतो. अशा रीतीने भांडवल संचयाला आर्थिक विकासात महत्त्वाचे स्थान आहे.

२) **नफा :** भांडवल संचयासाठी बचतीसाठी वातावरण निर्माण होणे आवश्यक आहे. बचत ही नफ्यातून होते. नफा जर अधिक झाला तर तो गुंतविण्याची प्रेरणा निर्माण होईल. त्यामुळे सरकारने भांडवलाच्या नफ्यावर अवाजवी कर लावू नयेत; कारण अवाजवी कर आकारणीमुळे नफ्याचा दर घटतो त्यामुळे भांडवल संचय, गुंतवणूक, उत्पादन या सर्व घटकांवर प्रतिकूल परिणाम होऊन विकासाच्या मार्गात अडथळे निर्माण होतील.

३) **विकासावर मर्यादा :** सनातन वाद्यांच्या मते, आर्थिक विकास प्रक्रियेत सातत्य राहत नाही; कारण अतिरेकी कर आकारल्याने नफ्याचा दर घटतो. त्याचा परिणाम विकासावर होतो. सुरुवातीस भांडवल संचय जसजसा वाढतो तसतसे वेतनाचे दर वाढत जातात. वेतन वाढल्यामुळे श्रमिकांची बचत वाढण्याऐवजी त्याचा परिणाम लोकसंख्या वाढीत झालेला दिसून येतो. अन्नधान्याची मागणी वाढते परिणामी अन्नधान्याच्या किमतीत व नंतर खंडातही वाढ होते. त्यामुळे भांडवलदारांचा नफा घटतो. त्याचा परिणाम बचत कमी होऊन भांडवल संचय कमी होतो. भांडवल संचय कमी झाल्याने गुंतवणूक कमी होते. गुंतवणूक कमी झाल्याने नफा घटतो. शेवटी विकासाची प्रक्रिया कमी होत जाते.

४) **स्थितीशीलता :** नफा कमी झाल्यामुळे शेवटी अर्थव्यवस्थेत येणारी स्थितीशीलता ही अपरिहार्य आहे. ती काही काळ लांबली तरी तिचा शेवट येणारच, या अवस्थेत नफ्याचा दर अत्यंत कमी असतो. भांडवल संचय थांबते. लोकसंख्या

वाढीचा दर कमी होतो. वेतनाचा दर खालच्या पातळीला स्थिर होतो याला सनातनवाद्यांची स्थितीशीलता असे म्हटले आहे.

५) **घटती उत्पत्ती :** या विश्लेषणात सनातन वाद्यांनी घटत्या उत्पत्तीच्या प्रवृत्तीला महत्त्व दिले आहे. त्यांच्या मते, ही प्रवृत्ती टाळता येणार नाही; कारण शेतीत तंत्रज्ञानात सुधारणा करून काही काळ ही प्रवृत्ती स्थिर ठेवता येईल परंतु शेवटी विकासाच्या प्रक्रियेला थांबविण्यात निसर्गाचीच मर्यादा असते. त्यांच्या मते, निसर्ग (घटती प्रवृत्ती) व मानव (लोकसंख्या वाढ) यांच्या संयुक्तकृतीमुळे अर्थव्यवस्थेच्या विकासाला मर्यादा येते.

अशा प्रकारे सनातनपंथीय अर्थशास्त्रज्ञांनी आर्थिक विकासाबाबत विचार मांडून त्यांच्या मर्यादा दर्शविलेल्या आहेत. मात्र, त्यांच्या विचारावर अनेक विचारवंतानी टीका केली आहे.

सनातन सिद्धान्ताचे मूल्यमापन/टीका

१) **अवास्तत्व गृहीते :** आर्थिक विकासाच्या सिद्धान्तासाठी जी गृहीते विचारात घेतली, ती वास्तव परिस्थितीशी जुळणारी नाहीत; जसे प्रत्यक्ष व्यवहारात पूर्ण स्पर्धा दिसून येत नाही. लोकांच्या वृत्ती व क्षमता विकासाला पोषक संस्थांची निर्मिती इ. गृहीते प्रत्यक्षात खरी ठरत नाहीत.

२) **तांत्रिक प्रगती :** विकासात तांत्रिक प्रगतीच्या भूमिकेकडे दुर्लक्ष केल्याचे दिसून येते. सतत निरनिराळे शोध लागून तंत्रज्ञानात सुधारणा होते; त्यामुळे घटत्या प्रवृत्ती टाळता येतील अनेक विकसित देश या शोधामुळेच प्रगत अवस्थेला गेले आहेत; याकडे सनातनवादी अर्थशास्त्रज्ञांनी दुर्लक्ष केलेले आहे.

३) **निर्वाह वेतन :** निर्वाह वेतनात सनातनवादी अर्थशास्त्रज्ञांनी अवास्तव महत्त्व दिले. 'वेतनातील वाढीमुळे लोकसंख्या वाढते' हे विधान अनेक देशांनी चुकीचे ठरविलेले दिसून येते. उलट, वेतन वाढीमुळे राहणीमानाचा दर्जा सुधारलेला दिसून येतो. विकसित देशात वेतनात सातत्याने वाढ होऊनही नफ्याचा दर घटलेलला नाही अथवा विकासाची प्रक्रिया थांबलेली नाही.

४) **निराशावाद :** विकास प्रक्रियेत लोकसंख्या मोठ्या प्रमाणात वाढेल. जमिनीमध्ये घटत्या उत्पत्तीची प्रवृत्ती लागू होईल या दोन्ही बाबतीत सनातनवादी विचार निराशावादी आहेत. पाश्चात्त्य देशात माल्थसचा निराशावाद खरा ठरलेला नाही.

भांडवलदारांना सनातनवाद्यांनी अवास्तव महत्त्व दिले; कारण भांडवलदार बचत करून गुंतवणूक करतो व भांडवलदार हाच विकासाचा घटक आहे असे स्पष्ट केले. मात्र श्रमिक व जमीन मालक हे सुद्धा बचत करून भांडवल संचय करण्यात महत्त्वाची भूमिका बजावतात. याकडे सनातनवाद्यांनी दुर्लक्ष केले आहे.

सनातनवाद्यांनी आर्थिक विकासाबाबत स्वतंत्रपणे आपले विचार मांडवलेले आहेत ते जाणून घेणे महत्त्वाचे आहे. त्यामध्ये ॲडम स्मिथ, रिकार्डो व माल्थस यांच्या विचारांचा आढावा घेता येतो.

४.३ ॲडम स्मिथच्या आर्थिक विकासाचा सिद्धान्त (Adam Smith's Theory of Economic Development)

ॲडम स्मिथचा जन्म इंग्लंडमधील किर्काल्डी (Kirkcalde) या खेड्यात ५ जून १७२३ मध्ये झाला. स्थानिक शाळेत त्यांचे प्राथमिक शिक्षण झाले. सन १७३७ ते १७४० या काळात त्यांनी ग्लासगो विद्यापीठात शिक्षण घेतले; तसेच १७४० ते १७४६ या काळात ऑक्सफर्ड विद्यापीठात शिक्षण घेतले. त्यानंतर १७५९ ते १७६३ या काळात ग्लासगो विद्यापीठात तर्कशास्त्र व तत्त्वज्ञान या विषयांचा प्राध्यापक म्हणून काम केले. १७७६ मध्ये 'An Inquiry into the Natural and causes of wealth of Nations' हा ग्रंथ प्रसिद्ध झाला. या ग्रंथातील विचारांचा प्रभाव त्या काळच्या आर्थिक धोरणांवर पडला. त्यामुळे स्मिथला लोकप्रियता मिळाली. वरील ग्रंथात स्मिथने आर्थिक विकासाबाबत आपले विचार मांडले.

ॲडम स्मिथ यांनी आर्थिक विकासाचा वेगळा सिद्धान्त मांडलेला नाही. परंतु यांच्या wealth of Nations या पुस्तकात आर्थिक विकास टिकवून ठेवण्यासाठी आर्थिक आणि सामाजिक चौकट कशी विकसित करता येईल याचा विचार केला आहे. त्याच्या पुस्तकात राष्ट्राच्या संपत्तीबाबतचे स्वरूप आणि संपत्ती निर्मितीबाबतचे विचार स्पष्ट केले आहेत. त्यातून स्मिथचे आर्थिक विकासाबाबतचे विचार स्पष्ट झाले आहेत.

स्मिथच्या आर्थिक विकास सिद्धान्ताचे मुख्य घटक : ॲडम स्मिथने आर्थिक विकासाच्या बाबतीत ज्या घटकांना महत्त्व दिले, त्या घटकांचा विचार करणे महत्त्वाचे आहे. त्या घटकांमध्ये निसर्गवाद अथवा निसर्गनियम, श्रम विभागणी, भांडवलसंचय, निर्हस्तक्षेप धोरण, नफा इ. घटकांचा समावेश होतो.

१) **निसर्गवाद :** जे जे नैसर्गिक असते ते मानवी कल्याणाला पोषक असते; असे निसर्गवादाबाबत स्मिथने म्हटले आहे. त्यांच्या मते, "सर्व आर्थिक संस्था स्वहित साधण्याच्या नैसर्गिक प्रवृत्तीतून आपोआपच निर्माण होतात."

अ‍ॅडम स्मिथच्या मते, सर्व आर्थिक संस्था एखाद्या व्यक्तीने किंवा सरकारने निर्माण केलेल्या नाहीत तसेच त्या कायद्यानेही स्थापन केल्या नाहीत तर त्या आपोआप निर्माण झालेल्या आहेत. अदृश्य शक्तीचा प्रभाव व निसर्ग नियमानुसार अशा संस्था निर्माण होतात. प्रत्येकाला स्वत:चे हित कशात आहे, हे निसर्गात:च कळत असते; तसेच स्वत:चे जास्तीत जास्त हित साधावे अशीही भावना निसर्गदत्त अशी असते. या प्रेरणेमुळेच व्यक्ती स्वहित साधण्याचा प्रयत्न करीत राहते आणि त्यामुळेच निरनिराळे आर्थिक व्यवहार चालू राहतात. या आर्थिक व्यवहारातून आर्थिक संस्था आपोआप निर्माण होतात. अदृश्य शक्ती अथवा निसर्ग व्यक्तीला अशा पद्धतीने वागायला भाग पाडते; त्यामुळे समाजाचेही हित साध्य होते.

स्मिथच्या मते, निसर्गाच्या क्रिया व व्यवहार यामध्ये मानवाने हस्तक्षेप केला नाही तरच त्याचे महत्तम हित साधले जाते. सर्व व्यक्तींचे महत्तम हित साधण्यात आल्यास समाजाचेसुद्धा महत्तम हित साधले जाते. सरकारने आर्थिकक्षेत्रात हस्तक्षेप न करता अलिप्तपणाचे धोरण स्वीकारणे आवश्यक असते. व्यक्तिस्वातंत्र्याला महत्त्व दिले तर समाजहित साध्य होऊन आर्थिक विकास होईल. परंतु व्यक्तीस्वातंत्र्यावर मर्यादा आल्यास आर्थिक विकासाचा वेग कमी होईल.

२) **श्रमविभागणी :** आर्थिक विकासात श्रमविभागणीचे तत्त्व महत्त्वाचे आहे. श्रमविभाजन म्हणजे विशेषीकरण होय. स्मिथच्या मते, संपत्तीची निर्मिती श्रमातून होते. संपत्तीची वृद्धी करावयाची असेल तर श्रमविभागणीच्या तत्त्वावर अर्थव्यवस्थेची उभारणी झाली पाहिजे. स्मिथच्या मते, श्रमविभाजन हे व्यक्तिच्या स्वहित साधण्याच्या प्रवृत्तीतून निर्माण होते. श्रमविभाजनामुळे एका बरोबरच इतरांचाही फायदा होतो. त्यामध्ये वस्तू विनिमय महत्त्वाचा ठरतो. तसेच वेळेची बचत होते. कमी खर्चात वस्तुंची निर्मिती होते. कामाच्या पद्धतीत किंवा यंत्रात सुधारणा करण्याला चालना मिळते. तसेच नवनवीन शोध लागतात. उत्पादनाची नवी तंत्रे, यंत्रे निर्माण होतात. त्यामुळे उत्पादनात वाढ होऊन आर्थिक विकास होतो.

श्रमविभागणी ही आर्थिक विकासाला पोषक असली तरी श्रमविभागणीला मर्यादा पडतात. बाजारपेठेच्या विस्तारावर श्रमविभागणी अवलंबून असते; श्रमविभागणीचा फायदा घ्यायचा असेल तर बाजारपेठेचा विस्तार होणे आवश्यक असते; विशेषीकरणामुळे वाढलेले उत्पादन विकणे आवश्यक असते; वाढलेल्या

उत्पादनाला सामावून घेणारी बाजारपेठ असणे आवश्यक असते. बाजारपेठेच्या विस्तारासाठी विविध घटकांची अनुकूलता असणे आवश्यक असते. जसे वाहतूक, दळणवळण, आंतरराष्ट्रीय व्यापाराबरोबरच देशातील व्यापाराचासुद्धा विस्तार होणे आवश्यक असते.

३) **भांडवल संचय :** ॲडम स्मिथने आर्थिक विकासाच्यादृष्टीने श्रम, भूमी, भांडवल संघटन व तंत्रज्ञान या घटकांना महत्त्वाचे स्थान दिले असले तरी सर्वाधिक महत्त्व भांडवलाला दिले आहे.

श्रमाला सर्वोत्तम स्थान देताना सर्व संपत्तीचे खरे मूळ असे श्रमाला म्हटले आहे. तरीसुद्धा बचत आणि भांडवल संचय या घटकांना महत्त्वाचे स्थान दिलेले आहे. बचत ही आर्थिक विकासासाठी महत्त्वाची असते, असे स्मिथचे मत होते. भांडवलामुळे उद्योगधंद्यांची वाढ होते. समाजातील भांडवलाचा संचय जेवढा अधिक राहील तितकेच त्या समाजाचे मजुरांना रोजगार पुरविण्याचे सामर्थ्य अधिक राहते आणि तितका त्या समाजात श्रमविभागणीला वावही अधिक राहतो म्हणजेच देशातील उद्योगधंद्यांचा विस्तार वाढविणे आणि देशातील जनतेच्या कल्याणात भर टाकणे होय, असे स्मिथचे मत होते; अल्पविकसित देशात भांडवल संचयाच्या अभावी आर्थिक विकास मंद गतीने होतो याचा अल्प विकसित देश अनुभव घेत असतात.

ॲडम स्मिथ यांनी भांडवल गुंतवणूक कृषी, उद्योगधंदे, घाऊक व्यापार व किरकोळ व्यापार या क्षेत्रात करावी असे मत मांडले. त्यांच्या मते शेतीक्षेत्रातील गुंतवणूक ही सर्वांत लाभदायक असते. निरनिराळ्या क्षेत्रातील भांडवलाची लाभदायकता ठरविण्यासाठी स्मिथने दोन कसोट्या सांगितल्या - १) प्रत्येक क्षेत्रात गुंतविलेल्या भांडवलामुळे किती रोजगाराच्या संधी निर्माण होतात. २) त्या गुंतवणुकीपासून देशाच्या उत्पन्नात किती भर पडते.

देशातील भांडवलाचा ओघ जेव्हा शेती क्षेत्राकडून क्रमाक्रमाने किरकोळ व्यापाराकडे वळू लागतो तेव्हा भांडवल गुंतविल्यामुळे निर्माण होणाऱ्या रोजगाराचे आणि वाढणाऱ्या विनिमय मूल्याचे प्रमाण क्रमश: घटत जाते, या घटत्या प्रमाणामुळे एका क्षेत्रातून त्याखालच्या दुसऱ्या क्षेत्रात जाताना समाजाच्यादृष्टीने भांडवलाची उपयुक्तता कमी कमी होत जाते; म्हणून भांडवल गुंतवणूक करताना शेतीतील भांडवल गुंतवणुकीस सर्वप्रथम स्थान द्यावे; असे स्मिथचे मत होते त्यासाठी भांडवलदारांना पूर्ण स्वातंत्र्य द्यावे भांडवल संचयामुळे उत्पादन व रोजगारात वाढ होते.

४) निर्हस्तक्षेप धोरण : ॲडम स्मिथच्या मते, वेगवेगळ्या व्यक्तिसमूहांच्या आर्थिक हितसंबंधात कोणत्याही प्रकारचा संघर्ष नसून पूर्ण सुसंवाद असतो. प्रत्येक व्यक्तीला तिच्या मताप्रमाणे वागण्याचे स्वातंत्र्य दिले तर ती स्वत:ला सर्वांत हितकारक असाच मार्ग निवडेल व तिच्या निवडीमुळे एकूण समाजाच्या हितातही भरच पडेल. त्यामुळे सरकारने आर्थिकक्षेत्रात ढवळाढवळ करू नये. सरकारच्या हस्तक्षेपामुळे व्यक्तीच्या अथवा समाजाच्या आर्थिक हितात कोणत्याही प्रकारची भर पडत नाही, उलट हानीच होईल असे स्मिथने निर्हस्तक्षेप धोरण स्पष्ट केले. कायदा व सुव्यवस्था आणि न्यायदान यांची अंमलबजावणी करणे, देशाचे संरक्षण करणे, रस्ते, कालवे, पूल, बंदरे, शिक्षण इत्यादी देशाच्या व समाजाच्या हिताच्यादृष्टीने सरकारने कामे करावीत. अशा प्रकारे स्मिथने निर्हस्तक्षेप धोरणाचा स्वीकार केला. निर्हस्तक्षेप धोरणामुळे आर्थिक विकासास चालना मिळते. उद्योग, व्यापारवृद्धी व बाजारपेठेचा विस्तार घडून येतो. नफ्यावरील कर आकारणी कमीत कमी असावी कारण नफा व भांडवल संचय यात चक्रीय संबंध आहे; जर नफ्याचा दर जास्त असेल तर भांडवल संचय जास्त होईल. नफ्याचा दर हा भांडवल संचयासाठी व आर्थिक विकासासाठी महत्त्वाचा आहे.

५) नफा व व्याजदर विषयक विचार : स्मिथच्या मते, भांडवलदार जो धोका पत्करतो, जी अनिश्चितता स्वीकारतो त्याबद्दल त्याला जो मोबदला मिळत असतो तो म्हणजे 'नफा' होय. नफ्याचा कमीत कमी दर हा प्रत्येक उद्योगधंद्यात ज्या प्रासंगिक नुकसानीची शक्यता असते त्याहून थोडा जास्त असला पाहिजे, असे स्मिथचे मत होते. तो नफ्याकडे आधिक्य अथवा अवशेष म्हणून पाहत होता. स्मिथच्या मते, नफा व व्याज यामध्ये परस्परविरुद्ध संबंध असतो. आर्थिक प्रगतीबरोबर नफ्याचा दर घटत जातो; कारण जसजशी आर्थिक प्रगती होते तसतशी भांडवलदारांतील स्पर्धा वाढते. भांडवल गुंतवणूक वाढते. तसेच भांडवलाला व श्रमिकांना असणारी मागणी वाढते. परिणामत: व्याजदर व वेतनदरात वाढ होते; त्यामुळे नफ्याचा दर घटायला लागतो. आर्थिक विकासाबरोबरच सर्वसामान्यपणे नफ्याचा व व्याजाचा दर घटत असला तरी नव्या वसाहतीत व नव्या उद्योगधंद्यांच्या बाबतीत काही काळ आर्थिक प्रगती होत असताना नफ्याचा दर वेतनदराबरोबरच वाढताना दिसतो.

६) खंडविषयक विचार : स्मिथ यांनी निसर्गवाद्यांच्या प्रभावामुळे खंडविषयक विचार स्पष्ट केले. त्यांच्या मते, खंड हा निसर्गाच्या कृपेमुळे निर्माण होतो.

खंडाबाबत तीन दृष्टीकोन मांडले - १) जमिनीच्या सुपिकतेत असणाऱ्या भिन्नतेमुळे मिळणारे उत्पन्न म्हणजे खंड. २) खंड म्हणजे जमिनीच्या मालकीतील मक्तेदारीमुळे मिळणारे उत्पन्न होय. ३) निसर्गाच्याकृपेमुळे मिळणारे उत्पन्न म्हणजे खंड होय.

खंड हा जमिनीच्या सुपीकतेमधील भिन्नतेमुळे मिळतो. श्रेष्ठ व कनिष्ठ अशा दोन्ही जमिनीवरील उत्पादन एकाच किमतीला विकले गेल्याने सुपीक जमिनीच्या मालकाला एक प्रकारचा वाढावा मिळतो असा वाढावा म्हणजे खंड होय; स्मिथने खंड हा किमतीचा परिणाम आहे, असे म्हटले आहे.

७) **स्थितीशीलता :** स्मिथच्या मते, आर्थिक विकासाची प्रक्रिया सातत्याने चालू राहत नाही. स्पर्धेमुळे नफा कमी होऊन विकासाच्या प्रक्रियेला मर्यादा येते व अर्थव्यवस्थेत स्थितीशीलता येणे अपरिहार्य असते.

स्मिथच्या आर्थिक विकासाबाबतचे संक्षिप्त विवेचन : स्मिथच्या मते, राष्ट्रातील संपत्ती सर्वाधिक असण्यापेक्षा ती वाढती असणे, हेच खरे प्रगतीचे लक्षण आहे. संपत्तीत अशा प्रकारे वाढ होण्यासाठी वाढती श्रमविभागणी व वाढता भांडवल संचय उपयुक्त ठरतात.

आर्थिक प्रगतीमुळे श्रमिकांची स्थिती सुधारेल. नव नव्या तंत्रामुळे शेतीतील आधिक्य वाढल्यामुळे व औद्योगिक माल स्वस्त झाल्यामुळे खंड वाढेल. परंतू भांडवल गुंतवणूक करण्यामधील स्पर्धा वाढल्यामुळे नफ्याचा दर घटेल; तर आर्थिक विकासाबरोबर श्रमिक व जमीनदार यांची स्थिती सुधारत जाईल. परंतु भांडवलदारांच्या नफ्याचे प्रमाण मात्र कमी होईल.

आर्थिक विकासाच्या प्रक्रियेत विभाजन विषयक हितसंबंधात परस्पर पूरकता राहणार नाही, ही शक्यता यातून स्पष्ट झाली. परंतु थोडा विसंवादी सूर वगळला तर वाढत्या बाजारपेठा, भांडवल संचय व सातत्याने चालू राहणारी आर्थिक प्रगतीची प्रक्रिया या संदर्भात तो आशावादी होता. व्यापार चक्रे, अल्पउत्पादन, भांडवल कमतरता यांचे अस्तित्व औद्योगिक क्रांतीच्या सुरुवातीच्या काळात जाणवले नव्हते; त्यामुळे स्मिथ यांच्या आर्थिक विकास विषयक आशावादास त्या काळाचा स्वाभाविक परिणाम मानता येईल.

टीकात्मक मूल्यमापन : ॲडम स्मिथ यांनी आर्थिक विकासाबाबत भांडवल संचय, बचत या घटकांचे महत्त्व स्पष्ट केले आहे. बाजारपेठांचा विस्तार, श्रमविभागणी, उत्पादनतंत्रातील सुधारणा त्यांचा होणारा परिणाम तसेच निर्हस्तक्षेप धोरण आर्थिक विकासास उपयुक्त होती. परंतु त्यामध्ये काही दोष/उणिवा दिसून येतात. त्या पुढीलप्रमाणे-

१) **बचतीचे अपुरे विश्लेषण :** बचतीचा विचार करताना स्मिथने भांडवलदारांना अवाजवी महत्त्व दिले; पगारदार वर्ग, श्रमिक, मध्यमवर्ग, इ. शेतकरी हे देखील बचत करतात. आजच्या काळात या वर्गाची बचत दुर्लक्षित करता येणार नाही.

२) **संयोजकाकडे दुर्लक्ष :** स्मिथ यांनी संयोजकाच्या कार्याकडे पुरेसे लक्ष दिले नाही. भांडवलदार भांडवल संचयासाठी महत्त्वाचा घटक असला तरी संयोजक हे कुशलतेचे काम आहे. त्याशिवाय आर्थिक विकासाला गती मिळत नाही; संयोजक उत्पादनात नावीन्य आणतो. स्मिथ यांनी संयोजकाच्या भूमिकेकडे दुर्लक्ष केले.

३) **स्थितीशीलता दिसून येत नाही :** स्मिथ यांनी स्थितीशीलतेचे विश्लेषण समाधानकारक केलेले नाही. अर्थव्यवस्थेत विकासाच्या शेवटी स्थितीशीलता आली तरी त्या अवस्थेतील विकासात सातत्य न राहता असंतुलन राहण्याचीच अधिक शक्यता असते.

४) **अवास्तव गृहीते :** पूर्ण स्पर्धेची बाजारपेठ असे स्मिथच्या विवेचनात स्पष्ट केले आहे. वास्तविकता सरकारी हस्तक्षेपाशिवाय पूर्ण स्पर्धेत चालणारी बाजारपेठ प्रत्यक्ष व्यवहारात दिसत नाही. सरकारचा हस्तक्षेप अनेक बाबतीत असणे गरजेचे असते. त्यामुळे पूर्ण स्पर्धा व निर्हस्तक्षेप नीती ही गृहीते अवास्तव दिसून येतात.

५) **परस्पर विरोधी विचार :** आर्थिक विकासाच्या बाबतीत परस्परविरोधी विचार, विसंगती, अस्पष्टता, वैचारिक गोंधळ असे अनेक दोष दिसून येतात; जसे श्रमविभागणीबाबत श्रमामुळे संपत्ती निर्मिती होते म्हणजे आर्थिक विकासाला ते कारणीभूत ठरतात असे म्हटले आहे; तर भांडवल संचय झाल्याशिवाय श्रमविभागणी शक्य नाही, असेही स्पष्ट केले. थोडक्यात, भांडवल संचय व श्रमविभागणी याबाबतच्या विश्लेषणात स्पष्टता दिसून येत नाही त्यामध्ये परस्पर विरोधी विचार दिसून येतात. 'से' ने स्मिथच्या लिखाणास फार मोठा गोंधळ असे म्हटले आहे.

४.४ रिकार्डोचा आर्थिक विकासाचा सिद्धान्त (Recardian Theory of Economic Development)

डेव्हिड रिकार्डोचा जन्म इ.स.१७७२ मध्ये इंग्लड येथे झाला. त्याचे शालेय शिक्षण इंग्लड व हॉलंड येथे झाले. योगायोगाने १७९९ मध्ये ॲडम स्मिथचा 'राष्ट्राची

संपत्ती' हा ग्रंथ त्याच्या वाचनात आला; त्यामुळे त्याचे मतपरिवर्तन होऊन त्याने आपले सर्व आयुष्य अर्थशास्त्राच्या अभ्यासासाठी खर्च केले. १८१७ मध्ये त्याने 'अर्थशास्त्राची व करपद्धतीची मूलतत्त्वे' हा ग्रंथ लिहीला, आर्थिक विकासाबाबतचे विचार त्याने या ग्रंथात लिहिले. आर्थिक विकासाबाबत त्याने सिद्धान्त लिहीला नाही; रिकार्डोने विभाजनाबाबत जे विचार प्रगट केले त्यावरून त्याच्या आर्थिक विकासाची कल्पना येते.

रिकार्डोने ॲडम स्मिथप्रमाणेच देशाचा आर्थिक विकास होत असताना नफ्याचे प्रमाण घटते, असे विचार मांडले. म्हणजेच स्मिथ व रिकार्डो देशाच्या आर्थिक प्रगतीबरोबर नफ्याचे प्रमाण घटत जाते, या मताशी सहमत आहेत; परंतु स्मिथने नफा घटण्याची जी कारणे दिली ती रिकार्डोला मान्य नव्हती; म्हणून रिकार्डोने आर्थिक विकासाचा वेगळा सिद्धान्त मांडला.

गृहीते

१) जमिनीचा पुरवठा पूर्णतः अलवचिक असून, उपलब्ध सर्व जमिनीचा वापर अन्नधान्य उत्पादनासाठी केला जातो.
२) घटत्या फलाचा सिद्धान्त जमिनीच्या बाबतीत खरा आहे.
३) श्रमिकांची पुरवठा किंमत स्थिर असून, त्यांना निर्वाह वेतन मिळते.
४) श्रम व भांडवल हे उत्पादनाचे बदलते घटक आहेत. उत्पादन तंत्र स्थिर आहे.
५) बाजारपेठेत पूर्ण स्पर्धा असनू, भांडवल संचय फायद्यातून निर्माण होतो.
६) खंड सिद्धान्त खरा आहे व नफा आणि वेतन यांचा व्यस्त संबंध असतो तसेच माल्थसचा लोकसंख्या सिद्धान्त खरा आहे.

आर्थिक विकासाचे प्रमुख घटक : रिकार्डोने आर्थिक विकासाच्या संदर्भात तीन गटांची भूमिका महत्त्वाची मानली. ते तीन गट म्हणजे भांडवलदार, श्रमिक आणि जमीन होय. त्यांना अनुक्रमे नफा, वेतन आणि खंड या स्वरूपात वाटा मिळतो. रिकार्डोने व्याजाचा समावेश नफ्यातच केला आहे.

१) भांडवलदार : रिकार्डोच्या मते, भांडवलदार दुहेरी भूमिका पार पाडतात एक म्हणजे आपले भांडवल कुठे गुंतविले म्हणजे अधिक नफा मिळेल याचा ते शोध घेतात त्यामुळे वेगवगेळ्या क्षेत्रांत नफ्याच्यादरात समानता निर्माण होण्याला मदत होते. भांडवलदारांच्या या भूमिकेमुळे अर्थव्यवस्थेत सामग्रीचे योग्य वितरण घडून येते; दुसरे म्हणजे आर्थिक विकासाची प्रक्रिया प्रेरित करणे. भांडवलदार त्यांना मिळालेल्या नफ्यातून भांडवल संचय करण्याचे कार्य करतात; त्यामुळे आर्थिक विकासाला चालना मिळतो.

२) **श्रमिक :** रिकार्डोच्या मते, श्रमिकाजवळ उत्पादनाची साधने नसल्यामुळे हा वर्ग रोजगारासाठी भांडवलदारावर अवलंबून असतो. श्रमिकांना मिळणारे वेतन वेतन निधीवर अवलंबून असते; वेतननिधी भागिले श्रमिकांची संख्या यावर वेतनाचा दर निश्चित होतो. रिकार्डोच्या मते, दीर्घकाळात श्रमिकांना निर्वाहाइतके वेतन मिळते ते सवयी आणि रूढी यावरून ठरते, जर वेतन दर जास्त झाला तर श्रमिकांची संख्या वाढते याउलट वेतनाचे दर कमी झाल्यास श्रमिकांची संख्या घटते; सामान्यत: वेतनदर हे बाजार वेतनाइतके राहतात. बाजार वेतन दर म्हणजेच प्रत्यक्ष वेतनदर हा निर्वाह पातळी इतका राहतो. त्याने भांडवलाला मिळणाऱ्या नफ्याचा संबंध वेतनाशी जोडलेला आहे.

३) **जमीन :** रिकार्डोच्या मते, जमिनीचा पुरवठा अलवचिक असतो तो स्थिर असतो समाजाचा जसजसा विकास होतो तसतशी जमिनीची मागणी वाढते; त्यामुळे उत्पादक आणि सुपीक जमिनीचा तुटवडा निर्माण होतो. तसेच कमी प्रतीच्या जमीनीतून उत्पादन घेतले जाते. जमिनीच्या सुपिकतेतील फरकामुळे उत्पादनात घटत्या उत्पादनफलाची प्रवृत्ती दिसून येते. भांडवलदारात उच्च प्रतीची जमीन मिळावी म्हणून स्पर्धा सुरू होते त्यामुळे जमीनदारांना जास्त खंड मिळतो.

रिकार्डोची आर्थिक विकासाची प्रक्रिया : ॲडम स्मिथप्रमाणेच रिकार्डोनेसुद्धा विकास प्रक्रियेत व भांडवल संचयाला महत्त्वाचे स्थान दिले आहे. भांडवलदारास जास्त नफा मिळाला, तर भांडवल संचय वाढेल आणि विकासाला गती प्राप्त होईल. रिकार्डोच्या मते, आर्थिक विकास होत जातो तसतसे नफ्याचे प्रमाण घटते. आर्थिक विकास होताना जो भांडवल संचय होतो त्यामुळे विशिष्ट परिस्थितीत नफ्याचे प्रमाण घटते, ते नेहमीच घटते असे नाही. रिकार्डोने विशिष्ट परिस्थिती पुढीलप्रमाणे सांगितली.

जेव्हा देशात अन्नधान्याचा उत्पादन खर्च वाढतो तेव्हा अन्नधान्याची किंमत वाढते परंतु औद्योगिक वस्तूंचा उत्पादन खर्च वाढत नसल्याने औद्योगिक वस्तूंच्या किमती वाढत नाहीत. अन्नधान्याच्या किमती वाढल्या की वेतनाचे दर वाढवावे लागतात. त्यामुळे नफ्याचे प्रमाण घटते म्हणजे रिकार्डोच्या मते अन्नधान्याच्या किमती वाढतात परंतु औद्योगिक वस्तूंच्या किमती वाढत नाहीत. अशा वेळी वेतनाचे दर वाढवून नफ्याचे प्रमाण घटते; म्हणजेच देशाचा आर्थिक विकास होताना नफ्याचे प्रमाण घटण्याचे कारण अन्नधान्याच्या किमती वाढणे हे असते, असे रिकार्डोचे मत होते.

वरीलप्रमाणे परिस्थिती उद्‌भवल्यास नफ्याचे प्रमाण घटेल. एरवी ते घटणार नाही, असेही रिकार्डोने म्हटले आहे.

रिकार्डोच्या मते, नफ्यावर भांडवल संचय अवलंबून असतो. विकासाच्या सुरुवातीस जास्त नफा मिळवून भांडवल संचय जास्त होतो, भांडवल संचय जास्त झाल्यास विकासही जास्त होतो. परंतु जास्त भांडवल गुंतवणूक जास्त विकास साधण्यासाठी जास्त कामगार लावावे लागतात. जादा कामगारांना वेतन देण्यासाठी भांडवलदारास आपल्या वेतननिधीत वाढ करावी लागते. जेव्हा श्रमिकांचे वेतन निर्वाह पातळीपेक्षा जास्त होते तेव्हा लोकसंख्या वाढू लागते. वाढलेल्या लोकसंख्येची अन्नधान्याची गरज भागविण्यासाठी कमी प्रतीची जमीन लागवडीखाली आणली जाते. शेती व्यवसायात घटत्या फलाचा सिद्धान्त प्रत्ययास येत असल्याने अन्नधान्याचा उत्पादन खर्च वाढतो. त्यामुळे अन्नधान्याच्या किमती वाढतात; साहजिकच कामगारांचा निर्वाह खर्च वाढतो; कारण कामगारांच्या निर्वाह खर्चाइतके वेतन द्यावे लागत असल्याने वेतन वाढते आणि त्यामुळे नफ्याचे प्रमाण घटते; या अवस्थेला 'स्थितीशील अवस्था' म्हणतात.

आर्थिक विकास प्रक्रियेस नफ्याच्या दरात घट होण्याची प्रवृत्ती आढळून येते. त्याचे स्मिथपेक्षा वेगळे विश्लेषण रिकार्डोने केले. रिकार्डोच्या मते, आर्थिक विकास होताना वेतनाचे दर वाढतात; पण त्यामुळे कामगारांचा काहीही फायदा होत नाही; कारण आर्थिक विकास होताना अन्नधान्याच्या किमती वाढतात. त्यामुळे वाढलेले वेतन कामगारांना अन्नधान्यावरच खर्च करावे लागते; म्हणूनच वेतन वाढूनही कामगारांना काहीही फायदा होत नाही. तसेच आर्थिक विकास होताना कामगारांचे वेतन वाढते त्यामुळे नफ्याचे प्रमाण घटते; म्हणून भांडवलदारांचाही फायदा न होता तोटाच होतो. तसेच आर्थिक विकासामुळे कामगारांचाही फायदा न होता तोटाच होतो. तसेच आर्थिक विकासामुळे कामगारांची उत्पादनक्षमता वाढते. त्यामुळे औद्योगिक वस्तूंच्या किमती कमी होतात. म्हणजे भांडवलदारांचा तोटा होतो; परंतु आर्थिक विकास होताना जमीनदार वर्गाचा खूपच फायदा होतो; कारण आर्थिक विकास होताना अन्नधान्याच्या किमती वाढतात; त्यामुळे जमिनीचा खंड वाढतो. यावरून आर्थिक विकास होताना भांडवलदार व कामगार वर्गाचा तोटा होतो; परंतु जमीनदार वर्गाचा फायदा होतो.

रिकार्डोच्या मते, खुल्या व्यापारधोरणामुळे प्रादेशिक श्रम विभागाचे तत्त्व अमलात येते. तसेच देशातील लोकांना विविध प्रकारच्या वस्तू उपलब्ध होऊ शकतात. अन्नधान्याची आयात झाल्याने ते स्वस्त होते. रिकार्डोच्या मते, आंतरराष्ट्रीय व्यापारामुळे प्रादेशिक श्रमविभागणी होऊन भौगोलिक परिस्थिती, हवामान, नैसर्गिक

संपत्ती इ. विविध कारणांमुळे ज्या देशात वस्तू कमी खर्चात तयार करता येतात त्या वस्तू त्यांच्याकडून दुसऱ्या देशांना पुरविल्या जातात; त्यामुळे सर्वांचाच म्हणजे दोन्ही देशांचा फायदा होतो; परिणामी आर्थिक विकास घडून येतो.

दोष किंवा टीका : रिकार्डोने असा निष्कर्ष काढला की, समाजातील विविध वर्गांचे हितसंबंध हे परस्परविरोधी असतात. अन्नधान्याच्या वाढत्या किमतीने जमिनदारांचे हित होते, तर कामागारांचे वेतन वाढविल्याने भांडवलदारांचा नफा कमी होतो. अशा रीतीने रिकार्डोने आर्थिक विकासाच्या सिद्धान्तात भविष्यकाळातील अर्थव्यवस्थेचे चित्र निराशाजनक असल्याचे स्पष्ट केले.

रिकार्डोच्या आर्थिक विकास सिद्धान्तावर पुढीलप्रमाणे टीका केली जाते -

१) रिकार्डोने गृहीत धरलेली सर्वच परिस्थिती आक्षेपार्ह आहे; त्यामुळे त्याचा हा सिद्धान्त चुकीचा ठरतो.

२) वेतन व नफा यातील संबंध परस्परविरोधी असतात, असे रिकार्डोने म्हटले; परंतु हे चूक आहे. टीकाकारांच्या मते, ते नफ्याचे प्रमाण हे भांडवलदारांच्या उत्पादन क्षमतेवर अवलंबून असते. वेतन व नफा या दोहोंत एकाचवेळी एकाचीच वाढ होते.

३) रिकार्डोचा हा सिद्धान्त कालबाह्य गृहीतांवर आधारलेला आहे; त्यामुळे आजच्या काळात तो मान्य केला जात नाही.

४) रिकार्डोने भांडवलदार वर्गाला अवास्तव महत्त्व दिले. भांडवलदार, नफा मिळवून बचत करतो व त्यामुळे भांडवल संचय होतो. परंतु वर्तमानकाळात जमीनदार श्रमिक हेसुद्धा बचत करतात; तसेच वित्तीयसंस्थासुद्धा बचत करून भांडवल संचयाला मदत करतात.

५) रिकार्डोने भांडवलदार, जमीनदार व श्रमिक यांना अनुक्रमे नफा, खंड व वेतन मिळते अशी विभागणी केली. त्यामुळे अशी टीका केली जाते की, रिकार्डोचा आर्थिक विकासाचा सिद्धान्त नसून विभाजनाचा सिद्धान्त आहे.

६) रिकार्डोने जमिनीचा वापर अन्नधान्यासाठी केला जातो असे म्हटले आहे. परंतु वास्तविकत: जमिनीचा वापर इतर उत्पादनांसाठीसुद्धा केला जातो.

७) रिकार्डोने आर्थिक विकासात उत्पादन तंत्रातील होणारे बदल याकडे दुर्लक्ष केलेले आहे.

८) रिकार्डोने आर्थिक व्यवहारात व्याज हा स्वतंत्र घटक असतो असे मानलेले नाही. त्याने व्याजाचा नफ्यातच समावेश केलेला आहे.

९) रिकार्डोने शेतीत घटत्या उत्पादन फलाची प्रवृत्ती दिसून येते असे स्पष्ट केले. परंतु नवीन लागणारे शोध यामुळे उत्पादनतंत्रात सुधारणा होते; त्यामुळे उत्पादन वाढण्याला मदत होते व घटत्या फलाची प्रवृत्ती टाळता येते.

४.५ माल्थसचा आर्थिक विकासाचा सिद्धान्त (Malthusian Theory of Economic Development)

इंग्लंडच्या सरे परगण्यातील रुकरी येथे १७६६ मध्ये सर थॉमस रॉबर्ट माल्थसचा जन्म झाला. १७८८ मध्ये माल्थसने केब्रिंजमधून पदवी घेतली. हॉईलबरी कॉलेजात १९०५ मध्ये तो प्राध्यापाक होता. त्याने 'Principle of Political Economy' हा ग्रंथ लिहिला. त्यामध्ये त्यांनी विभाजन विषयक सिद्धान्त आणि संपत्तीच्या प्रगतीचे विश्लेषण केले आहे.

आर्थिक विकासाची प्रक्रिया

माल्थसच्या मते, आर्थिक विकासाचा संबंध संपत्ती वृद्धीशी आहे. देशाची संपत्तीची वृद्धी ही देशातील श्रमिकांनी केलेले उत्पादन आणि त्याची किंमत यावर अवलंबून राहील; जर संपत्तीत वाढ झाली तर आर्थिक विकास झाला, असे म्हणता येते. मात्र, आर्थिक विकास आपोआप घडून येत नाही. लोकसंख्या जसजशी वाढते तसतसा आर्थिक विकास होईल असे मानणे योग्य नाही. आर्थिक वाढीला आर्थिक विकासाचे कारण मानण्यापेक्षा परिणाम मानणे योग्य ठरेल. त्यासाठी माल्थसने स्पेन, पोर्तुगाल, तुर्कस्थान तसेच आशिया व आफ्रिका खंडातील अनेक देशांची उदाहरणे दिली.

माल्थसच्या मते, जर भविष्यकाळात एकूण राष्ट्रीय उत्पादनाचा वेग वाढविता आला तर आर्थिक विकास जलदगतीने होईल. त्यासाठी भूमी, श्रम, भांडवल आणि संघटक या चारही उत्पादन घटकांची आवश्यकता असते परंतु भांडवल संचयाला अधिक महत्त्व दिले पाहिजे. भांडवल संचय विकासासाठी महत्त्वाचा असतो; कारण विकासात सातत्य आणि गती त्याशिवाय येणार नाही; अर्थातच भांडवल संचय हा नफ्यातून होतो. भांडवल संचयामुळे जलद आर्थिक विकास होण्याला मदत होते.

आर्थिक विकासात प्रभावी मागणीचे महत्त्व

माल्थसच्या मते, प्रभावी मागणीच्या कमतरतेमुळे देशाच्या विकासावर मर्यादा येते. आर्थिक विकासात लोकसंख्या वाढ निश्चितच महत्त्वाची आहे. परंतु फक्त लोकसंख्या वाढली म्हणजे विकासाला चालना मिळेल हे समजणे चुकीचे आहे. त्याच्या मते, ज्या लोकसंख्या वाढीमुळे प्रभावी मागणीत वाढ होईल ती लोकसंख्या वाढ आर्थिक विकासाला प्रेरक ठरू शकते.

प्रभावी मागणीचा आर्थिक विकासाशी संबंध जोडताना माल्थसने 'से'चा बाजारपेठेचा नियम नाकारला. 'से'च्या मते, 'पुरवठा आपली मागणी निर्माण करतो.' सेच्या मते, अर्थव्यवस्थेत कधीच कमी अथवा जास्त उत्पादन होत नाही; कारण उत्पादन म्हणजे पुरवठा हा स्वतःच मागणी निर्माण करतो. परंतु माल्थसला नियम मान्य नाही. त्याच्या मते, अर्थव्यवस्थेत अतिउत्पादन होऊ शकते. अतिउत्पादनामुळे वस्तूंच्या किमती कमी होतात. भांडवलाचा नफा पर्यायाने बचत आणि भांडवले संचय कमी होईल अशावेळी वेगाने आर्थिक विकास होणे शक्य नाही; विकासाचा वेग मंदावेल.

माल्थसच्या मते; आर्थिक विकासासाठी प्रभावी मागणीत वाढ होणे आवश्यक आहे; त्यासाठी संपत्ती आणि जमिनीचे केंद्रीकरण कमी केल्यास प्रभावी मागणीत वाढ होईल. संपत्ती आणि जमिनीचे समाजात योग्य विभाजन झाल्यास मागणी वाढेल त्याशिवाय उत्पादनालाही चालना मिळेल. आंतरराष्ट्रीय व्यापारात वाढ झाल्यास मागणीत वाढ होऊ शकेल.

तसेच प्रभावी मागणीसाठी उपभोग वाढविणे आवश्यक आहे. त्याच्या मते, उत्पादन श्रमिकांबरोबर अनुत्पादक श्रमाच्या उपभोगाला महत्त्व देणे आवश्यक आहे. समाजाच्या उपयोगाची कामे हाती घेऊन रोजगार आणि पर्यायाने उपभोग वाढविणे महत्त्वाचे आहे. माल्थसने अनुत्पादक उपभोक्ते आर्थिक विकासासाठी टिकवून ठेवण्याची गरज असते, हे स्पष्ट करून समाजउपयोगाची कामे काढून रोजगार वाढवावा व त्याच्या साहाय्याने प्रभावी/परिणामकारक मागणी निर्माण होईल असे स्पष्ट केले.

आर्थिक अरिष्ट

माल्थसच्या मते, अत्युत्पादन अथवा उपभोगाची कमतरता या घटकांमुळे आर्थिक अरिष्ट निर्माण होते; त्यामुळे आर्थिक विकासाला अडथळा निर्माण होतो. भांडवलदार वर्ग काटकसर करून तसेच स्वतःच्या उपभोगावर निर्बंध आणून बचतीचा जास्तीत जास्त उपयोग भाग भांडवल गुंतवणुकीसाठी करतात. भांडवलदाराच्या या धोरणामुळे अत्युत्पादन व उपभोगाच्या कमरतेमुळे आर्थिक अरिष्ट निर्माण होते. त्यामुळे अर्थव्यवस्थेचा विकास कमी होतो. आर्थिक अरिष्टातून सोडवणूक करून घेण्यासाठी प्रभावी मागणीची गरज असते; असे स्पष्ट करून अनुत्पादक उपभोक्त्यांची उपयुक्तता असते. त्या दृष्टीने माल्थसने अनुत्पादक उपभोक्त्यांचा वर्ग टिकवून ठेवणे महत्त्वाचे असते असे स्पष्ट केले; तसेच त्याच्या मते, आर्थिक अरिष्ट येऊ नये म्हणून संपत्ती आणि भूमीचे केंद्रीकरण कमी करा; त्यातून प्रभावी मागणी वाढेल तसेच मागणी वाढविण्यासाठी व्यापाराचे महत्त्व ओळखा. त्याचप्रमाणे भांडवलदारांनी उपभोग वाढवावा तसेच लोकोपयोगी कामे वाढवावीत व रोजगार निर्माण करावा, असे उपाय सुचविले.

मूल्यमापन

माल्थसचे बरेचसे विचार वास्तव परिस्थितीशी जुळणारे आहेत. त्याने सनातनवादी विचारांच्या चौकटीत राहूनसुद्धा स्वत:चे वेगवेळेपण जपले आहे. माल्थसने प्रभावी मागणीचा संबंध बचत आणि गुंतवतुकीशी जोडल्याने आधुनिक अर्थशास्त्रज्ञांना ते जवळचे वाटतात. आजच्या काळातील काही उपाय माल्थसच्या विश्लेषणात दिसून येतात. त्याला संपत्ती आणि जमिनीचे पुनर्वितरण सुचवायचे होते, तसेच लोककल्याणकारी कामे हा उपायसुद्धा आज महत्त्वाचा वाटतो. तसेच आजच्या काळातील क्लार्कने जो विचार मांडला तोच माल्थसच्या विश्लेषणात दिसून येतो. त्याच्या मते, आर्थिक विकास होताना काही रचनात्मक बदल होतात त्यामुळे अर्थव्यवस्थेतील शेतीचे महत्त्व कमी होते तांत्रिक प्रगतीमुळे रोजगारात वाढ होते तर उत्पन्न आणि उत्पादनातील वाढ कमी कमी होत गेल्याने बेकारी निर्माण होते; त्यासाठी जर उत्पादन वाढवावयाचे असेल तर जमिनीच्या सुधारणा हाती घेणे महत्वाचे आहे.

माल्थसच्या मते, विकसनशील देशात शेतीचा कर्ज वेगाने विकास झाल्यामुळे त्याचा परिणाम औद्योगिक क्षेत्रावर होतो. त्यांच्या मते शेती व उद्योग ही प्रमुख क्षेत्रे आहेत; जर आंतरराष्ट्रीय व्यापाराचा अभाव असेल तर एका क्षेत्राच्या उत्पादनाला दुसऱ्या क्षेत्राची मागणी असते; त्यामुळे दोन्ही क्षेत्रे एकमेकांना पूरक ठरतात; जर एका क्षेत्राचा विकास कमी होत असेल तर त्याचा प्रतिकूल परिणाम दुसऱ्या क्षेत्रावर होतो.

मागासलेल्या देशाबाबत माल्थसने असे मत व्यक्त केले की, या देशातील कृषीक्षेत्राच्या दारिद्र्याची औद्योगिक क्षेत्राच्या विकासालाही मर्यादा पडते. या त्याच्या मतात निश्चितच तथ्य आपल्याला दिसून येते.

माल्थसचा वास्तववादी दृष्टिकोन विचारात घेतला तरी आर्थिक विकासासंदर्भात काही टीका झालेल्या दिसून येतात.

१) माल्थसने अनुत्पादन उपभोक्त्यांना अवास्तव महत्त्व दिले.

२) बचतीचे विश्लेषण अपूर्ण वाटते.

३) आर्थिक विकासाबाबत निराशावाद दिसून येतो.

आर्थिक विकासाचे नवसनातन सिद्धान्त (Neo-classical Theories of Economic Development)

आर्थिक विकासत कार्ल मार्क्स आणि जोसेफ शुम्पीटर यांचे सिद्धान्त नवसनातन सिद्धान्त म्हणून अभ्यासावयाचे आहेत, ते पुढीलप्रमाणे –

४.६ कार्ल मार्क्सचा आर्थिक विकासाचा सिद्धान्त (Karl Mark's Theory of Economic Development)

कार्ल हेनरिच मार्क्स यांचा जन्म जर्मनीत ट्रेव्हेस येथे ५ मार्च १८१८ रोजी झाला. त्यांचे शिक्षण बॉन आणि बर्लिन विद्यापीठात झाले. १८४८ मध्ये मार्क्स आणि एंगल्स यांनी 'कम्युनिस्ट मॅनिफेस्टो' हे पुस्तक प्रकाशित केले. 'दासकॅपिटल' हा प्रसिद्ध ग्रंथ १८६७ मध्ये प्रसिद्ध झाला. याचे उर्वरित दोन भाग त्याच्या मृत्यूनंतर त्याचा मित्र एंगल्स यांनी प्रकाशित केले.

मार्क्स यांनी आर्थिक विकासाबाबत सलग असा सिद्धान्त लिहिलेला नाही. परंतु त्यांनी जे विचार मांडले त्यातून त्याचे आर्थिक विकासाबाबतचे विचार स्पष्ट होतात. त्यांनी इतिहासाच्या भौतिकवादी मीमांसा स्पष्ट करून भांडवलवादी विकासाची प्रक्रिया स्पष्ट केली. तसेच नियोजित आर्थिक विकासाचा पर्यायी मार्ग सुचविला. सोव्हिएत संघ, चीन इ. सारख्या देशांचे भवितव्य घडविण्यात मार्क्सचा मोठा प्रभाव आहे. मार्क्सने अतिरिक्त मूल्य व भांडवल संचय या आर्थिक विकासाच्या प्रेरणा स्पष्ट केल्या आहेत.

मार्क्सचे आर्थिक विकासाबाबतचे विचार पुढीलप्रमाणे आहेत –

१) विरोध विकास तत्त्व अथवा भौतिकवाद

विरोध विकास विचार मांडताना हेगेलच्या विरोध विकासाच्या तत्त्वज्ञानाने मार्क्स प्रभावित झाला होता. त्याला हेगेलच्या विचारातील आदर्शवाद मान्य नव्हता. हेगेलच्या विरोधविकास तत्त्वामध्ये मानवाच्या सभोवती असणारे भौतिक जग हे त्याच्या मनाचे प्रतिबिंब आहे. मानसशास्त्रीय दृष्टिकोनातून जसा विचार केला जाईल तशी समाजरचना अस्तित्वात येईल म्हणजेच समाजातील सुधारणा मानवाच्या मानसिकतेतील सुधारणामुळे होऊ शकतात, असे हेगेलचे मत होते. मार्क्सने अगदी याउलट विचार मांडले. मार्क्सच्या मते, भौतिक परिस्थितीमध्ये व्यक्ती काम करते त्याचा परिणाम व्यक्तीच्या विचारसरणीवर होतो म्हणून व्यक्तीच्या भौगोलिक परिस्थितीत सुधारणा झाली, तर समाजात सुधारणा होऊ शकेल.

मार्क्सच्या मते, हेगेल यांचे मानवी समाज बदलाचे तत्त्वज्ञान डोक्यावर उभे होते ते मी पायावर उभे केले. हेगेलच्या मते, समाजात प्रखर विरोध निर्माण करणाऱ्या तत्त्वांमध्ये संघर्ष होतो आणि त्या विरोधातून तत्त्वांमध्ये समन्वय घडून येतो आणि नवीन तत्त्व निर्माण होते. या तत्त्वानुसार समाजात परिवर्तन घडून येते. या प्रक्रियेत सर्व प्रथम कल्पना (Thesis) मांडली जाते. या कल्पनेला विरोध करणारी दुसरी कल्पना प्रतिक्रिया स्वरूपात (Anti-Thesis) मांडली जाते. त्यांच्या या दोन विचारात संघर्ष

होतो; त्यातून सुसंवादी विचारात्मक Synthesis सुसंवादी तिसरी कल्पना मांडली जाते म्हणजे विरोध विकासातून सुसंवादी विचार मांडले जातात; त्यातून वैचारिक प्रगती होते. कल्पनासृष्टीत प्रथम बदल होतात, त्याचा परिणाम म्हणून भौतिक परिस्थितीत बदल होतात, असे हेगेलचे मत होते.

मार्क्सला हेगेलची विरोध विकास पद्धती मान्य होती; पण प्रथम कल्पनासृष्टीत बदल होतात व त्याचा परिणाम म्हणून भौतिकजगात बदल होतात, हे मार्क्सने स्वीकारले नाही. याउलट, विरोध विकासानुसार प्रथम भौतिकसृष्टीत बदल होतात. त्यानुसार कल्पनासृष्टीत बदल होतात असे मार्क्सचे मत होते.

मार्क्सच्या मते, भौतिक परिस्थितीत उत्पादन विभाजन यांचा समावेश होता. त्यासंबंधीच्या व्यवस्थेत विरोधाची बीजे असतात, त्यातून संघर्ष होतो आणि विकासाचा नवा टप्पा सुरू होतो. कालांतराने त्यातही संघर्ष होतो आणि नवीन टप्पा गाठला जातो. मार्क्सच्या मते, विरोधातून विकास ही सातत्याने घडत असलेली प्रक्रिया आहे. अशा प्रकारे मार्क्सने विरोधातून विकास होतो हे स्पष्ट केले.

२) इतिहासाची भौतिक मीमांसा

मार्क्सने मानवी समाजाचा विकास होताना एका अवस्थेतून दुसऱ्या अवस्थेत हा समाज कसा जातो याची मीमांसा केली. मार्क्सच्या पूर्वी अनेक विचारवंतांनी मानवी समाजातील बदलत्या स्थितीचे विवेचन करताना चार कारणे दिली.

१) राज्य पद्धतीसाठी आणि राज्याचा स्वरूपात होणारे बदल.

२) धार्मिक स्वरूपाचे बदल.

३) नैसर्गिक आणि निसर्ग नियमात होणारे बदल.

४) जगातील श्रेष्ठ व्यक्तीकडून केले जाणारे कार्य इ.

मार्क्सने पूर्वीच्या विचारवंतांची समाजपरिवर्तनाची कारणमीमांसा मान्य केली आणि त्यांनी समाजाच्या बदलांचे भौतिकवादी विश्लेषण केले. त्याला मानवी समाजाच्या विकासाचे आर्थिक विश्लेषण असेही म्हटले जाते.

मानवी समाजाच्या इतिहासाच्या प्रत्येक कालखंडात उत्पादन, विभाजन इ. क्षेत्रात असलेल्या व्यवस्थेवर समाजरचना उभारली जाते, असे मार्क्सचे मत आहे. अशा समाजव्यवस्थेत विरोधाची बीजे आढळतात, अशा समाजव्यवस्था निर्माण होते. मार्क्सच्या पूर्वीच्या विचारवंतांनी मानवी विकासाच्या एका अवस्थेतून विरोधात विकास होतो. विकासाचा एक नवीन टप्पा निर्माण होतो त्यातून नवीन समाजव्यवस्था निर्माण होते. मार्क्सच्या पूर्वीच्या विचारवंतानी मानवी विचाराच्या एका अवस्यस्थेतून दुसऱ्या अवस्थेत जाण्याची कारणे सांगितली.

ती कारणे अमान्य करून इतिहासाची भौतिकवादी मीमांसा आर्थिक घटकांद्वारे कार्ल मार्क्सने विशद केली म्हणून त्याच्या या विश्लेषणाला 'मानवी समाजाच्या विकासाचे आर्थिक विश्लेषण' म्हटले जाते.

इतिहास आर्थिक कारणांतून घडतो. जागतिक युद्धे, वसाहतवाद, राज्यक्रांती, दहशतवाद या घटना आर्थिक कारणाने होतात. मार्क्सच्या मते, समाजाच्या भौतिक परिस्थितीचा परिणाम राजकीय परिस्थितीत समाजरचना, कायदा, नैतिकता, धार्मिकता, वाङ्मय व संस्कृती यावर होत असतो. भौतिक उत्पादन पद्धतीमुळे मानवी समाजजीवनाचे सामाजिक, राजकीय व सांस्कृतिक स्वरूप निश्चित होते. मार्क्सच्या मते, सामाजिक संस्था उत्पादन पद्धतीतून निर्माण होतात. त्यासाठी त्याने हातमाग उद्योगाचा त्यामध्ये उल्लेख केला. सरंजामशाहीला आणि वाफेवर चालणाऱ्या कारखान्यांनी भांडवलशाही व्यवस्थेला जन्म दिला.

उत्पादन पद्धतीतील बदलामुळे मानवी समाजजीवनातील जीवनमूल्ये बदलतात. मात्र, प्रचलित मूल्ये आणि नवीन मूल्ये यात संघर्ष निर्माण होतो; त्यामुळे सामाजिक संतुलन घडून येते. समाजातील आर्थिक आधार बदलल्यामुळे सामाजिक संरचना बदलते, त्याचे स्पष्टीकरण मार्क्सने भांडवलशाही आधारे दिले. भांडवलशाही अर्थव्यवस्थेत भांडवलदारांच्या अधिकारांचे रक्षण करणारी राजकीय व्यवस्था निर्माण होते. मात्र, उत्पादन आणि वितरण पद्धतीत होणाऱ्या बदलांमुळे आधीच्या पद्धतीतील प्रबळ असलेला वर्ग आणि नव्या अर्थव्यवस्थेत निर्माण होणारा वर्ग यांच्यात संघर्ष निर्माण होतो. या संघर्षाचा परिणाम सामाजिक क्रांतीत होतो. सरंजामशाहीत स्वामी आणि गुलाम असे वर्ग होते. नंतर जमीनदार आणि कूळ हे दोन वर्ग निर्माण झाले. भांडवलशाहीच्या अर्थव्यवस्थेत भांडवलदार आणि कामगार वर्ग निर्माण झाला. भांडवलदार हा शोषक वर्ग आणि कामगार हा शोषित वर्ग म्हणून भांडवलदार आणि कामगार हे परस्परविरोधी हितसंबंधांशी निगहित वर्ग आहेत, त्यातून वर्गसंघर्ष होतो.

अशी भांडवलशाही चिरकाल टिकणारी नाही. या शोषित वर्गाकडून क्रांती होते आणि समाजवादी अर्थव्यवस्था प्रस्थापित केली जाते. त्यात उत्पादन साधने समाजाच्या मालकीची असल्याने शोषक वर्ग आणि शोषित वर्ग असत नाही. वर्ग विरहित समाज अवस्था निर्माण होते. त्यानंतर त्यातून साम्यवादाची स्थिती निर्माण होते, ही आदर्श व्यवस्था आहे, असे मार्क्सचे मत होते; अशा रीतीने समाजाचा विकास होतो. आर्थिक विकासाबाबतचे विश्लेषण करताना मार्क्सने इतिहासाची भौतिकवादी मीमांसा मांडली.

मूल्य विश्लेषण : मार्क्सच्या मूल्य सिद्धान्तात श्रममूल्य सिद्धान्ताला महत्त्व आहे. त्याबाबत त्याने अत्यंत तात्त्विक आणि तर्कसंगत विवेचन केले आहे. मार्क्सने या विवेचनातून वस्तूचे मूल्य त्यात अंतर्भूत असलेल्या श्रम घटकाप्रमाणे निश्चित करावे

असे स्पष्ट केले; पण भांडवलशाही अर्थव्यवस्थेत वस्तूचे मूल्य त्यात अंतर्भूत असलेल्या श्रम घटकावरून ठरत असले तरी मजुरांना त्यातील अल्पसा भाग देतात व भांडवलदार श्रमिकाची पिळवणूक करतो. याबाबत कार्ल मार्क्सने अतिरिक्त मूल्य सिद्धान्त मांडला आहे.

अतिरिक्त मूल्यांचा सिद्धान्त (Theory of Surplus Value)

मार्क्सने तत्कालीन भांडवलशाही अर्थव्यवस्थेत कामगारांची पिळवणूक, शोषण कसे होते हे स्पष्ट करताना 'अतिरिक्त मूल्य सिद्धान्त' मूल्य मांडला. उत्पादन प्रक्रियेत कामगारांच्या श्रमामुळे वस्तूनिर्मिती होते, पण भांडवलदार कामगारांच्या श्रमातून निर्माण झालेले मूल्य न देता अल्पसा भाग वेतन म्हणून देतो. ''कामगारांनी प्रत्यक्ष निर्माण केलेले मूल्य आणि त्यांना मिळणारे वेतन यातील फरक म्हणजे अतिरिक्त मूल्य होय.'' श्रमिकांचा निर्वाह खर्च, कच्च्या मालाची किंमत आणि वापरलेल्या साधनांचा खर्च यांचे मूल्य असते त्यापेक्षा जास्तीचे मूल्य निर्माण होणे याला मूल्य अधिक्य म्हणतात.

अतिरिक्त मूल्याची निर्मिती कशी होते हे स्पष्ट करताना मार्क्सने कामगारांच्या श्रमाची विभागणी दोन प्रकारे केली.

१) आवश्यक श्रम २) अतिरिक्त श्रम

१) **आवश्यक श्रम :** ज्या श्रमातून कामगारांच्या स्वत:च्या वेतनाइतके मूल्य निर्माण होते त्याला 'आवश्यक श्रम' म्हणतात.

२) **अतिरिक्त श्रम :** कामगारांना मिळणाऱ्या त्यांच्या श्रमाइतके मूल्य निर्माण केल्यावर जे जादा श्रम करतात त्याला 'अतिरिक्त मूल्य' म्हणतात.

मार्क्सने भांडवलशाहीपूर्व अवस्था आणि भांडवलशाही अवस्थेत विनिमय कसा होतो हे स्पष्ट केले. त्या दोन्ही अवस्थांमध्ये पैशांचा वापर होतो पण स्वरूप भिन्न असते.

अ) **भांडवलशाहीपूर्व अवस्था :** भांडवलशाहीपूर्वी समाजात वस्तुविनिमय पद्धती होती. कालांतराने विनिमयासाठी पैशांचा वापर सुरू झाला. मार्क्सने वस्तू-पैसा-वस्तू याचे वर्णन सूत्ररूपाने केले.

C - M - C

C = Commodity किंवा वस्तू M = Money पैसा.

C = Commodity वस्तू या प्रकारात वस्तू देऊन पैसा मिळविणे आणि त्या पैशातून दुसरी वस्तू घेणे या व्यवहारात पैसा फक्त विनिमयाचे माध्यम असते; त्यातून अतिरिक्त मूल्य निर्माण होत नाही.

आ) भांडवलशाही अवस्था : भांडवलशाहीत श्रमाचे शोषण करण्यासाठी पैसा वापरला जातो. भांडवलशाही अर्थव्यवस्थेत भांडवलदार पैसा घेऊन जातो तो वस्तूच्या खरेदीसाठी नव्हे, तर गुंतविलेला पैसा मिळविण्यासाठी व्यवहार होतात. यात भांडवलदार पैसे खर्चून वस्तू मिळवितात म्हणजे मार्क्सच्या सूत्राप्रमाणे M - C - M याचा अर्थ भांडवलदार पैसा खर्च करून वस्तू घेतो व वस्तू विकून पैसा मिळवितो, यात दुसरा M पहिल्या M पेक्षा जास्त असावा, अशी भांडवलदाराची अपेक्षा असते. त्यामुळे दुसऱ्या M चा उल्लेख M = (M + M) असून M हा अतिरिक्त मूल्य किंवा अधीक्य दर्शवितो. मार्क्सच्या मते, भांडवलशाहीत पैसा हाच श्रमाच्या शोषणाचा आधार असतो. भांडवलदार पैसा वापरून अतिरिक्त मूल्य निर्माण करतो आणि कामगारांचे शोषण करतो.

अतिरिक्त मूल्याचा दर : मार्क्सच्या मते, केवळ भांडवलाही अर्थव्यवस्थेतच अतिरिक्त मूल्याची निर्मिती होते. त्यातून कामगारांची पिळवणूक होते हे अतिरिक्त मूल्य निर्माण होण्यामध्ये पैशांचा वापर, भांडवलाची विशिष्ट रचना, श्रमाचा प्रकार, अतिरिक्त मूल्य मिळविण्याची पद्धती यांचा समावेश होतो.

अतिरिक्त मूल्याचा दर स्पष्ट करताना गणिती पद्धतीचा वापर मार्क्सचे केला. त्याच्या मते कोणत्याही वस्तूचे मूल्य तीन घटकांवर अवलंबून असते –

१) स्थिर भांडवल (C) २) बदलते भांडवल (V) ३) अतिरिक्त भांडवल (S) वस्तूचे मूल्य C + V + S यावर अवलंबून असते.

स्थिर भांडवलामध्ये (C) मार्क्सने यंत्रसामग्री, अवजारे, इंधन, कच्चा माल अशा वस्तूंचा समावेश केला; कारण या घटकांमध्ये मूल्य स्थिर असते.

बदलत्या भांडवलामध्ये श्रम घटकावरील खर्च विचारात घेतला कारण त्यावरील खर्चामुळे एकूण मूल्यात बदल होतो. कामगारांना दिलेल्या वेतनापेक्षा कितीतरी जास्त मूल्यांच्या वस्तू कारखानदार निर्माण करतात.

अतिरिक्त मूल्य म्हणजे कामगाराने निर्माण केलेल्या वस्तूचे मूल्य आणि कामगारांना दिलेले वेतन यातील फरक होय.

अतिरिक्त मूल्य मिळविण्याची पद्धती : भांडवलदार अतिरिक्त मूल्य निर्माण करतो त्या पद्धतीनुसार अतिरिक्त मूल्याचे निरपेक्ष अतिरिक्त मूल्य आणि सापेक्ष अतिरिक्त मूल्य असे दोन प्रकार पडतात.

१) निरपेक्ष अतिरिक्त मूल्य (Absolute Surplus Value) : कामाचे ळकूण तास वाढवून जे अतिरिक्त मूल्य मिळविले जाते त्याला 'निरपेक्ष अतिरिक्त मूल्य' असे म्हटले जाते. कामगाराला निर्वाहापुरते वेतन दिले जाते व कामगारांच्या कामाच्या

तासान्चे वाढ करून निरपेक्ष अतिरिक्त मूल्य निर्माण केले जाते. उदा. कामगार आठ तास काम करतो. त्याला निर्वाह वेतन मिळविण्यासाठी चार तासाचे श्रम पुरेसे आहे असे मानले तर आणि मजूरीचा दर तासाला २५ रुपये मानला तर तो कामगार ८ तास x २५ रूपये = २०० रुपयांचे काम करतो. कामगाराला निर्वाहवेतन मिळविण्यासाठी चार तासाच काम अपेक्षित आहे, असे मानले तर ८ तास x २५ रूपये = १०० रुपये मजुरी काळामध्ये म्हणजे त्याने केलेले काम रुपये २०० रुपये त्याचे निर्वाह वेतन रुपये १०० = १०० रुपये. अतिरिक्त मूल्य निर्माण होते. कामगाराकडून १० तास काम करून घेतले तर वस्तूचे मूल्य २५० रुपये. कामगाराला मात्र निर्वाह वेतन १००रु. देऊन भांडवलदार पूर्वीपेक्षा ५० रुपये अतिरिक्त मूल्य मिळेल. याला निरपेक्ष अतिरिक्त मूल्य म्हणतात.

२. **सापेक्ष अतिरिक्त मूल्य :** मार्क्सच्या मते, भांडवलदार कामाचे तास कायम ठेवतो पण निर्वाह वेतनाइतके श्रम आणि अपेक्षित श्रम यांच्यात बदल करतो व जे ज्यादा अतिरिक्त मूल्य मिळवितो त्याला सापेक्ष अतिरिक्त मूल्य म्हणतात. त्यासाठी भांडवलदार आधुनिक यंत्रे वापरतो. त्यामुळे कामगार पूर्वीपेक्षा जास्त वस्तू निर्माण करतो. उदा. दिवसाकाठी आठ तास कामगाराने काम केल्यास १५० वस्तू निर्माण केल्या व त्यांची किंमत ५ रु. मानल्यास एकूण उत्पादनाचे मूल्य ७५० रु. होते. कामगाराला मात्र २५ रु. प्रमाणेच १०० रु. वेतन दिल्यास रु. ६५० रु. अतिरिक्त मूल्य होते. कामगाराने यंत्राचा वापर करून २ तासांत १५० ऐवजी २०० वस्तू निर्माण केल्या तर वस्तूचे मूल्य १०००रु. वजा कामगाराचे मूल्य १०० रुपये म्हणजे ९०० रुपयांचे सापेक्ष मूल्य निर्माण होते. अतिरिक्त मूल्य दर – अतिरिक्त मूल्य दर ठरविताना मार्क्सने पुढील सूत्र वापरले.

$$\text{अतिरिक्त मूल्य दरमहा (S)} = \frac{\text{अतिरिक्त मूल्य (S)} \times १००}{\text{बदलते भांडवल (V)}}$$

एखाद्या भांडवलदाराने वस्तू उत्पादनासाठी ५०रु. स्थिर भांडवल व ५० रु. बदलते भांडवल वापरले आणि त्या १०० रु. एकूण भांडवलात निर्माण झालेल्या दराने विकल्या म्हणजे १००रु. नफा मिळतो. वरील सूत्राचा वापर करून अतिरिक्त मूल्य दर मांटता येते.

$$\text{अतिरिक्त मूल्य दरमहा (S)} = \frac{\text{अतिरिक्त मूल्य (S)} \times १००}{\text{बदलते भांडवल (V)}}$$

$$= \frac{१०० \text{ रु}}{५० \text{ रु}} \times १००$$

$$= २०० टक्के$$

यावरून भांडवलदाराने ५० रु. बदलत्या भांडवलावर खर्च करून १५० रु. नफा मिळवला व कामगाराचे १०० रु. इतके शोषण केले.

तसेच अतिरिक्त मूल्य घोषित करताना कामगाराने किती तास काम केले व त्याच्या निर्वाहासाठी किती श्रम आवश्यक होते यावरून ठरविता येते. कामगारांचे वेतन ५० रु. मानले आणि ते ५ तास श्रमाइतके आहे असे मानले आणि त्याने दिवसभर आठ तास काम केले, तर तो दोन तास जादा काम करतो. त्यावरूनही अतिरिक्त मूल्य दर ठरविता येतो.

अतिरिक्त मूल्य दर (S) = अतिरिक्त मूल्य किंवा जादा केलेले काम

निर्वाहजन्य वेतन किंवा बदलते भांडवल x १००

= २ तास

५ तास x १००

= ४० टक्के

याचा अर्थ भांडवलदाराने कामगाराचे ४० टक्के शोषण केले. अशा रितीने कामगाराची निर्वाह श्रम आणि अतिरिक्त श्रम अशी विभागणी होऊन भांडवलदारांअतिरिक्त श्रम अतिरिक्त मूल्य अथवा नफा मिळवून देतात.

अतिरिक्त मूल्यात वाढ करण्याचे मार्ग : भांडवलदार अतिरिक्त मूल्य निर्माण करतो आणि अतिरिक्त मूल्यात वाढही करतो.

त्यासाठी पुढील वेगवेगळे मार्ग स्वीकरतो –

१) **उत्पादन तंत्रात सुधारणा :** भांडवलशाहीत सुधारित यंत्रसामग्री भांडवलदार वापरतो, त्यातून श्रमिकाची उत्पादनक्षमता वाढते मात्र, त्याचे निर्वाहजन्य वेतन तेवढेच असल्याने अतिरिक्त मूल्य निर्माण होते.

२) **श्रमिकाच्या वेतनात घट :** कामगाराला उपजीविकेसाठी आवश्यक असणाऱ्या गरजांना वेतन मिळविण्यासाठी किमान श्रम करावे लागतात; म्हणजेच श्रमिकाला साधारणत: निर्वाह पातळीइतके वेतन मिळते पण त्या वेतनात घट केली, तर श्रमिकाचा पुरवठा घटू शकतो म्हणून निर्वाहजन्य पातळीपेक्षा कमी वेतन देऊन अतिरिक्त मूल्यात वाढ करण्याच्या मार्गाचा भांडवलदार वापर करत नाही.

३) **कामाचे तास :** कामगाराला निर्वाहजन्य पातळीइतके वेतन मिळविण्यासाठी किमान सात तास काम करावे लागते. त्यापेक्षा जादा तास काम त्याच्याकडून करून घेतले जाते व अतिरिक्त मूल्य मिळविले जाते.

भांडवलशाही अर्थव्यवस्थेतील विकासाची प्रक्रिया : मार्क्सच्या आर्थिक विकास सिद्धान्तात भांडवलशाहीच्या विकासाबरोबर भांडवलशाहीच्या विनाशाची शक्ती कशी विकसित होते, याचे विश्लेषण मार्क्सने केले. कोणत्याही समाजाचा विकास विरोधातून होतो. प्रत्येक समाजात विरोधाची बीजे असतात त्यातून संघर्ष होतो व नवीन समाजव्यवस्था निर्माण होते.

मार्क्सची आर्थिक विकासाची प्रक्रिया पुढील मुद्यांच्या आधारे स्पष्ट करता येते

१) **भांडवल संचय :** भांडवलशाहीत भांडवलदारांची सामाजिक प्रतिष्ठा संपत्ती संचयावर अवलंबून असते. संपत्ती साठविण्यासाठी भांडवलदार कुवत असूनही उपभोगावर कमी खर्च करतात. उत्पादनवाढीसाठी भांडवलात वाढ करावी लागते. अतिरिक्त मूल्य भांडवलात गुंतविले जाते. भांडवल संचय हा भांडवलाची रचना, कामगारांची कार्यक्षमता, आवश्यक श्रम यावर अवलंबून असते.

२) **भांडवलाचे केंद्रीकरण :** मार्क्सच्या पूर्वी भांडवल शोषणाचे साधन नव्हते. मात्र, उत्पादनाचा घटक म्हणून भांडवलाला महत्त्व होते. त्यावेळच्या संघ पद्धती (Guild System) उत्पादनाच्या तत्त्वावर बहुसंख्य श्रमिकांची मालकी होती. कालांतराने त्यात बदल झाले. महत्त्वाचे बदल म्हणजे उत्पादनाच्या साधनावर मालकी नसलेल्या श्रमजीवि वर्गाचा उदय झाला. तो स्वतःची श्रमशक्ती ओळखू लागला. औद्योगिक क्रांतीनंतर छोटे व्यवसाय मारले गेले.

भांडवलशाहीच्या विकासाबरोबर औद्योगिक संस्थांमध्ये विश्वस्त संस्था, ट्रस्ट आणि विक्रय नियंत्रित संघ (Cartel) निर्माण झाले. त्यांच्या हाती श्रमजीवि वर्गाचे भवितव्य सोपविले गेले. मात्र, श्रमिकांची पिळवणूक वाढत गेली. हा शोषितांचा वर्ग पुढे भांडवलशाही उलथविणार असल्यामुळे असे म्हणता येईल की, ही रचना स्वतःच्याच शत्रूचे बळ वाढवीत असते. (What the bourgeoisis produces above all, these fore are its own qravediggers) बुर्झ्वा वर्ग स्वतःचे थडगे खोदणाऱ्यांना वाढवितो!

भांडवलशाही अर्थव्यवस्थेत भांडवलप्रधान उत्पादन पद्धतीमुळे अतिरिक्त उत्पादन होते. हे बाजारात खपत नाही म्हणून कामगारांना कामावरून कमी केले जाते. मार्क्सने त्यासाठी 'राखीव कामगार दल' संज्ञा वापरली.

३) **राखीव कामगार दल (Industrial Reserve army) :** भांडवलशाहीत भांडवलदाराला अधिक नफा हवा असतो, त्यासाठी तो स्थिर भांडवलात वाढ करतो. बदलत्या भांडवलात घट करतो म्हणजेच यंत्राच्या साहाय्याने उत्पादन

वाढवितो, म्हणून कामगारांची संख्या कमी केली जाते. त्यातून बेकारी वाढते. अशा बेकार कामगारांच्या संख्येतून राखीव कामगार दर निर्माण होते. कमी वेतनावर काम करण्यास हे बेकार कामगार मिळू शकतात. मात्र, कमीत कमी वेतन निर्वाहाइतके असते. अशा भांडवलशाहीत भांडवलदारांच्या नफ्यात वाढ होते. त्यांची आर्थिक स्थिती सुधारते मात्र, कामगार बेकार होतात, त्यांची दु:खे वाढतात, मालक–कामगार संघर्ष वाढतो. शेवटी कामगार क्रांतीचा मार्ग स्वीकारतो.

भांडवलशाहीचा विनाश कोणी घडवून आणण्याचा प्रश्न नाही कारण भांडवलशाही अर्थव्यवस्थेत स्वनाश अंतर्भूत असतो.

४) **आर्थिक अरिष्टे :** भांडवलशाहीत यंत्रप्रधान पद्धतीमुळे एकीकडे प्रचंड उत्पादन आणि दुसरीकडे वाढती बेकारी अशी स्थिती असते.

जे.बी.से. यांनी सनातनवादी अर्थशास्त्राचे जनक ॲडम स्मिथ यांच्या विचारांचे समर्थन करताना बाजारपेठाबाबत नियम मांडला. 'से'च्या मते, भांडवलशाही अर्थव्यवस्थेत उत्पादनाबरोबर मागणीही वाढत असल्यामुळे पुरवठा व मागणी यांचा समतोल टिकून राहतो. वस्तुविनिमयावर आधारित अर्थव्यवस्थेत वस्तूंच्या बदल्यात वस्तूंचा विनिमय होत असल्याने प्रत्येक वस्तूचा पुरवठा दुसऱ्या वस्तूसाठी मागणी निर्माण करतो. पैशांचा वापर होणाऱ्या अर्थव्यवस्थेत पैशांचा स्वीकार केवळ विनिमय माध्यमाचे साधन म्हणून केला जातो. त्यामुळे प्रत्येक पुरवठा स्वत:साठी मागणी निर्माण करतो, म्हणून 'एकूण पुरवठा आणि एकूण मागणी' यांच्यात आपोआप समतोल होऊन बाजारात सर्वच वस्तूंचा साठा विक्री न झाल्यामुळे तुंबून राहिला आहे आणि सर्वत्र जरुरीपेक्षा जास्त उत्पादन झाले आहे. त्यामुळे उत्पादन खर्चापेक्षा किमती सर्वत्र खालच्या पातळीवर आहेत, (आर्थिक मंदी) आणि सर्वत्र आर्थिक अरिष्ट निर्माण झाले आहे. अशी परिस्थिती भांडवलशाही अर्थव्यवस्थेत निर्माण होण्याची शक्यताच नसते.' असे जे.बी.से. यांचे मत होते.

('A General Glut General over production a gerneral fall of prices below cost - in short a General Economic Crisis - is unthiakable in a system of free enterprise' - say)

मार्क्सच्या मते, भांडवलशाहीच्या विकासाबरोबर उत्पादन वाढत जाते. मागणी त्या प्रमाणात वाढत नाही. यंत्राचा वापर केल्यामुळे बेकारी वाढते. कामगारांची क्रयशक्ती कमी होते, असे स्पष्ट केले.

५) **आर्थिक मंदी :** भांडवलशाहीच्या अगंभूत गुणवैशिष्ट्यातून तेजी-मंदी चक्र सुरू होते. यंत्राच्या वापरातून उत्पादन वाढते. मात्र, त्यात वाढत्या उत्पादनास पुरेशी प्रभावी मागणी बाजारात नसते. त्यामुळे मार्क्सच्या मते, उत्पादन आणि उपभोग यांच्यातील समतोल बिघडतो आणि आर्थिक मंदी निर्माण होते. अर्थव्यवस्थेत न्यून उपभोग स्थिती निर्माण होते. आर्थिक मंदीतून तेजी येऊ शकते. मात्र, मार्क्स अप्रत्यक्षपणे मंदी-बेकारी यांना अधिक महत्त्व देतो.

६) **नफ्याच्या दरात घट :** मार्क्सने भांडवलाच्या घटनात्मक रचनेशी नफ्याच्या दराशी संबंध दर्शविला. त्यांच्या मते, एकूण भांडवलात स्थिर भांडवलाचे प्रमाण वाढले तर नफ्याचा दर घटतो आणि एकूण भांडवलात स्थिर भांडवलाचे प्रमाण घटले तर नफ्याचा दर वाढतो. स्थिर भांडवलाचे प्रमाण वाढल्यामुळे यंत्र प्रधान उत्पादन पद्धती अस्तित्वात येते. त्यातून बेकारी वाढते. या प्रचंड बेकारीमुळे बेकारांच्या राखीव फौजा निर्माण होतात. त्यातून वर्गयुद्ध होते. मार्क्सच्या मते, अशा रीतीने अत्युत्पादन, आर्थिक मंदी, बेकारी, वर्गसंघर्ष इ. अरिष्टांमुळे भांडवलशाही खिळखिळी बनते आणि भांडवलशाहीत साम्यवादी क्रांती होऊन भांडवलशाहीचा विनाश होतो. मार्क्सच्या मते, 'भांडवलशाहीचा हा शेवट कोणत्याही मानवी उपायांना बदलता येत नाही.'

(No human contrivance could alter the destiny of the capitalist system - Marx)

अशा प्रकारे मार्क्सने आर्थिक विकासाबाबतचे आपले मत व्यक्त केले.

मार्क्सच्या आर्थिक विकासाचे मूल्यमापन

मार्क्सच्या आर्थिक विकासाबाबतच्या विवेचनाला सामान्य लोक आणि विद्वान या दोन्ही वर्गांचे मोठ्या प्रमाणात समर्थन मिळाले; तर त्याचवेळी त्याच्या विचारांवर मोठ्या प्रमाणात टिकाही झाली. विरोधकांनी समाजवादी अर्थव्यवस्थांचे व्यावहारिक अपयश आणि भांडवलशाहीच्या विघटनाचे भाकीत यावरच भर दिल्याचे दिसून येते.

मार्क्सने भांडवलशाहीच्या विकासाबाबतचे विश्लेषण केले. त्याच्या अतिरिक्त मूल्य, इतिहासाची भौतिकवादी मीमांसा, भांडवलाचे केंद्रीकरण, वर्गसंघर्ष, नफ्याचा घटता दर इ. संकल्पना महत्वपूर्ण ठरल्या. मार्क्सने भांडवलशाहीतील अनेक दोष दाखविले असले तरी आजही आर्थिक विकासाबाबतचे त्याचे विचार मौलिक वाटतात. त्याच्या सिद्धान्तातील उपयुक्त बाबी म्हणजे (गुण)

१) मार्क्सने बेरोजगारीच्या समस्येला महत्त्वाचे स्थान दिले.

२) आर्थिक विकासासाठी बचत आणि गुंतवणूक यांचा समतोल साधण्यावर विशेष भर दिला.

३) मार्क्सच्या विचारांवरून कोणत्याही देशाच्या आर्थिक विकासाच्या प्रक्रियेची स्थिती लक्षात येते.

मार्क्सच्या अनुयायांनी भांडवलशाही आर्थिक विकासाबाबतच्या सिद्धान्ताला महत्त्वाचे स्थान देण्यात आले. परंतु विरोधकांनीसुद्धा मोठ्या प्रमाणात टीका केली आहे.

टीका/दोष

१) 'आहे रे आणि नाही रे' संघर्ष : मार्क्सने आर्थिक स्पष्टीकरण देऊन इतिहासाची भौतिकवादी मीमांसा मानली. आर्थिक कारणेच साामजिक अन्य राजकीय बदल घडून आणतात. भांडवलशाहीत 'आहे रे आणि नाही रे' या दोन वर्गांत संघर्ष होऊन समाजवाद आणि कालांतराने साम्यवाद निर्माण होतो, यावर मार्क्सचा विश्वास होता. मात्र, साामजिक परिवर्तनासाठी केवळ आर्थिक कारणेच कारणीभूत होतात, हे मार्क्सचे विधान टीकाकारांना मान्य नव्हते. मानवी जीवनावर आर्थिक घटकांप्रमाणे अन्य घटकांचा प्रभाव पडतो. त्याचा विचार मार्क्सच्या विचारसरणीमध्ये आलेला नाही.

२) दोन वर्गातील संघर्ष : मानवी समाजातील स्थित्यंतरे होत असताना प्रत्येक मानवी समाजाच्या विकास अवस्थेत दोन परस्पर विरोधी गट निर्माण होतात. उदा. सरंजामशाहीमध्ये मालक आणि नोकर आणि भांडवलशाहीमध्ये भांडवलदार आणि मजूर यांच्या संघर्षातूनच क्रांती होते आणि नवी समाजरचना निर्माण होते. टीकाकारांच्या मते, वर्गसंघर्षाऐवजी वर्गसमन्वयातून क्रांतीच्या मार्गाने नव्हे तर उत्क्रांतीच्या मार्गाने मानवी जीवनात परिवर्तन घडवून आणता येईल.

३) भांडवलदार आणि कामगार यांचे परस्परविरोधी धोरण : मार्क्सच्या काळात औद्योगिक क्रांती पूर्णत्वास जाऊन भांडवलशाही अर्थव्यवस्था पाश्चिमात्य राष्ट्रात प्रस्थापित झाली होती. मात्र, भांडवलशाही अर्थव्यवस्थेत 'आहे रे आणि नाही रे' वर्ग निर्माण झाले. भांडवलदार आणि कामगार यांचे परस्परविरोधी हितसंबंध मार्क्सला प्रकर्षाने जाणवले. त्यातून वर्गसंघर्ष होऊन रक्तरंजित क्रांती होईल व भांडवलशाहीऐवजी समाजवादी अर्थव्यवस्था औद्योगिकदृष्ट्या प्रगत झालेल्या भांडवलशाही राष्ट्रात निर्माण होईल, असे मार्क्सचे मत होते. प्रत्यक्षात

चीन, रशिया आणि पूर्व युरोप यामध्ये शेतीप्रधान राष्ट्रात अशी क्रांती झाली आहे; त्यामुळे भांडवलशाहीच्या विनाशाचे भाकीत खरे ठरले नाही.

४) **सर्व दृष्टीकोनातून विचार :** मानवी समाजाचा अभ्यास केवळ आर्थिक कारणमीमांसेवर आधारित नाही. त्यासाठी टीकाकारांच्या मते समाजरचना, राज्यव्यवस्था, धार्मिक परिस्थिती प्रचलित कायदे या सर्वांचा अभ्यास करावा लागतो.

५) **मानवी इच्छा आणि प्रयत्न यांना महत्त्व :** मार्क्सच्या मते, प्रत्येक समाजरचनेत परस्परविरोधी हेतू असलेल्या गटांमध्ये संघर्ष होतो हा निसर्गनियम आहे आणि विकासाच्या विचारसरणीनुसार हा बदल होतो. टीकाकारांच्या मते, सर्वच बदल निसर्गनियमानुसार होत नाही. विकासाचे तत्त्वज्ञान पुरेसे नाही तर मानवी इच्छा आणि प्रयत्न यांनाही महत्त्व आहे.

६) **मानवी बुद्धी आणि प्रयत्न यांना इच्छा नाही :** मानवी समाजाच्या विकासात विशिष्ट नियमानुसार इतिहासाचे वेगवेगळे टप्पे अस्तित्वात येणार असतील, तर मानवी बुद्धी आणि प्रयत्न यांना कोणतेच महत्त्व उरत नाही.

७) **उपयोगितेकडे दुर्लक्ष :** मार्क्सच्या मते, वस्तूचे मूल्य वस्तूमध्ये अंतर्भूत असलेल्या श्रमावरून ठरते. मात्र, वस्तूच्या उपयोगितेकडे त्याने लक्ष दिले नाही. मार्क्सला ते मान्य होते. टीकाकारांना असे वाटते मार्क्सचा अतिरिक्त मूल्य सिद्धान्त अमूल्य सिद्धान्तावर अवलंबून आहे. त्यामुळे त्याने त्याकडे जाणुनबुजून दुर्लक्ष केले.

८) **केवळ श्रमानेच मूल्य ठरते हे चुकीचे :** टीकाकारांच्या मते, मानवी गरजांची पूर्तता मानवी श्रमातून निर्माण झालेल्या वस्तूमुळे आणि निसर्गदत्त वस्तूमुळे होते. सर्व नैसर्गिक वस्तू मिळविताना फारसे श्रम लागत नाहीत. तथापि, नैसर्गिक वस्तू विनामूल्य मिळाल्या पाहिजेच, असे म्हणणे चुकीचे आहे.

९) **व्याज :** मार्क्सने अतिरिक्त मूल्य सिद्धान्तात भांडवलाला महत्त्व दिले नाही म्हणजे पर्यायाने व्याजाकडे दुर्लक्ष केले; त्याने अतिरिक्त मूल्याच्या एक अतिशय लहनसा घटक म्हणजे व्याज असे मानले.

१०) **श्रमाला अवास्तव महत्त्व :** मार्क्सने बदलत्या भांडवलाचा मोठ्या प्रमाणावर वापर होणाऱ्या उद्योगात अतिरिक्त मूल्य निर्माण होते असे मांडले आहे. प्रत्यक्षात बदलत्या भांडवलापेक्षा स्थिर भांडवलावर उद्योग व्यवसायात भर

दिला जातो. अशा भांडवलप्रधान उद्योगातच नफ्याचे प्रमाण मोठे असते. त्याचा विचार मार्क्सच्या या सिद्धान्तात केलेला नाही.

११) **व्यवस्थापन :** उद्योग व्यवसायातील नफा केवळ श्रमामुळे मिळत नाही, त्यासाठी कार्यक्षम व्यवस्थापन आवश्यक असते. केवळ श्रमावर भर देणाऱ्या श्रमप्रधान उत्पादन व्यवस्थेत अकार्यक्षम व्यवस्थेमुळे तोटा होतो, याचा विचार मार्क्सने आपल्या सिद्धांतात केलेलानाही.

१२) **बदलते भांडवल :** मार्क्सच्या मते श्रमावरील खर्च म्हणजे बदलते भांडवल हे अपुरे स्पष्टीकरण आहे व त्यात कच्चा माल, इंधन, श्रम यांचाही समावेश मार्क्सने करावयास पाहिजे होता.

१३) **विसंगती :** मार्क्सच्या अतिरिक्त मूल्य सिद्धांताआधारे भांडवलशाहीच्या विकासाबरोबर अतिरिक्त मूल्यात वाढ होते. कामगारांचे शोषण वाढते असे मार्क्सने मांडले ते एकांगी स्वरूपाचे आहे; त्यात तार्किक सुसंगती नाही; कारण भांडवलशाही विकासाबरोबर श्रमप्रधानऐवजी यंत्रप्रधान उत्पादन पद्धती अवलंबली जाते. बदलत्या भांडवलापेक्षा स्थिर भांडवल वाढते. मात्र, अतिरिक्त मूल्य किंवा कामगारांचे शोषण प्रत्यक्षात होत नाही.

मार्क्सच्या विश्लेषणात दोष असले तरी मार्क्सला अर्थशास्त्रात महत्त्वाचे स्थान प्राप्त झाले आहे. सनातनवादी अर्थशास्त्रज्ञांनी मान्य केलेल्या भांडवलशाही अर्थव्यवस्थेवर टीका करून मार्क्सने सनातनवादाचा पायाच उखडून टाकला असे म्हटले जाते.

४.७ शुम्पीटरचा आर्थिक विकासाचा सिद्धान्त (Shumpeteterian Theory of Economic Development)

प्रा. जोसेफ एलोइ शुम्पीटर यांनी १९११ मध्ये 'The Theory of Economic Development' हा ग्रंथ प्रसिद्ध केला. त्यानंतर १९४२ मध्ये 'Capitalism, Socialism and Democracy' हा ग्रंथ प्रसिद्ध केला. अभिमतपंथीय अर्थशास्त्रज्ञांनी आर्थिक विकासाबाबत स्वतंत्र सिद्धान्त मांडले नव्हते. परंतु शुम्पीटर यांनी आर्थिक विकासाबाबत स्वतंत्र सिद्धान्त मांडला. त्यांच्या मते आर्थिक विकास हा ज्यातून आर्थिक जीवनात परिवर्तन घडवून आणतात अशा स्वयंभूत प्रेरणांशी आर्थिक विकासाचा संबंध आहे. बाहेरून लादलेल्या परिवर्तनाचा नाही. त्यांच्या मते, आर्थिक विकास हा विकसनशील देशांसाठी फार महत्त्वाचा असतो. देशांनी विकासाचा वेग अधिक करण्यासाठी अर्थव्यवस्थेत मोठ्या प्रमाणात बदल घडवून आणणे महत्त्वाचे आहे; त्यासाठी नवप्रवर्तन महत्त्वाचे आहे.

स्थितिशील अर्थव्यवस्था : शुम्पीटर यांच्या मते, अर्थव्यवस्थेत विविध घटकांचा चक्रीय प्रवाह सुरू झाला की, अर्थव्यवस्था सामान्य संतुलनाच्या अवस्थेत असते. वेगवेगळ्या वस्तू, पैसा, उत्पादनाचे घटक हे सर्व चक्रीय प्रवाहात निश्चित होऊन हा प्रवाह अर्थव्यवस्थेत कायम फिरत राहतो; म्हणजेच अर्थव्यवस्थेत सर्व गोष्टी ठरावीक पद्धतीने घडत असतात. शुम्पीटर यांच्या मते, स्थितिशील अवस्थेत उत्पादनात फक्त दोन प्रकारचा मोबदला द्यावा लागतो. श्रमिकाला वेतन आणि जमिनीला खंड आणि हेच उत्पादनाचे खरे घटक आहेत. भांडवल हे श्रम आणि जमिनीच्या एकत्रीकरणानेच तयार झालेले असल्याने त्याचा वेगळा मोबदला विचारात घ्यावा लागत नाही. अर्थव्यवस्थेत थोडेफार बदल घडून आले तरी समायोजनाद्वारे संतुलन पुन्हा प्रस्थापित होते.

आर्थिक विकास–नवप्रवर्तक : जेव्हा चक्रीय प्रवाहात अडथळे येतात तेव्हा विकासाची प्रक्रिया सुरू होते हा अडथळा घडवून आणणारा घटक म्हणजे 'प्रवर्तन' होय. वर्तमान व्यवस्थेत जी गोष्ट होत नाही तेथे नवीन गोष्ट निर्माण करणे त्याला अभिनव प्रक्रिया किंवा नवप्रवर्तन असे म्हटले जाते; म्हणजेच नवीन शोधून काढणे होय. शुम्पीटर यांच्या मते, एखाद्या घटकातील परिमाण विषयक बदल म्हणजे आर्थिक विकास नव्हे तर त्यासाठी गुणात्मक बदल महत्त्वाचे असतात. जसे, विमानांची संख्या वाढली म्हणजे आर्थिक विकास नव्हे. तर जेव्हा साध्या विमानाऐवजी जंबो जेट्स आले तर त्याला आर्थिक विकास म्हणता येतो.

शुम्पीटर यांच्या मते, नवप्रवर्तक नवप्रवर्तनाचे कार्य पुढील मार्गाने करतो –

१) नवीन वस्तूंचे उत्पादन करणे.
२) नवीन उत्पादन पद्धतीचा उपयोग करणे.
३) नवीन बाजारपेठ उपलब्ध होणे.
४) कच्च्या मालाचे मार्ग शोधणे.
५) उत्पादनाच्या संघटनात बदल करणे

उदा. वैयक्तिक मालकीच्या जागी संयुक्त भागीदारी अस्तित्वात येणे. या बाबी नवप्रवर्तनात येतात. शुम्पीटर यांच्या मते, नवीन वस्तू तयार करणे तसेच प्रचलित वस्तूंमध्ये निरंतर सुधारणा केल्यास आर्थिक विकास घडून येतो.

नवप्रवर्तकाचे कार्य हे इतर कार्यापेक्षा वेगळे असते. श्रमिक, भांडवलदार अथवा संघटक व नवप्रवर्तक असेलच असे नाही परंतू नवप्रवर्तक हा श्रमिक, भांडवलदार अथवा संघटक कोणीही असू शकतो. संशोधन व नवप्रवर्तन यामध्ये फरक असल्याने नवप्रवर्तकाचे कामसुद्धा इतरांच्या कार्यापेक्षा वेगळे असते.

अ) संघटकाला प्रचलित कार्ये सतत करावी लागतात तर नवप्रवर्तकाला नवीन बाबी कराव्या लागतात.

ब) भांडवलदार बचत आणि गुंतवणूक करतो तर नवप्रवर्तक एखाद्या नवीन बाबीत गुंतवणूक करण्याचे काम करतो. म्हणजेच नवप्रवर्तकात अभिनव प्रक्रिया ही जोडलेली असते.

नवप्रवर्तन घडून येण्यासाठी सामाजिक परिस्थितीसुद्धा महत्त्वाची असते; जर समाजव्यवस्थेत नफ्याकडे तिरस्कार भावनेने पाहिले जात असेल अथवा सरकारच्या धोरणामुळे प्रतिबंध घातला जात असेल तर नवप्रवर्तक हा उदासीनच राहिल. शुम्पीटर यांच्या मते, अर्थव्यवस्था संतुलनाच्या आसपास असताना नवप्रवर्तनाची शक्यता जास्त असते. सर्व प्रकारची अनिश्चितता किमान असते. अशा वेळी नव प्रवर्तनाच्या अवलंबास प्रेरक स्थिती असते. नवप्रवर्तनासाठी सुरुवातीस भांडवलाची गरज असते. नव प्रवर्तक ही गरज व्यापारी बँकाच्याद्वारे पूर्ण करतात. बँकांकडून कर्ज घेतल्याने व्याज देणे नवप्रवर्तकाला आवश्यक असते. अशा प्रकारे स्थितिशील अर्थव्यवस्थेत व्याजाची सुरुवात होते आणि जेव्हा नवप्रवर्तकाला असाधारण नफा मिळतो तेव्हा बँकेचे कर्ज तो परत करतो. अर्थव्यवस्थेत भांडवल गुंतवणूक वाढते व आर्थिक विकास घडून येतो.

अर्थव्यवस्थेतील आर्थिक विकासाची प्रक्रिया

शुम्पीटर यांनी आर्थिक विकास ही सरळ चालणारी प्रक्रिया नसून तिच्यामध्ये तेजी आणि मंदीची चक्रे अपरिहार्य असतात असे स्पष्ट केले. स्थितिशील अर्थव्यवस्था या चक्रांचा अनुभव घेऊन विकसित होत असते. नवप्रवर्तनामुळे व्यापारचक्र निर्माण होतात. थोडक्यात, कोणत्याही देशाचा आर्थिक विकास हा तेजी आणि मंदी ह्या व्यापारचक्रांच्या अवस्थांमधून होत असतो.

स्थितिशील अर्थव्यवस्थेत नवप्रवर्तकाला नफ्याच्या आशेने नव प्रवर्तनाच्या दृष्टीने प्रयत्न करतो. नवप्रवर्तकांच्या अंगी कार्यक्षमता आणि बुद्धिमत्ता असणे आवश्यक असते. नवप्रवर्तकाने एखादी गोष्ट केल्यावर इतर अनेक संयोजक त्याचे अनुकरण करतात. जेव्हा अनेक संघटक नव प्रवर्तनाचे अनुकरण करतात तेव्हा अर्थव्यवस्थेत तेजीची स्थिती निर्माण होते. नवप्रवर्तन प्रक्रिया एक-एक अंमलात न येता अनेक प्रक्रियांची सुरुवात सर्वसाधारणपणे एकाचवेळी होते; कारण एका प्रक्रियेमुळे इतर अनेक क्षेत्रात नवप्रवर्तन प्रक्रिया सुरू होते. अशा वेळी अर्थव्यवस्था गतिमान होते.

ज्या वेळी नवप्रवर्तन प्रक्रिया पूर्ण होते, तेव्हा त्यातून निर्माण झालेल्या नवीन वस्तू बाजारात येऊन कमी किंमत असलेल्या नव्या वस्तूंच्या स्पर्धेत जुन्या वस्तू टिकत

नाहीत. त्यालाच शुम्पीटरने 'निर्माणक्षम विध्वंस' असे म्हटले आहे. (Creative Destruction) त्यातूनच बाजारात जुन्या वस्तूची जागा नव्या वस्तू घेतात.

तर दुसऱ्या बाजूला नव प्रवर्तनामुळे नफा झाल्यामुळे बँकांचे कर्ज परत केले जाते आणि तेथूनच अर्थव्यवस्थेत घसरण सुरू होते. निर्माणक्षम विध्वंसामुळे जुन्या वस्तूंच्या उत्पादनावर प्रतिकूल परिणाम होतो; तसेच बँकांचे कर्जसुद्धा परत केले जाते. त्यातूनच अर्थव्यवस्थेची भरभराट संपून घसरण अवस्था सुरू होते. म्हणजेच तेजीची अवस्था संपून मंदीची परिस्थिती निर्माण होते. जुन्या उद्योगधंद्यातील उत्पादनाबरोबरच रोजगारही घटतो; तर नवप्रवर्तकाकडून नवीन भांडवल गुंतवणूकीचे प्रयत्न होत नाहीत. भांडवल गुंतवणुकीवर प्रतिकूल परिणाम होतो, जे अकार्यक्षम उद्योग आहेत ते बंद पडतात; घसरणीचे रूपांतर मंदीत होते.

अर्थव्यवस्थेत मंदीची स्थिती कायमस्वरूपी टिकून राहत नाही. काही काळाने अर्थव्यवस्था समतोलाच्या अवस्थेत पोहोचते पूर्वीप्रमाणेच नवप्रवर्तनाची लाट निर्माण होते व तेजीची अवस्था निर्माण होते. अर्थात, दोन संतुलनात आर्थिक विकासाचा फरक असतो. तेजी-मंदीच्या चक्रातून अर्थव्यवस्थेचा विकास होतो; जसे राष्ट्रीय उत्पादन वाढते, दरडोई उत्पन्न वाढते, अशा प्रकारे शुम्पीटरने आर्थिक विकासाचा सिद्धान्त मांडला. त्यामध्ये त्याने नवप्रवर्तन, नवीन शोध व सुधारणा, व्यापारी बँकाचा कर्जपुरवठा, व्यापारचक्र (तेजी-मंदी) हे घटक महत्त्वाचे मानले.

भांडवलशाहीची अधोगती : शुम्पीटर यांच्या मते, भांडवलशाही अर्थव्यवस्थेची रचना ज्या संस्थांवर अवलंबून असते, त्यांना भांडवलशाहीच्या विकासामुळे हादरा बसतो. त्यामुळे भांडवलशाहीची रचना टिकणे कठीण होऊन समाजवादी रचना निर्माण होण्याची शक्यता असते.

शुम्पीटर यांनी भांडवलशाहीच्या अधोगतीची प्रक्रिया पुढील घटकांद्वारे स्पष्ट केली–

१) **नव प्रवर्तन कार्याचा ऱ्हास :** आर्थिक विकासाच्या प्रक्रियेत नवप्रवर्तनासाठी नवीन शोधाचा प्रत्यक्ष वापर केल्यामुळे त्याचा अर्थव्यवस्थेला मोठ्या प्रमाणात फायदा होतो. परंतु काही काळाने नव प्रवर्तनातील नावीन्य कमी होते. विकासासाठी करावी लागणारी कामे एका विशिष्ट वर्गाची न राहता यांत्रिकपणाने केली जातात. थोडक्यात, नवप्रवर्तनात नवप्रवर्तकाची भूमिका नष्ट होते. त्याची जागा उच्च प्रशिक्षित नोकरशाही घेते व नवप्रवर्तकाचे कार्य कालबाह्य होते.

२) संस्थात्मक संघटनेचा ऱ्हास : नवप्रवर्तकाच्या ऱ्हासाबरोबरच भांडवलशाही विकास रचनेच्या चौकटीला संघटनकार्याच्या ऱ्हासामुळे तडे जातात. उद्योगाच्या मालकाच्या वैशिष्ट्यांऐवजी तेथे दैनंदिन कामकाज पगारी व्यवस्थापक करतात. मोठमोठ्या उद्योगांची वाढ होताना ही स्थिती दिसून येते; त्यामुळे भांडवलशाहीच्या आधार असणाऱ्या खाजगी मालमत्ता आणि करारस्वातंत्र्य याला काहीच अर्थ रहात नाही. पगारदार व्यवस्थापक हा कर्मचारी म्हणून काम करतो तर भागधारक प्रत्यक्ष व्यवस्थापनापासून दूर असतात; त्यामुळे आपुलकीची भावना दिसून येत नाही. परिणामी भांडवलशाहीच्या रचनेतील संस्थात्मक संघटनेचा ऱ्हास होतो.

३) राजकीय समर्थकांचा अस्त : भांडवलशाहीच्या विकासाबरोबर भांडवलशाहीला समर्थन देणाऱ्या राजकीय समर्थकांचाही अस्त होतो. शुम्पीटर यांच्या मते, भांडवलशाहीच्या सुरुवातीच्याकाळात राजेशाहीचा उदय झाला. त्याला उद्योगपती आणि व्यापाऱ्यांचे समर्थन होते; पुढे याच वर्गाचे सामर्थ्य वाढले व राजसत्ता दुर्बळ झाली. मात्र, व्यापारी आणि उद्योगपती राज्य करण्यास असमर्थ ठरले. त्यांच्याकडे शासन चालविण्याची पात्रता नसते. ते फक्त नफा-खर्चाचाच तर्क लावतात. त्यांची ही वृत्ती आर्थिक तसेच सामाजिक क्षेत्रात पसरल्याने ते राष्ट्रीय तसेच आंतरराष्ट्रीय स्वरूपाचे प्रश्न सोडविण्यात अयशस्वी ठरतात. त्यामुळे भांडवलशाहीला समर्थन देणाऱ्या राजकीय रचनेचा अंत होतो.

४) सुशिक्षितांचा विरोध : शुम्पीटर यांच्या मते, जेव्हा सामाजिक रचनेलाच विरोध होतो तेव्हा भांडवलशाहीचा विनाश सुरू होतो आणि हा विरोध सुशिक्षित विचारवंत आणि बुद्धीवादी वर्ग, संस्था इ.चा होतो; ते सर्व घटकांवर भांडवलशाहीच्या दोषांवर टीकेची झोड उठवितात. आर्थिक विकासाच्या काळात सुशिक्षितांचा असंतुष्ट वर्ग तयार होतो. त्याला बुद्धिवंत वर्गाची साथ मिळते; त्यामुळे टीका करण्याचे कार्य तीव्र होत जाते. तसेच कामगार चळवळ या गटाच्या हाती जाते; त्यातच भांडवलशाहीचा ऱ्हास होतो. भांडवलशाहीविरुद्ध असंतोष पसरल्याने भांडवलशाहीसाठी आवश्यक असणारे नवप्रवर्तन संपुष्टात येते.

शुम्पीटरच्या विकाससिद्धान्ताचे मूल्यमापन

शुम्पीटर हे स्वत: भांडवलशाही उत्पादन पद्धतीचे समर्थक होते. मात्र, तरीही निरपेक्षपणे विचार करून समाजवादाची व्यवस्था मान्य केली. मामर बाल्डविनच्या मते शुम्पीटरचा आर्थिक विकासाचा सिद्धान्त स्मिथ, रिकार्डो, मार्शल, केन्स इ. सारख्या महान अर्थशास्त्रज्ञांच्या बरोबरीचा आहे. त्याने आपल्या विश्लेषणाच्या मर्यादासुद्धा

मान्य केल्या आहेत. नव प्रवर्तन हा आर्थिक विकासातील महत्त्वाचा घटक ठरला आहे. व्यापारचक्राबाबतचे विचार आजच्या काळात फारसे योग्य वाटत नसले तरी शुम्पीटरच्या विवेचनावर अनेकांनी टीका केली आहे.

टीका/दोष

१) **'नवप्रवर्तक हा विकासाचा आधार आहे' हे मान्य होत नाही :** शुम्पीटर यांनी आर्थिक विकासाच्य सिद्धान्तात नव प्रवर्तक हा विकासाचा मुख्य आधार मानला आहे. नव प्रवर्तनाच्या कार्यामुळे आर्थिक विकास होतो, असे त्यांचे मत होते. पूर्वीच्या काळी ही बाब खरी होती. ज्या व्यक्तीने शोध लावला तीच व्यक्ती त्या शोधाची अंमलबजावणी करत असे अथवा एखाद्या संयोजकाला शोध वापरण्याचे अधिकार दिले जात होते. परंतु आधुनिक भांडवलशाहीत प्रचंड मोठ्या उद्योगात/महामंडळात संशोधनाचे कार्य चालू असते. त्यासाठी अनेक संशोधक/लोक काम करतात. संशोधन हा त्यांचा व्यवसायाचा भाग झालेला आहे; त्यामुळे नव प्रवर्तनामध्ये विशेष असे नावीन्य राहिलेले नाही. त्यामुळे नव प्रवर्तक कोण, असा प्रश्न निर्माण होतो; त्यामुळे नवप्रवर्तक हा आर्थिक विकासाचा आधार हे शुम्पीटरचे मत कालबाह्य झाल्याचे दिसून येते.

२) **व्यापारचक्राचे स्पष्टीकरण अपूर्ण :** शुम्पीटर यांच्या मते, नव प्रवर्तनाची लाट घसरणीच्या अवस्थेला कारणीभूत ठरते. परंतु नव प्रवर्तनाच्या कार्यातील चालना देण्याची क्षमता आज दिसून येत नसल्याने व्यापारचक्राचे हे स्पष्टीकरण मान्य करता येत नाही. आधुनिक अर्थशास्त्रज्ञांच्या मते घसरणीच्या अवस्थेचे स्पष्टीकरण देण्यासाठी शुम्पीटरने दिलेल कारण एक घटक म्हणून मान्य करता येईल; पण तो घटक सुद्धा तेवढा महत्त्वाचा नाही.

३) **पतपुरवठ्याबाबतचे विचार अवास्तव:**शुम्पीटरच्या मते, नवप्रवर्तनासाठी लागणारा पैसा व्यापारी बँकेच्या पतपुरवठ्यातून होतो. परंतु हे फारसे वास्तव वाटत नाही; कारण बँकांचा पतपुरवठा हा मुख्यत: अल्पकालीन स्वरूपाचा असतो. परंतु प्रत्यक्षात नवप्रवर्तनाला आवश्यक असणारे भांडवल स्थिर आणि दीर्घकालीन हे शिल्लक टाकलेल्या नफ्यातून अथवा कर्जरोखेच्या/भागभांडवल विक्री करून उभारावे लागते.

४) **भांडवलशाहीचे भाकीत अयोग्य :** शुम्पीटरयांच्या मते, भांडवलशाहीचा विनाश हा अटळ आहे आणि तिची जागा समाजवाद घेईल. शुम्पीटरचे

भांडवलशाही विकसित कशी झाली, हे त्याचे स्पष्टीकरण पटण्यासारखे आहे; परंतु समाजवाद येणे अटळ आहे; या मताचे समर्थन प्रभावीपणे करणे हे शुम्पीटरला जमले नाही. भांडवलशाही बदलते हे म्हणणे वेगळे आणि समाजवादाचा जन्म होईल, हे म्हणताना या दोन्हींमध्ये समन्वय साधणे यामध्ये शुम्पीटर कमी पडलेला दिसून येतो.

सराव प्रश्न

प्र.१) खालील प्रश्नांची प्रत्येक १०० शब्दांत उत्तरे लिहा.

१) आर्थिक विकासाचा सनातन सिद्धान्ताचा आकृतिबंध थोडक्यात सांगा.
२) ॲडम स्मिथच्या भांडवल संचयाबाबत माहिती सांगा.
३) स्मिथ यांचे निर्हस्तक्षेप धोरण स्पष्ट करा..
४) रिकार्डोच्या आर्थिक विकासाची गृहीते सांगा.
५) आर्थिक विकासाबाबत रिकार्डोचे मत स्पष्ट करा.
६) माल्थसची आर्थिक विकासाची प्रक्रिया थोडक्यात सांगा.
७) मार्क्सची इतिहासाची भौतिकवादी मीमांसा थोडक्यात सांगा.
८) मार्क्सचा अतिरिक्त मूल्य सिद्धान्त थोडक्यात सांगा.
९) शुम्पीटरची स्थितिशील अर्थव्यवस्था ही संकल्पना स्पष्ट करा.

प्र.२) खालील प्रश्नांची प्रत्येकी २०० शब्दांत उत्तरे लिहा.

१) स्मिथचे श्रमविभागणीचे आर्थिक विकासातील महत्त्व स्पष्ट करा.
२) स्मिथ यांनी मांडलेली आर्थिक विकासाची प्रक्रिया स्पष्ट करा.
३) रिकार्डोने मांडलेली आर्थिक विकासाची प्रक्रिया स्पष्ट करा.
४) रिकार्डोच्या आर्थिक विकास सिद्धान्ताचे गुण-दोष सांगा.
५) माल्थसची 'आर्थिक विकास प्रक्रिया' स्पष्ट करा.
६) मार्क्सच्या आर्थिक विकास सिद्धान्तावर टीका स्पष्ट करा.
७) शुम्पीटर यांची आर्थिक विकासाची प्रक्रिया स्पष्ट करा.
८) आर्थिक विकासात शुम्पीटर यांची नवप्रवर्तकाची भूमीका स्पष्ट करा.

प्र.३) खालील प्रश्नांची प्रत्येकी ४०० शब्दांत उत्तरे लिहा.

१) आर्थिक विकासाचा सनातन सिद्धान्त स्पष्ट करा.
२) ॲडम स्मिथच्या आर्थिक विकासातील प्रमुख घटक स्पष्ट करा.
३) स्मिथ यांचा आर्थिक विकास सिद्धान्त स्पष्ट करून, टीकात्मक परीक्षण लिहा.

४) रिकार्डोची आर्थिक विकासाची प्रक्रिया स्पष्ट करा.
५) थॉमस माल्थस यांचा आर्थिक विकास सिद्धान्त स्पष्ट करून त्याचे टीकात्मक मूल्यमापन करा.
६) कार्ल मार्क्सच्या आर्थिक विकास सिद्धान्ताचे विवेचन करा.
७) मार्क्सच्या आर्थिक विकास सिद्धान्ताचे टीकात्मक मूल्यमापन करा.
८) जोसेफ शुम्पीटर यांचा आर्थिक विकासाचा सिद्धान्त स्पष्ट करा.
९) शुम्पीटर यांच्या आर्थिक विकास सिद्धान्ताचे टीकात्मक मूल्यमापन करा.

प्र.४) टिपा लिहा. (१०० शब्दांत)

१) निर्हस्तक्षेप धोरण.
२) भांडवल संचय.
३) स्मिथची श्रमविभागणी.
४) रिकार्डोच्या विकास सिद्धान्ताची गृहीते.
५) रिकार्डोचा आर्थिक विकास.
६) माल्थसची आर्थिक विकास प्रक्रिया.
७) मार्क्सच्या अतिरिक्त मूल्याबाबतचे विचार.
८) शुम्पीटर यांचे नवप्रवर्तनाबाबतचे विचार.
९) शुम्पीटर यांचा आर्थिक विकास सिद्धान्त.

५ आर्थिक विकासाचे दृष्टीकोन

Approaches to Economic Development

५.१ प्रस्तावना (Introduction)

आधुनिक काळात अर्थिक विकासाला अनन्यसाधारण महत्त्व प्राप्त झाले आहे. विशेषत: दुसऱ्या महायुद्धानंतर अर्थिक, राजकीय आणि सामाजिकदृष्ट्या स्वतंत्र झालेल्या देशांनी अर्थिक विकास आणि वृद्धीवर लक्ष केंद्रित करून दारिद्र्याचे दुष्टचक्र तोडण्यासाठी विविध विकासाच्या डावपेचांचा, व्यूहरचनेचा, दृष्टिकोनांचा अवलंब केलेला आहे. अर्थव्यवस्थेच्या विकासासाठी अनेक अर्थतज्ज्ञांनी वेगवेगळे दृष्टिकोन, डावपेच, व्यूहरचना, सिद्धान्त, धोरणे मांडलेले आहेत. प्रस्तुत प्रकरणात काही अर्थतज्ज्ञांनी मांडलेल्या सिद्धान्ताचा/दृष्टिकोनांचा अभ्यास या प्रकरणात केलेला आहे.

५.२ प्रबळ चालना सिद्धान्त (The Theory of Big Push)

प्रो. पॉल रोझेस्टिन रोडान (P. N. Rosenstein, Rodan) प्रबळ चालना सिद्धान्ताचा जनक आहे. त्याने इ.स.१९४३ मध्ये प्रबळ चालना सिद्धान्त आपल्या

'Notes on the theory of Big Push' या लेखात मांडला. अल्पविकसित देशांच्या विकास प्रक्रियेत अनेक अडथळे असतात. अशा देशांचा विकास करण्यासाठी विविध मार्गांचा, पद्धतींचा, दृष्टिकोनांचा, सिद्धान्तांचा, धोरणांचा अवलंब केला जातो. प्रा. रोझेस्टिन रोडान यांनी अर्थव्यवस्थेला प्रबळ चालना देऊन विकासाची गती कशी वाढते याचे विश्लेषण केले आहे.

प्रो. रोझेस्टिन रोडानच्या मते, अल्पविकसित देशांच्या विकासासाठी मोठ्या प्रमाणावर गुंतवणूक करावी किंवा मोठ्या धक्क्यांच्या तत्त्वांचा अवलंब करावा. अर्थिक विकासाचा कार्यक्रम यशस्वी करण्यांसाठी एका विशिष्ट पातळीपेक्षा कमी संसाधने वापरली तर तो कार्यक्रम यशस्वी होत नाही म्हणजेच कार्यक्रम यशस्वी करण्यासाठी एका विशिष्ट किमान पातळीपेक्षा अधिक संसासधनात गुंतवणूक केल्यामुळे अर्थव्यवस्थेला विकासाचा मोठा धक्का (प्रबळ चालना) मिळतो, त्यामुळे अल्पविकसित देशांच्या अर्थव्यवस्थेला विकासाची गती मिळून संतुलित विकास होतो. एका विशिष्ट मर्यादेच्या आत अर्थव्यवस्थेत गुंतवणूक केल्यामुळे अर्थव्यवस्थेतील दारिद्र्याचे दुष्टचक्र छेदता येणार नाही म्हणून अर्थव्यवस्थेत थोडी-थोडी गुंतवणूक मात्रा विकास प्रक्रियेला चालना देऊ शकत नाही. अर्थिक विकासाचा मोठ्या धक्कयाचा हा सिद्धान्त अल्पविकसित अर्थव्यवस्थेच्या विकास मार्गातील अडथळ्यांवर कसा मात करतो हे स्पष्ट करणारा आहे.

सिद्धान्ताची मध्यवर्ती कल्पना

अर्थव्यवस्थेत एका विशिष्ट मर्यादेपेक्षा अधिक गुंतवणुकीच्या मात्रा वापरल्याने अर्थव्यवस्थेला जी प्रबळ चालना मिळते त्यास मोठा धक्का असे म्हणतात.

किंवा

जेव्हा विकास मार्गातील अडथळे दूर करण्यासाठी अर्थव्यवस्थेत मोठ्या प्रमाणावर एका न्यूनतम पातळीपेक्षा अधिक गुंतवणूक करून तिला प्रगतीच्या मार्गावर आणून ठेवले जाते तेव्हा त्या अर्थव्यवस्थेला दिलेला मोठा धक्का होय.

सिद्धान्ताची गृहीते

प्रबळ चालना सिद्धान्त हा खालील प्रमुख गृहीतांवर अवलंबून आहे -

१) अल्पविकसित किंवा अविकसित अर्थव्यवस्था गृहीत धरण्यात आलेली आहे.

२) अर्थव्यवस्थेत अनेक अडथळ्यांपैकी दारिद्र्याच्या दुष्टचक्राचा प्रमुख अडथळा असतो.

३) अर्थव्यवस्थेत उत्पादकता कमी असल्याने उत्पन्न कमी–मागणी कमी–परिणामी गुंतवणूक कमी पुन्हा उत्पादकता कमी असा चक्रीय क्रम आढळतो.

४) अर्थव्यवस्थेत थोडी–थोडी गुंतवणूक केल्याने प्रगती होत नाही.

५) एका न्यूनतम पातळीपेक्षा अधिक गुंतवणूक अर्थव्यवस्थेत केल्यास विकासाला प्रबळ चालना मिळते.

६) अल्पविकसित अर्थव्यवस्था ही दीर्घ काळ कुंठित अवस्थेत असते.

७) बहिर्गत बचती आणि उत्पादन घटकांची अविभाज्यता हे अर्थव्यवस्थेच्या आर्थिक विकासाचे महत्त्वपूर्ण घटक आहेत.

सिद्धान्ताचे विश्लेषण

अल्पविकसित देशाच्या विकास प्रक्रियेत अनेक समस्या निर्माण होतात. त्यांपैकी अत्यंत महत्त्वाची समस्या म्हणजे 'दारिद्र्याचे दुष्टचक्र' होय. अल्पविकसित देशात उत्पादकता कमी असल्याने लोकांचे उत्पन्न–बचत–मागणी कमी राहते. त्यामुळे गुंतवणूक कमी होऊन पुन्हा उत्पादकता कमी होते असा चक्रीय क्रम आढळून येतो. थोडक्यात, यांचे देश गरीब असण्याचे महत्त्वाचे कारण या दुष्टचक्रात आढळून येते. प्रो. रोडान यांच्या मते, एका विशिष्ट न्यूनतम पातळीपेक्षा अधिक संसाधनांची मात्रा/ गुंतवणूक मात्रा वापरल्यामुळे अर्थव्यवस्थेला विकासाची प्रबळ प्रेरणा/चालना मिळते. अशा प्रकारची मोठी गुंतवणूक दारिद्र्याचे दुष्टचक्र तोडण्यासाठी मदत करून त्याचे रूपांतर हितचक्रात होते. तेव्हा ही गुंतवणुक मोठ्या धक्क्याच्या स्वरूपाची असते; म्हणजेच अर्थव्यवस्थेला उर्जितावस्था मिळवून देण्यासाठी एकच मोठा धक्का गुंतवणुकीच्या स्वरूपात आवश्यक असतो; त्यामुळे मोठ्या प्रमाणात एका विशिष्ट न्यूनतम पातळीपेक्षा अधिक केलेल्या गुंतवणुकीतून परस्पर संबंधित अनेक व्यापार, व्यवसाय, उद्योगधंद्यांची निर्मिती होते; त्यामुळे परस्परांना बाह्य बचतीच्या फायद्यांचा व अविभाज्यतेचा मोठा लाभ होऊन अर्थव्यवस्था विकासाच्या मार्गावर रूढ होते.

प्रो. रोझेस्टिन रोडानच्या मते, अविभाज्यता प्रामुख्याने तीन प्रकारची असते. ती खालीलप्रमाणे स्पष्ट केलेली आहे.

अ) उत्पादन फलनातील अविभाज्यता

प्रो. रोडानच्या मते, उत्पादन फलनातील अविभाज्यतेमुळे वाढत्या उत्पादन फलानुसार उत्पादन होते. त्यामुळे भांडवल उत्पादन गुणोत्तर क्रमश: कमी होत जाऊन विकासाला जलद चालना मिळते. याचा अर्थ असा की, त्यामुळे उद्योग, उत्पादन, उत्पन्न आणि रोजगारात प्रचंड वाढ घडून येते.

प्रो. रोझेस्टिन रोडान यांच्या मते, विकासाचा मार्ग शीघ्रपणे मोकळा करून देण्यासाठी अर्थव्यवस्थेतील सामाजिक मूलभूत बाबींवर भांडवलात मोठ्या प्रमाणावर गुंतवणूक करणे आवश्यक असते. रस्ते, रेल्वे, वाहतूक, दळणवळण, विद्युतनिर्मिती, सार्वजनिक उपयोगितेच्या सेवा, यंत्रसामुग्री निर्मिती, उपकरणे, पाणीपुरवठा इ. मूलभूत सामाजिक भांडवल गुंतवणूक असून ते उत्पादनासाठी अविभाज्य आहे. या मूलभूत सामाजिक भांडवल गुंतवणुकीचे प्रमुख वैशिष्ट्य म्हणजे ती प्रत्यक्षपणे उत्पादक नसून अप्रत्यक्षपणे उत्पादक आहे. तसेच त्यात थोडीथोडी गुंतवणुक करून लाभ मिळत नाही, शिवाय फलप्राप्तीचा काळही मोठा असतो. अशा प्रकारच्या सेवा आणि वस्तू निर्मितीसाठी मोठ्या प्रमाणात केलेल्या मूलभूत सामाजिक भांडवल गुंतवणुकीतून परस्पर संबंधित अनेक उद्योगधंद्यांची निर्मिती होते. एकाचवेळी असे अनेक उद्योग उदयास आल्यामुळे परस्परांना बाह्य बचतीच्या फायद्यांचा व अविभाज्यतेचा मोठा लाभ होतो. ह्या प्रचंड गुंतवणुकीमुळेच अर्थव्यवस्थेच्या आर्थिक विकासाला प्रबळ चालना मिळते.

प्रो. रोझेस्टिन रोडान यांच्या मते, मोठ्या प्रमाणावर प्रचंड गुंतवणूक करण्याचे प्रमुख कारण म्हणजे अशा प्रकारची गुंतवणूक थोड्या-थोड्या मात्रांमध्ये विभाजनशील नसते; ते पुढीलप्रमाणे स्पष्ट करता येईल -

१) काळाची अविभाज्यता (Indivisibility of Time)

अल्पविकसित अर्थव्यवस्थेत मूलभूत सामाजिक भांडवल गुंतवणूक आवश्यक असून तिच्या खर्चाचा आणि वेळेचा क्रम बदलता येत नाही.

२) अत्यावश्यक आणि टिकाऊपणाची अविभाज्यता (Indivisibility of Durability and Essentiality)

अशा प्रकारच्या मूलभूत सामाजिक उद्योगांमधील यंत्रसामुग्री, उपकरणे हे दीर्घ काळ टिकाऊ असून विकासासाठी अत्यावश्यक असतात. त्यातील गुंतवणुकीमुळे परस्पर संबंधित अनेक उद्योगांची निर्मिती होते; त्यातून परस्परांना बाह्य बचतीचा व अविभाज्यतेचा मोठा लाभ होतो.

३) प्रदीर्घ कालावधीची अविभाज्यता : अल्पविकसित अर्थव्यवस्थेत मूलभूत सामाजिक उद्योगात भांडवल गुंतवणूक केल्यापासून प्रत्यक्ष उत्पादन होईपर्यंत एक प्रदीर्घ कालावधी लागतो. हा कालावधी अविभाज्य असून तेवढ्या कालावधीसाठी गुंतवणूक गरजेची असते.

४) **किमान गुंतवणुकीची अविभाज्यता :** मूलभूत सामाजिक उपयोगितेच्या उपक्रमामध्ये एक किमान गुंतवणूक करणे विकासासाठी आवश्यक असून, ती अविभाज्य असते.

अशा प्रकारे वरील अविभाज्यता आणि बाह्य बचतीमुळे मूलभूत सामाजिक उपयोगितेच्या उपक्रमामध्ये एकदाच मोठ्या प्रमाणावर गुंतवणूक केल्यास उत्पादनाच्या इतर क्षेत्रांत दीर्घकाळ गुंतवणुकीच्या संधी निर्माण होऊन आर्थिक विकासास प्रेरणा मिळते.

ब) मागणीची अविभाज्यता (Indivisibility of Demand)

प्रो. रोझेस्टिन रोडानच्या मते, अल्पविकसित देशातील बाजारपेठेचा लहान आकार आणि दरडोई उत्पन्नाची कमी ही प्रमुख वैशिष्ट्ये आहेत, म्हणून त्यांनी बाजारपेठ विस्तारासाठी मागणीच्या अविभाज्यतेचे महत्त्व अधोरेखित केले आहे. समाजाची एका वस्तूची किंवा काही वस्तूंची मागणी पूर्ण करून चालणार नाही तर संपूर्ण गरज असलेल्या वस्तूंची मागणी पूर्ण केली पाहिजे. मागणीच्या अविभाज्यतेसाठी परस्पर पूरक अनेक उद्योगंधदे एकदाच स्थापन केले पाहिजे; कारण केवळ एकाच उद्योगामध्ये केलेली गुंतवणूक ही संपूर्ण समाजाची मागणी पूर्ण करू शकत नाही; त्यामुळे बाजारपेठ मर्यादितच राहील; म्हणून परस्पर पूरक उद्योगधंद्यातून इतर उद्योगांना मागणी निर्माण होऊन बाजारपेठ विस्तृत होईल आणि पुन्हा भांडवल गुंतवणूकीला चालना मिळेल. उदा. समजा एखाद्या अल्पविकसित देशात एक हजार बेकार श्रमिकांच्या साहाय्याने बुटांचे उत्पादन सुरू केले; तर त्यांच्याकडून संपूर्ण बुटांच्या उत्पादनाला मागणी येणार नाही. ते आपले थोडेसे उत्पन्न बूट घेण्यासाठी खर्च करतील; बाकी इतर उत्पन्न इतर गरजांसाठी खर्च करतील त्यामुळे बूट उत्पादकाला मागणी अभावी उत्पादन बंद करण्याची वेळ येईल. परंतु अल्पविकसित देशातील उर्ववरित इतर सर्व बेकारांना वेगवेगळ्या उद्योगात कार्यान्वित करून विविध वस्तूंचे उत्पादन केले तर सर्व श्रमिकांना उत्पन्न मिळून त्याची खरेदीशक्तीत वाढ होईल. विविध प्रकारचे उद्योग विविध वस्तूंची निर्मिती करून परस्परांच्या गरजा पूर्ण करतील. परिणामी प्रत्येक वस्तूला विस्तृत बाजारपेठ उपलब्ध होईल आणि भांडवल गुंतवणुकीला प्रोत्साहन मिळेल; यालाच प्रा. रोडान यांनी 'मागणीची अविभाज्यता' असे म्हटले आहे.

क) बचतीच्या पुरवठ्याची अविभाज्यता

अल्पविकसित देशात लोकांचे उत्पन्न कमी असल्यामुळे बचतीची मात्राही कमी प्रमाणात आढळून येते. अल्पविकसित देशाच्या विकासासाठी गुंतवणूक आणि

त्यासाठी बचतीचा दर अधिक आवश्यक असतो ; म्हणजेच बचतीची उत्पन्न लवचिकता अधिक आवश्यक असते. मोठ्या प्रमाणावर गुंतवणूक करावयाची असल्यास बचतीचे प्रमाणही मोठे असले पाहिजे. परंतु अल्पविकसित देशातील लोकांची बचत ही कमी उत्पन्नामुळे कमीच असते ; म्हणून जेव्हा वाढत्या गुंतवणुकीमुळे उत्पन्न वाढते तेव्हा बचतीचा सीमांत दर तिच्या सरासरी दरापेक्षा अधिक ठेवला पाहिजे, तरच विकासाला चालना मिळते ;

१) **मानसिक अविभाज्यता :** प्रो. रोडान यांनी मानसिक अविभाज्यतेची देखील आवश्यकता सांगितलेली आहे. अपुरे आणि तुटक स्वरूपातील प्रयत्न विकासासाठी पुरेसे ठरत नाही ; त्यामुळे आर्थिक विकासास पोषक वातावरण निर्माण होत नाही ; म्हणून अल्पविकसित देशातील लोकांची आर्थिक विकासाचा मार्ग स्वीकारण्याची मानसिक तयारी असली तरच विकासास चालना मिळेल.

२) **बाह्य बचती :** प्रो. रोझेन्स्टीन रोडान यांनी अर्थव्यवस्थेला दिलेल्या मोठ्या धक्क्यामुळे उद्योगांना परस्पर पूरक लाभ मिळतात. अर्थव्यवस्थेतील विविध क्षेत्रांत एकाचवेळी मोठ्या प्रमाणात गुंतवणूक केल्यामुळे विविध उद्योगांना परस्पर पूरक अंतर्गत आणि बहिर्गत सामाईक लाभ मिळतात ; त्यास अनुक्रमे अंतर्गत आणि बहिर्गत बचती म्हणतात. विशेषत: बाह्य बचतीमुळे आर्थिक विकासाला चालना मिळते.

शासनाची भूमिका

प्रो. रोडानच्या मते, अल्पविकसित अर्थव्यवस्थेला प्रबळ चालना देण्यासाठी शासनाची भूमिका महत्त्वाची असते. वीज, वाहतूक, दळणवळण इ. सारख्या कमी लाभ आणि अधिक फलप्राप्तीच्या मूलभूत सामाजिक सेवा/उपक्रमांमध्ये गुंतवणूक करण्यास खाजगी क्षेत्र फारसे उत्सुक नसते ; अशावेळी ही जबाबदारी शासनालाच पार पाडावी लागते.

तसेच प्रो. रोडान यांनी आर्थिक विकासाला प्रबळ चालना देण्यासाठी विदेशी गुंतवणुकीच्या आधाराने विकास आणि विदेशी गुंतवणुकीशिवाय विकास असे दोन पर्याय सांगितलेले आहेत. विदेशी गुंतवणुकीशिवाय विकास करावयाचा असेल तर स्वबळावर मूलभूत सा.मा.जिक उपक्रमांची स्थापना करून देशाला विदेशी भांडवलदारांच्या शोषणापासून वाचविले जाऊ शकते. परंतु पुरेशा भांडवलाअभावी विकासाची प्रक्रिया अतिशय कमी असते. विदेशी भांडवलाच्या आधारे देशातील विकासाची गती अधिक वाढून आंतरराष्ट्रीय श्रम विभागणी आणि विशेषीकरणाचे फायदे घेता येतात. योग्य वेळी

आवश्यक कच्चा मालही विदेशातून आयात करता येतो. अशा प्रकारे विकासासंदर्भात योग्य ते निर्णय घेण्याची जबाबदारी शासनाची असते.

टीकात्मक परीक्षण : प्रबळ चालना सिद्धान्तावर पुढीलप्रमाणे काही टीका करण्यात आलेल्या आहेत–

१) **भांडवलाची कमतरता :** अल्पविकसित देशामध्ये भांडवलाची टंचाई प्रामुख्याने जाणवत असते. प्रबळ चालना देऊन आर्थिक विकास करण्यासाठी एकाचवेळी प्रचंड भांडवल गुंतवणूक करावी लागते. परंतु भांडवलाची कमतरता/टंचाईमुळे अल्पविकसित देशांना या सिद्धान्तातील प्रबळ चालना/धक्का तंत्राचा वापर करता येणे कठीण असते.

२) **तंत्राकडे दुर्लक्ष :** या सिद्धान्तात भांडवल निर्मितीला अधिक महत्त्व देऊन घटक/उत्पादन तंत्राकडे दुर्लक्ष करण्यात आलेले आहे. कोणत्याही देशाचा विकास हा उत्पादन प्रक्रियेतील भांडवल निर्मितीपेक्षा तंत्रावर अधिक प्रमाणात अवलंबून असतो.

३) **स्फितीचा धोका :** अल्पविकसित देशामध्ये भांडवलाची टंचाई असताना एकाचवेळी मोठ्या प्रमाणावर गुंतवणूक केल्यास चलनवाढीचा (स्फितीचा) धोका निर्माण होतो. मूलभूत सामाजिक गुंतवणुकीमुळे उपभोग्य वस्तूंचा पुरवठा कमी पडून स्फिती निर्माण होते; तसेच दीर्घ फलप्राप्तीचा काळ असणारी प्रचंड गुंतवणूकही भाववाढीला प्रोत्साहनच देते.

४) **कृषी गुंतवणुकीकडे दुर्लक्ष :** प्रो. रोझेस्टिन रोडान यांनी विविध उद्योगातील गुंतवणुकीला महत्त्व देऊन कृषीकडे मात्र दुर्लक्ष केले आहे. वास्तविक देशाच्या विकासासाठी पाटबंधारे, भू–सुधारणा, उत्तम कृषी अवजारे, खत प्रकल्प, नदी जोड प्रकल्प इ. मध्ये मोठ्या प्रमाणावर गुंतवणूक करणे आवश्यक असून त्याशिवाय विकास शक्य नाही. कृषीक्षेत्रावरच औद्योगिक क्षेत्राचा विकास अवलंबून असतो.

५) **प्रशासकीय ज्ञानाचा अभाव :** जलद विकासासाठी अल्पविकसित देशातील शासनाची भूमिका आणि सक्रिय सहभाग, मार्गदर्शन व नियंत्रण अत्यंत आवश्यक ठरते. परंतु अशा देशातील शासन बऱ्याचदा अननुभवी, अकार्यक्षम असते आणि तांत्रिक, सांख्यिकिय ज्ञान अभाव प्रशिक्षित मनुष्यबळ समन्वयाचा अभाव असल्याने विकास प्रक्रिया सहज सुलभ होत नाही.

६) **बाह्य बचतीवर अधिक भर :** प्रा. रोडानच्या मते एकाच वेळी विविध उद्योगधंद्यात केलेल्या गुंतवणुकीमुळे विकास होऊन बाह्य बचती निर्माण होतात; परिणाम उत्पादन खर्च कमी होण्यास मदत होते. परंतु अल्पविकसित देशांच्या दृष्टीने बाह्य बचतीपेक्षा वस्तूच्या उत्पादनाचे प्रमाण वाढविणे हे अधिक महत्त्वाचे असते.

७) **समन्वयाचा अभाव :** अल्पविकसित देशातील सरकार हे अननुभवी असते. मोठा धक्का तंत्राचा वापर करून विकास करण्यासाठी शासनाची महत्त्वाची भूमिका असते. अल्पविकसित देशातील सरकारला विविध क्षेत्रांत, विविध योजनांमध्ये, आखलेल्या धोरणामध्ये योग्य तो समन्वय राखता येत नाही; म्हणजेच समन्वयाचा अभाव दिसून येतो.

८) **ऐतिहासिक स्पष्टीकरण नाही :** या सिद्धांतानुसार ''प्रबळ चालना दिल्यामुळे अर्थव्यवस्था विकसित होते किंवा त्याशिवाय विकास होतच नाही'' या संदर्भात कोठेही ऐतिहासिक पुरावे या सिद्धांतात दिलेले नाही.

५.३ समतोल वृद्धी (Balanced Growth)

समतोल वृद्धीची कल्पना सर्वप्रथम फ्रेडरिक लिस्ट या अर्थतज्ज्ञाने मांडली. त्यानंतर प्रो. युंग, प्रो. स्किटोव्हस्की, प्रो. लेवीस ऑथर, प्रा. झेस्टिन रोडान, प्रा. रॅग्नर नर्क्स, प्रा. रोस्टोव्ह हार्वे, प्रा. लिबेस्टिन, प्रो. पिस इ. अर्थतज्ज्ञांनी त्यामध्ये भर टाकून सखोल विश्लेषण केलेले आहे. अर्थव्यवस्थेच्या विकासासाठी या अर्थतज्ज्ञांनी कृषी, व्यापार, उद्योग आणि अर्थव्यवस्थेच्या इतर विविध क्षेत्रांमध्ये समतोल वृद्धीच्या व्यूहरचनेची आवश्यकता प्रतिपादित केलेली आहे. समतोल वृद्धीच्या व्यूहरचनेबाबत विविध अर्थतज्ज्ञांमध्ये एकमत आढळून येत नाही. काहींच्या दृष्टीने मागे पडलेल्या अविकसित क्षेत्रात किंवा उद्योगात गुंतवणूक करून त्यांना इतरांच्या बरोबर समान पातळीवर आणणे तर काहींच्या मते, सर्व क्षेत्रात एकदम गुंतवणूक करणे म्हणजे 'समतोल वृद्धी' होय. थोडक्यात शेती क्षेत्र, उद्योग क्षेत्र, व्यापार क्षेत्र आणि इतर क्षेत्रांमध्ये एकत्रितपणे जेव्हा विकास केला जातो तेव्हा त्यास 'समतोल वृद्धी' असे म्हणतात.

समतोल वृद्धीची व्याख्या : समतोल वृद्धीची व्याख्या अनेक अर्थतज्ज्ञांनी वेगवेगळ्या प्रकारे मांडलेली आहे. त्यांपैकी काही व्याख्या पुढीलप्रमाणे आहेत –

१) **प्रो. अलक घोष यांच्या मते** : ''समतोल वृद्धी म्हणजे अर्थव्यवस्थेचे अशा प्रकारचे नियोजन की ज्यात अर्थव्यवस्थेतील सर्व क्षेत्र समान प्रमाणात विस्तारित होऊन उपभोग, उत्पन्न आणि गुंतवणूक पातळीत समान प्रमाणात वाढ होते.''

२) **प्रो. आर. एफ. हॅरोड यांच्या मते :** ''समतोल वृद्धीमुळे उत्पन्नाचा वृद्धीदर, उत्पादनाचा वृद्धीदर आणि नैसर्गिक साधनसामुग्रीचा वृद्धीदर यांच्यात समानता प्रस्थापित होते.''

३) **श्रीमती जोन रॉबिन्सन यांच्या मते :** ''भांडवल आणि श्रम यांच्या वृद्धीदरातील समानतेला समतोल वृद्धी असे म्हणतात.''

४) **प्रो. रेडावे यांच्या मते :** ''समतोल वृद्धी म्हणजे अर्थव्यवस्थेतील विभिन्न क्षेत्रांत आणि रचनेत समतोल निर्माण करणे होय. जसे, उत्पादन व उपभोग क्षेत्र आणि रचनेतील समतोल.''

अशा प्रकारे समतोल वृद्धीची प्रक्रिया ही गतिमान आणि लवचीक असून त्यामुळे अर्थव्यवस्थेच्या सर्व क्षेत्रांत समानतेने गुंतवणूक करून देशाचा सर्वांगीण विकास करणे शक्य होते.

समतोल वृद्धीच्या अटी : समतोल वृद्धीच्या अटी पुढीलप्रमाणे सांगता येतील.

१) अर्थव्यवस्थेतील विविध क्षेत्रांतील परस्परपूरकता विचारात घेऊनच गुंतवणूक केली पाहिजे.

२) अर्थव्यवस्थेतील विविध क्षेत्रांत एकाचवेळी गुंतवणूक केली पाहिजे.

३) विविध क्षेत्रातील गुंतवणुकीबरोबरच बाजारपेठ विस्ताराकडेही लक्ष दिले पाहिजे.

४) अर्थव्यवस्थेत प्रभावी केंद्रीय नियंत्रण आणि शासनाचा सक्रिय आणि सकारात्मक सहभाग आवश्यक आहे.

५) समतोल वृद्धी सिद्धान्तानुसार विविध क्षेत्रातील योजनांची, धोरणांची आखणी आणि अंमलबजावणीचे नियोजन केले पाहिजे. चुकीच्या नियोजनामुळे विविध क्षेत्रातील समतोलात अडथळे येऊ शकतात.

६) प्रशासन यंत्रणेतील सर्व घटकांमध्ये, धोरणांमध्ये, योजनांमध्ये, विभागांमध्ये सहकार्य-समन्वय असला पाहिजे.

७) समतोल वृद्धी लोकांच्या सहकार्यातूनच शासनाने केली पाहिजे.

समतोल वृद्धी सिद्धान्ताचे स्पष्टीकरण

समतोल वृद्धी सिद्धान्तानुसार अर्थव्यवस्थेच्या विविध क्षेत्रांमध्ये समतोल विकासाची आवश्यकता असते. 'अर्थव्यवस्थेतील विविध क्षेत्रांमधील समतोल

गुंतवणुकीमुळे विविध परस्पर पूरक उद्योगांचा समान रीतीने विकास होऊन, उत्पादनासाठी योग्य बाजारपेठ विस्तार होऊन विकासाची गती वाढते;' म्हणजेच अर्थव्यवस्थेच्या फक्त एकाच क्षेत्रात गुंतवणूक केली तर इतर क्षेत्रांचा विकास होणार नाही.

दुसऱ्या शब्दांत असे म्हणता येईल की, अर्थव्यवस्थेच्या विविध क्षेत्रांमध्ये केलेल्या भांडवल गुंतवणुकीमुळे सुरुवातीला एका विशिष्ट क्षेत्रातील उत्पादनात वाढ घडून येते. परिणामी त्यानंतर पुन्हा दुसऱ्या, तिसऱ्या, चौथ्या याप्रमाणे विविध क्षेत्रांत मागणी निर्माण होईल; म्हणजेच ही विविध क्षेत्रे परस्परांसाठी मागणी व पुरवठा निर्माण करून बाजारपेठेचा विस्तार घडवून आणतील; त्यामुळे अर्थव्यवस्थेचा जलद गतीने समतोल विकास घडून येईल.

उदाहरणाच्या साहाय्याने स्पष्टीकरण : उदाहणार्थ, शरीराच्या सर्व अवयवांना रक्ताची गरज असते. ज्या अवयवांपर्यंत रक्त पोहोचत नाही त्या अवयवांचा विकास होत नाही; म्हणून सर्व अवयवांना रक्त पोहोचल्यामुळे शरीराचा समतोल विकास घडून येतो. त्याचप्रमाणे अर्थव्यवस्थेतील केवळ एका क्षेत्रात गुंतवणूक करून विकास होत नाही. अर्थव्यवस्थेच्या विविध क्षेत्रांमध्ये एकाचवेळी समतोल गुंतवणूक केल्याने परस्परपूरक उद्योगांचा समतोल विकास होऊन बाजारपेठ विस्तार घडून येईल.

विविध क्षेत्रांतील प्रमुख समतोल

समतोल वृद्धी सिद्धान्तानुसार अर्थव्यवस्थेत विविध क्षेत्रांत आणि उद्योगात परस्पर पूरक समतोल प्रस्थापित होतात.

त्यातील प्रमुख समतोल पुढीलप्रमाणे आहे -

१) प्राथमिक आणि द्वितीय क्षेत्रातील समतोल

समतोल वृद्धी सिद्धान्तानुसार अर्थव्यवस्थेत प्राथमिक क्षेत्र (विशेषत: शेती) आणि द्वितीय क्षेत्र (विशेषत: उद्योग) एकमेकांस पूरक असून त्यात समतोल साधला जातो. उद्योगधंद्याच्या विकासामुळे रोजगारात वाढ होऊन उत्पन्न पातळीत वाढ घडून येते; त्यातून शेती क्षेत्रातील उत्पादनाला मागणी निर्माण होते; तसेच शेती क्षेत्रातील विकासासाठी एक तांत्रिक पाया उद्योगामुळे निर्माण होऊन सुधारणा घडून येतात. दुसऱ्या बाजूला उद्योगधंद्यासाठी कच्च्या मालाचा पुरवठा करण्याची जबाबदारी शेती क्षेत्रावर आल्याने, शेतीमालाला मागणी निर्माण होऊन परस्पर दोन्ही क्षेत्रांत समतोल निर्माण होऊन विकासाला चालना मिळते.

२) मागणी व पुरवठ्यातील समतोल

समतोल वृद्धीच्या सिद्धान्तानुसार उत्पादनाचे घटक आणि वस्तू-सेवा यांच्या

मागणी व पुरवठ्यात समतोल घडून येतो. प्रामुख्याने वीज, कृषी, सिंचन, वाहतूक, दळणवळण, जलसिंचन, कच्चामाल, उपभोग्य आणि भांडवली वस्तूंचे उत्पादन करणाऱ्या सर्व उद्योगांच्या विकासामुळे वस्तूच्या पुरवठ्याचे प्रमाण वाढते तर दुसऱ्या बाजूने अनेकांना रोजगार उपलब्ध झाल्याने वस्तू आणि निविष्टांच्या मागणीत वाढ होते; अशा प्रकारे समतोल घडून येऊन विकासाची गती वाढते.

३) उपभोग्य वस्तू आणि भांडवली वस्तू उद्योगातील समतोल

अल्प विकसित देशात विविध उद्योगधंद्यांची उभारणी करण्यासाठी भांडवली वस्तू उद्योगाची आवश्यकता असते; तसेच लोकांचे जीवनमान उंचविण्यासाठी आणि महागाईला आळा घालण्यासाठी उपभोग्य वस्तू उद्योगांची गरज असते. त्यातूनच उपभोग्य वस्तू उद्योग आणि भांडवली वस्तू उद्योग यांच्यात परस्पर पूरकता निर्माण होऊन समतोल विकास घडून येतो.

४) मानवी भांडवल आणि भौतिक उत्पादन गुंतवणुकीतील समतोल

समतोल वृद्धी सिद्धान्तानुसार मानवी भांडवलातील गुंतवणूक आणि भौतिक उत्पादनातील गुंतवणुकीमध्ये समतोल प्रस्थापित होतो. मानवी भांडवल गुंतवणुकीमुळे राष्ट्रीय उत्पन्न, दरडोई उत्पन्न, क्रयशक्ती, राहणीमान आणि मानवी संसाधनांचा दर्जा वाढण्यास मदत होते तर भौतिक वस्तूतील गुंतवणुकीमुळे उत्पादन क्षमता, कार्यक्षमता, बचत, गुंतवणूक आणि निर्यात क्षमतेत वाढ घडून येते. परिणामी दोन्ही घटक परस्परांना पूरक समतोल होऊन विकासाची गती वाढते.

५) व्यापारातील समतोल

समतोल वृद्धीच्या तत्त्वानुसार देशांतर्गत व्यापार आणि परकीय व्यापारात परस्पर पूरक संबंध प्रस्थापित होऊन समतोल साधला जातो. देशांतर्गत व्यापार आणि परकीय व्यापार एकमेकांस पूरक ठरतात; त्यामुळे देशांतर्गत व्यापारासाठी आवश्यक असलेली साधने आणि उपकरणे यांची आयात आणि निर्यातीची गरज परकीय व्यापारातून पूर्ण होते.

समतोल वृद्धीचे लाभ : अर्थव्यवस्थेच्या विविध क्षेत्रांमध्ये समतोल वृद्धी घडवून आणल्यामुळे खालील प्रमुख लाभ मिळतात -

१) समतोल प्रादेशिक विकास : संपूर्ण देशाचा समतोल विकास करण्यासाठी आणि प्रादेशिक असमतोल दूर करण्यासाठी समतोल वृद्धी तत्त्व लाभदायक ठरते. देशात काही प्रदेशांची प्रगती झालेली आहे तर काही मागास राहिलेले आहे. प्रादेशिक असमतोलास प्रामुख्याने ऐतिहासिक, भौगोलिक आणि मानवी

कारणे जबाबदार दिसून येतात; म्हणून प्रादेशिक असंतुलन दूर करण्यासाठी समतोल वृद्धी तत्त्व उपयोगी पडते.

२) **स्थानिक साधनसामग्रीचा पर्याप्त उपयोग :** समतोल वृद्धी तत्त्वानुसार स्थानिक प्रदेशातील विपुल उपलब्ध साधनसामुग्रीचा जसे, उत्पादनाचे घटक, कच्चामाल, नैसर्गिक साधने, इत्यादींचा पर्याप्त वापर करणे शक्य होते.

३) **विकेंद्रीकरण :** संरक्षणार्थ देशातील प्रत्येक प्रदेशाचा विकास विकेंद्रीत स्वरूपाचा असला पाहिजे. युद्ध स्थितीत केंद्रित स्वरूपाचा विकास शत्रू पक्षाचे लक्ष्य ठरू शकतो; म्हणजेच समतोल वृद्धीच्या तत्त्वानुसार विकेंद्रीत स्वरूपाचा विकास घडून येण्यास मदत होते.

४) **दुष्परिणाम टाळता येतात :** समतोल वृद्धीमुळे देशातील विविध प्रकारचे दुष्परिणाम टाळता येतात; कारण समतोल वृद्धीमुळे विकेंद्रीकरणाला प्रोत्साहन मिळते; त्यामुळे शहरातील अतिरिक्त गर्दीला झोपडपट्ट्यांचे केंद्रीकरण, गुन्हांचे प्रमाण, प्रदूषणाचे प्रमाण कमी करता येऊ शकते.

५) **दारिद्र्याचे दुष्टचक्र :** अल्पविकसित देशासाठी दारिद्र्याचे दुष्टचक्र विकासातील एक मोठा अडथळा ठरतो. मागास आणि अविकसित प्रदेशातील गरिबी ही आर्थिक विकासाला बाधक ठरते. दारिद्र्याचे दुष्टचक्र तोडण्याचे प्रमुख कार्य समतोल वृद्धीच्या तत्त्वामुळे घडून येते; त्यामुळे विकासाचा मार्ग मोकळा होतो.

६) **विस्तारित बाजाराचे फायदे :** समतोल वृद्धी व्यूहरचनेमुळे देशातील विविध क्षेत्रांतील उद्योगांचा परस्परांना पूरक लाभ होऊन बाजारपेठांचा विस्तार होतो. विस्तृत बाजारपेठांमुळे वस्तूचा दर्जा, उत्पादनाची क्षमता, निर्यात क्षमता वाढण्यास मदत होऊन श्रमविभागणी आणि विशेषीकरणाचे फायदे मोठ्या प्रमाणात मिळतात. परिणाम विकासाची गती वाढण्यास मदत होते.

७) **आर्थिक विषमता दूर :** समतोल वृद्धी तत्त्वामुळे आर्थिक विषमता दूर होण्यास मदत होऊन आर्थिक समानता प्रस्थापित होते. राष्ट्रीय उत्पन्न, उत्पादन, उपभोग आणि संपत्तीचे वितरण न्यायपणे समानतेने होणे आवश्यक असते; त्यामुळे समाजातील गरीब-श्रीमंतातील दरी कमी होण्यास मदत होते.

८) **बाह्य बचतीचा लाभ :** अर्थव्यवस्थेतील विविध क्षेत्रातील उद्योगात एकाचवेळी केलेल्या गुंतवणुकीमुळे उद्योगधंद्यांच्या परस्परावलंबनामुळे बाह्य बचतीचा लाभ परस्परांना होतो; परिणामी विकासाला गती मिळते.

९) **अविभाज्यतेचा लाभ :** प्रो. रोडानच्या मते, अर्थव्यवस्थेतील उपक्रमात मोठ्या प्रमाणावर गुंतवणूक एकाचवेळी केल्यास अविभाज्यतेचे विविध लाभ मिळून विकास जलद गतीने होतो. मूलभूत सामाजिक क्षेत्रातील गुंतवणूक ही विभाजनशील नसते; त्यामुळे एकदम मोठ्या प्रमाणावर गुंतवणुकीचा धक्का दिल्यामुळे उत्पादन फलनातील अविभाज्यता, मागणीची अविभाज्यता आणि बचत पुरवठ्याच्या अविभाज्यतेचा लाभ अर्थव्यवस्थेला मिळाल्याने समतोल सर्वांगीण विकास होण्यास मदत होते.

१०) **गुणवत्ता आणि दर्जात वाढ :** अर्थव्यवस्थेच्या विविध क्षेत्रातील उद्योगातील गुंतवणुकीमुळे सर्व उद्योगात स्पर्धात्मक वातावरण तयार होते; त्यातून गुणवत्ता आणि दर्जात वाढ करण्यासाठी नवप्रवर्तन आणि संशोधनाला प्रोत्साहन मिळून बाजारपेठेत कार्यक्षम आणि गुणवत्ताधारक उद्योगधंदेच टिकून राहतात.

११) **किंमत स्थिरता :** समतोल वृद्धी तत्त्वामुळे किंमत स्थिरता निर्माण होते; कारण अर्थव्यवस्थेच्या सर्व क्षेत्रांमध्ये योग्य त्या प्रमाणात समतोल साधला जातो; म्हणजे मागणी आणि पुरवठ्यात वाढ आणणाऱ्या उद्योगांत परस्पर समतोल होऊन किंमत स्थैर्य प्रस्थापित होण्यास मदत होते.

१२) **विविध क्षेत्रांत समतोल :** समतोल वृद्धी तत्त्वानुसार अर्थव्यवस्थेतील विविध घटकांत समतोल प्रस्थापित होतात. जसे, कृषिक्षेत्र आणि उद्योगक्षेत्रातील समतोल मागणी आणि पुरवठ्यातील समतोल उपभोग्य वस्तू उद्योग आणि भांडवली वस्तू उद्योग यातील समतोल, देशांतर्गत व्यापार आणि विदेशी व्यापारातील समतोल, बचत आणि गुंतवणुकीतील समतोल, मानवी भांडवल गुंतवणूक आणि भौतिक वस्तू गुंतवणुकीतील समतोल इ. अशा प्रकारे विविध क्षेत्रांत समतोल प्रस्थापित होऊन विकास प्रक्रियेत वेगाने वाढ होते.

१३) **लोकांमध्ये असंतोष नाही :** देशातील सर्व प्रदेशाचा समतोल विकास न झाल्यास अविकसित प्रदेशातील लोकांचा संघटित असंतोष उग्र स्वरूप धारण करतो; त्यामुळे देशाच्या एकात्मतेला तडा जाऊ शकतो. परंतु समतोल वृद्धी तत्त्वामुळे सर्व प्रदेशाचा समान विकास घडून येतो त्यामुळे लोकांमध्ये असंतोष निर्माण होत नाही.

१४) **स्थानिक प्रदेशात रोजगार संधी :** समतोल वृद्धी तत्त्वामुळे अर्थव्यवस्थेतील विविध क्षेत्रांचा समतोल विकास होऊन प्रत्येक स्थानिक प्रदेशात रोजगाराच्या संधी निर्माण होतात. परिणामी क्रयशक्तीत वाढ होऊन विकासाला गती मिळते.

१५) **श्रमिक स्थलांतर नाही :** अविकसित प्रदेशातून रोजगारआभावी विकसित प्रदेशात कामाच्या शोधात श्रमिकांचे स्थलांतर होते. त्यामुळे विशिष्ट प्रदेशातील सामाजिक सोयी-सुविधांवर मोठा ताण निर्माण होतो. परंतु समतोल वृद्धी तत्त्वामुळे सर्व प्रदेशांचा विविध क्षेत्रांतील उद्योगांचा समतोल विकास होत असल्याने श्रमिकांचे स्थलांतर होत नाही.

समतोल वृद्धी दोष : समतोल वृद्धी तत्त्वाचे पुढील दोष टीकाकारांनी सांगितलेले आहेत.

१) **अपूर्ण भांडवल :** अल्पविकसित देशांत भांडवलाची टंचाई मोठ्या प्रमाणात आढळून येते. भांडवली साधनसामुग्रीच्या कमतरतेमुळे समतोल वृद्धीचे तत्त्व वापरण्यावर मर्यादा येतात.

२) **नवे उद्योग स्थापन करण्याकडे अधिक लक्ष :** समतोल वृद्धी तत्त्वानुसार सर्व क्षेत्रांत नवे उद्योगधंदे स्थापन करण्याकडे अधिक लक्ष दिले जाते; त्यामुळे जुन्या उद्योगातील वस्तूंची व सेवांची मागणी कमी होऊन उत्पादन खर्च अधिक वाढतो; म्हणजे या तत्त्वानुसार उत्पादन खर्च कमी करण्याऐवजी नवे उद्योगधंदे स्थापन करण्याकडे अधिक लक्ष दिले जाते.

३) **विविध उद्योगातील संबंध परस्परपूरक नाही :** समतोल वृद्धी तत्त्वात एकाचवेळी विविध उद्योगधंद्यांची स्थापना केल्याने ते परस्परांना पूरक म्हणून कार्य करतात. परिणामी विकासाची गती वाढते. परंतु, टीकाकारांच्या मते, विविध उद्योगधंदे परस्परांना पूरक न राहता ते एकमेकांना पर्यायी असून त्यांच्यात परस्परांशी तीव्र स्पर्धा सुरू होते.

४) **प्रशासकीय समस्या :** अल्पविकसित देशांत प्रशासकीय समस्या मोठ्या प्रमाणावर असून कार्यक्षमता कमी असते; इतकेच नव्हे तर अशा देशांत रूढी, परंपरा, दैववाद, अंधश्रद्धा इ. गोष्टींना अधिक महत्त्व असते. परिणामी गुंतवणूक, बचत, उद्योग उभारणी व आर्थिक क्षेत्राशी समायोजन करताना अनेक प्रशासकीय समस्येत वाढ होते.

५) **उत्पादन घटक आणि संसाधनांची कमतरता :** अल्पविकसित देशात समतोल वृद्धीसाठी पुरेशा प्रमाणात संसाधने आणि प्रमुख उत्पादन घटक उपलब्ध नसतात. भांडवल, कौशल्य विकास, स्वस्त वीज, वित्तपुरवठा, कच्चा माल, उत्पादनाचे घटक इ.ची कमतरता आढळून येते; त्यामुळे समतोल वृद्धी तत्त्व वापरताना अडथळे निर्माण होतात.

६) **सरकारच्या हस्तक्षेपाकडे दुर्लक्ष :** अल्पविकसित देशात सरकारच्या मार्गदर्शनाची/हस्तक्षेपाची, समन्वयाची आणि हस्तक्षेपाची गरज असते; परंतु समतोल वृद्धीचे तत्त्व खाजगी भांडवलशाही अर्थव्यवस्थेशी निगडित आहेत. परिणामी विकासात अडथळा निर्माण होऊ शकतो.

७) **श्रमप्रधान तंत्र विपुल :** अल्पविकसित देशात श्रमप्रधान तंत्र विपुल प्रमाणात उपलब्ध असून भांडवलप्रधान तंत्राची कमतरता भासत असते. अशा वेळी स्वदेशी भांडवलाऐवजी विदेशी भांडवलाच्या साहाय्याने श्रमप्रधान तंत्राचा उपयोग करून विकास साधता येत असला तरी टीकाकारांच्या मते, अशा देशात संयोजन कौशल्य आणि व्यवस्थापकीय कौशल्याचा अभाव असतो; त्याशिवाय विकास होणे अशक्य असते; त्यामुळे श्रमप्रधान तंत्राने विकास करणे कठीण जाते.

८) **विदेशी बाजारपेठांच्या लाभाकडे दुर्लक्ष :** अल्पविकसित अर्थव्यवस्थेत विविध उद्योगात एकाचवेळी समतोल पद्धतीने मोठ्या प्रमाणावर गुंतवणूक केल्यास परस्पर पूरक उद्योगांमुळे बाजारपेठांचा विस्तार होतो. परंतु टीकाकारांच्या मते मूलत: देशांतर्गत बाजारपेठेचा आकार मर्यादित असेल तर अशा विदेशी बाजारपेठा अत्यंत महत्त्वाची भूमिका पार पाडतात. विदेशी बाजारपेठेमुळे अर्थव्यवस्थेच्या विकासाला नवचैतन्य प्राप्त होऊन विकासाची गती वाढते.

९) **वाढते फल मिळत नाही :** समतोल वृद्धी तत्त्वात वाढते उत्पादन फल गृहीत धरलेले आहे. परंतु अल्पविकसित देशात भांडवल टंचाई, कार्यक्षमतेचा अभाव, श्रमिक कुशलता, कच्च्या मालाची टंचाई, तंत्रज्ञानाचा अभाव, मूलभूत आधार, भू-संरचनेची कमतरता इ.चा अभाव असल्याने वाढते उत्पादन फल मिळत नाही; म्हणून वाढत्या उत्पादन फलाचे गृहीत अवास्तव आहे.

१०) **अल्पविकसित देशासाठी उपयुक्त नाही :** समतोल वृद्धीचे तत्त्व हे अल्पविकसित देशासाठी लागू पडत नाही; कारण अशा देशांत साधनसामुग्रीची कमतरता असते. टीकाकारांच्या मते, हे तत्त्व विकसित देशांसाठी अधिक चांगल्या प्रकारे लागू पडते; कारण विकसित देशांमध्ये भांडवलासह अनेक संसाधनांची कमतरता आढळून येत नाही.

११) समतोल वृद्धी तत्त्वानुसार एखाद्या देशाचा आर्थिक विकास झाल्याचा कोणताही ऐतिहासिक पुरावा आढळून येत नाही.

१२) समतोल वृद्धी तत्त्वात अर्थव्यवस्थेच्या विकासाची प्रक्रिया स्पष्ट होऊ शकत नाही अशी टीका केली जाते.

५.४ असमतोल वृद्धी (Unbalanced Growth)

प्रो. ओ.एच.हर्षमन यांना असंतुलित विकासाचे प्रवर्तक मानले जाते. असमतोल वृद्धी तत्त्वाचा सखोल अभ्यास करून, त्यात योगदान देऊन, समर्थन करणाऱ्या अर्थतज्ज्ञांमध्ये प्रामुख्याने प्रो. ओ. एच. हर्षमन, प्रो. रोस्टोन, प्रा. सिंगर, प्रा. मार्क्स प्लेमिंग, बॉयर व यामी, प्रा. जे. शिहान, प्रा. किन्डल बर्जर, रौजस्टो इ. चा समावेश होतो. या अर्थतज्ज्ञांच्या मते, अल्पविकसित देशांसाठी संतुलित आर्थिक विकासाचा प्रश्न सोडविण्यासाठी असंतुलित विकासाचे तत्त्व अधिक महत्त्वाचे ठरते; म्हणून आर्थिक विकासासाठी विविध प्रकारचे असंतुलन हेतुपुर्वक निर्माण करून विकासाची गती वाढविली पाहिजे.

अर्थ व व्याख्या : असमतोल वृद्धी तत्त्वांर्गत प्रथम काही महत्त्वाच्या आधारभूत उद्योगांमध्ये गुंतवणूक केली जाते. ती इतर अविकसित उद्योगांच्या/क्षेत्रांच्या विकासासाठी एक उपयुक्त पार्श्वभूमी तयार करून पुढील काळात विकासाला तीव्र गती देते. अशा प्रकारे ठरावीक विशिष्ट क्षेत्रांत एका मोठ्या धक्क्याने समस्त साधनांची गुंतवणूक केली जाते; म्हणजेच थोड्या निवडक क्षेत्रांचा किंवा उद्योगांचा जलद विकास साधून त्यातून निर्माण होणाऱ्या फायद्याद्वारे इतर उद्योगांचा/क्षेत्रांचा विकास साधणे हे असंतुलित विकासात अभिप्रेत आहे. परिणामी असंतुलित विकासाकडून अर्थव्यवस्था संतुलित विकासाकडे वाटचाल करीत असते. थोडक्यात, जाणीवपूर्वक अर्थव्यवस्था असंतुलित करणे हाच अल्पविकसित अर्थव्यवस्थेच्या विकासाचा उत्तम मार्ग होय. काही निवडक क्षेत्रांत आणि उद्योगांत गुंतवणूक केल्यामुळे नवीन गुंतवणूक संधी निर्माण होऊन आर्थिक विकासाचा मार्ग खुला होतो; याचा अर्थ विकास म्हणजे एक प्रकारे अनेक असंतुलनाची साखळी होय म्हणून अर्थव्यवस्थेत सतत सुधारणा होण्यासाठी विकास धोरणात ताण-तणाव, प्रमाणबद्धतेचा अभाव, असमतोल याला स्थान असणे अत्यंत गरजेचे असते.

व्याख्या

१) जेव्हा अर्थव्यवस्थेतील फक्त काही क्षेत्रांवर किंवा उद्योगावर लक्ष केंद्रित करून त्यात गुंतवणूक केली जाते तेव्हा त्यास 'असमतोल वृद्धी' म्हणतात.

२) **हर्षमनू यांच्या मते :** वृद्धी ही असमतोलाची एक साखळी होय, ज्यात असमतोल दूर करण्याऐवजी कायम ठेवण्यावर भर देऊन अर्थव्यवस्थेत ताण, असंतुलन आणि अप्रमाणता टिकवून ठेवणे आवश्यक असते.

३) **अलक घोष यांच्या मते :** असमतोल वृद्धीच्या सिद्धान्तानुसार नियोजनावर अधिक भर दिला जातो. ज्यामुळे उत्पन्नापेक्षा गुंतवणूक अधिक गतीने वाढते आणि उपभोगापेक्षा उत्पन्न अधिक गतीने वाढत असते.

जसे, $\frac{\Delta I}{I} > \frac{\Delta Y}{Y} > \frac{\Delta C}{C}$

हे वृद्धीदर समान नसतात.

$\frac{\Delta I}{I}$ = गुंतवणूकीच्या वाढीचा दर, $\frac{\Delta Y}{Y}$ = उत्पन्न वाढीचा दर

आणि $\frac{\Delta C}{C}$ = उपभोगाच्या वाढीचा दर.

असमतोल वृद्धी तत्त्वाचे स्पष्टीकरण : असमतोल वृद्धी सिद्धान्तानुसार अर्थव्यवस्थेच्या विशिष्ट क्षेत्रांत गुंतवणूक केल्यास असमतोल निर्माण होतो. हा असमतोल नवीन शोधांना आणि नवप्रवर्तनाला चालना देतो. परिणामी पुन्हा नवीन असमतोल प्रस्थापित होतो. पहिल्या असंतुलनापेक्षा दुसऱ्या असमतोलाची आर्थिक पातळी उच्च असते. अशा प्रकारे विकासाच्या प्रक्रियेत विशिष्ट उद्योगातील/क्षेत्रातील वृद्धीचे लाभ इतर क्षेत्राला मिळत असतात; म्हणून वृद्धी ही गुंतवणुकीच्या साखळीची क्रिया आणि प्रतिक्रिया यांची फलनिष्पत्ती ठरते.

प्रो. हर्षमनच्या मते, गुंतवणूक ही नफा मिळविणे आणि सामाजिक कल्याण करणे, या उद्देशाने प्रामुख्याने करण्यात येते. खाजगी गुंतवणूक ही नफाप्रेरीत असते; तर सार्वजनिक गुंतवणूक ही सामाजिक कल्याणाच्या हेतूने प्रेरित असते. प्रा. हर्षमन यांच्या मते, विकासाचे धोरण राबविताना प्रथम मूलभूत सामाजिक वरकड भांडवलामध्ये (Social Overhead Capital = SOC) म्हणजेच प्रामुख्याने आधारभूत संरचना, शिक्षण, तंत्रशिक्षण, प्रशिक्षण, आरोग्य, वीज, पाणी इ. मध्ये गुंतवणूक केली पाहिजे; त्यामुळे प्रत्यक्ष उत्पादक प्रक्रियेमधील (Direct Productive Activity-DPA) खाजगी गुंतवणुकीला प्रोत्साहन मिळेल; कारण मूलभूत सामाजिक वरकड भांडवल गुंतवणुकीमुळे स्वस्तात मूलभूत वस्तू व सेवा उपलब्ध होऊन प्रत्यक्ष उत्पादक क्रियांमधील गुंतवणुकीला चालना मिळते आणि विकासाची गती वेग घेते. अशा प्रकारे अर्थव्यवस्थेत प्रथम एक तर सामाजिक वरकड भांडवल (SOC) किंवा प्रत्यक्ष खाजगी किंवा प्रत्यक्ष उत्पादक क्रियांमध्ये (DPA) गुंतवणूक करून अर्थव्यवस्थेत असमतोल निर्माण करता येतो; त्यामुळे इतर संबंधित सुविधांची, उद्योगांची इतर उत्पादक क्रियांमध्ये कमतरता निर्माण

होऊन त्यात आपोआप गुंतवणूक होईल; यामुळे आर्थिक विकासाचा दर वाढण्यास मदत होते. अशा प्रकारे अर्थव्यवस्थेत असमतोल निर्माण करून आर्थिक विकासाला गती देता येते.

स्पष्टीकरण आकृतीसह : अर्थव्यवस्थेत असमतोल वृद्धीच्या तत्त्वानुसार आर्थिक विकासाला कशी चालना मिळते हे खालील आकृतीच्या साहाय्याने स्पष्ट केले आहे. आकृतीमध्ये 'अ' 'क्ष' अक्षावर SOC - Social Overhead Capital – सामाजिक वरकड भांडवल दर्शविलेले असून 'अय' अक्षावर DPA - Direct Productive Activity प्रत्यक्ष उत्पादक क्रिया दर्शविलेल्या आहेत. अ र ही समतोल वृद्धी रेषा असून स, $स_१$, $स_२$ हे समउत्पादन वक्रावरील इष्टतम बिंदू आहेत. 'कक', 'खख' आणि 'गग' हे समउत्पादन वक्र – ISO Quant Curve's असून त्याद्वारे SOC आणि DPA मधील गुंतवणुकीमुळे मिळणाऱ्या एकूण राष्ट्रीय उत्पादनाची समान पातळी दर्शविली जाते.

अल्पविकसित देश एकाचवेळी SOC – सामाजिक वरकड भांडवलात आणि DPA प्रत्यक्ष उत्पादक क्रियात गुंतवणूक करू शकत नाही. त्यांपैकी एकात गुंतवणूक करून असंतुलन निर्माण केले जाते आणि जलद विकास घडवून आणण्याचा प्रयत्न या देशात केला जातो.

समजा अल्पविकसित देशात SOC मध्ये गुंतवणूक विस्तार करून असंतुलन निर्माण केल्यास विकासाचा मार्ग स–म–स, –ह–$स_२$ या प्रमाणे राहील. याचा अर्थ असा की, जेव्हा SOC मध्ये 'स' पासून 'म' पर्यंत गुंतवणूक विस्तार केला जातो. तेव्हा DPA मध्ये गुंतवणूकीची कमतरता निर्माण होऊन राजकीय दबावातून ती गुंतवणूक 'स' पासून 'प' पर्यंत वाढते. SOC आणि DPA मध्ये स बिंदूत समतोल होऊन वरच्या सम उत्पादन वक्रावरचा बिंदू गाठला जातो; म्हणजेच उत्पादनाची उच्च पातळी गाठली जाते. ही उच्च उत्पादनाची पातळी खाजगी गुंतवणुकदारांना DPA मध्ये अधिकाधिक गुंतवणूक करण्यास नफ्याद्वारे प्रेरित करते. त्यामुळे DPA मधील गुंतवणूक स पासून न पर्यंत वाढत जाऊन पुन्हा अर्थव्यवस्थेत असमतोल निर्माण होतो. परिणामी SOC मधील गुंतवणुकीची कमतरता जाणवू लागल्याने सरकार त्यातील गुंतवणूक $स_१$ पासून ह पर्यंत वाढवते. परिणामी SOC आणि DPA मध्ये $स_२$ बिंदू समतोल प्रस्थापित होऊन अर्थव्यवस्थेला पुन्हा उच्च उत्पादन पातळी गाठली जाते.

अशा प्रकारे अल्पविकसित देश अर्थव्यवस्थेत असमतोल निर्माण करून देशाचा विकास घडवून आणत असतात. अल्पविकसित देश प्रथम एकतर SOC मध्ये गुंतवणूक करतात किंवा DPA मध्ये गुंतवणूक करतात; जर प्रथम SOC मध्ये गुंतवणूक केली तर विकासाचा मार्ग स–म–$स_१$–ह–$स_२$ याप्रमाणे राहतो.

या मार्गास सामाजिक वरकड भांडवलाच्या (SOC) अतिरिक्त क्षमतेतून विकास असे म्हणतात आणि प्रथम DPA मध्ये गुंतवणूक केली तर विकासाचा मार्ग स-प-स$_१$-न-स$_२$ याप्रमाणे राहतो, या मार्गास सामाजिक वरकड भांडवलाच्या (SOC) कमतरतेतून विकास असे म्हणतात.

अशा प्रकारे SOC मधील अतिरिक्त क्षमता/गुंतवणुकीची विस्तार ही DPA मधील गुंतवणूक वाढविण्यास प्रेरित करते आणि DPA मधील गुंतवणूक वाढली तर SOC मधील गुंतवणूक वाढविण्यासाठी दबाव निर्माण होऊन विकासाला चालना मिळते. परंतु SOC आणि DPA मधील संतुलन विकासाला चालना देऊ शकत नाही किंवा विकासासाठी दबाव निर्माण करू शकत नाही.

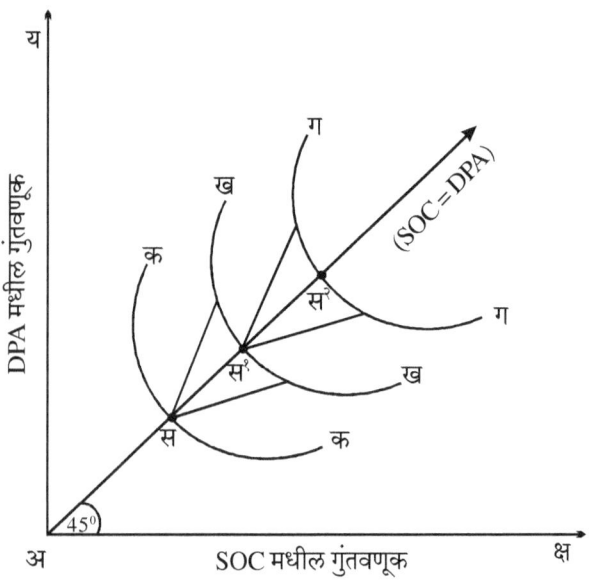

जोडणी परिणाम (Linkage Effects)

अल्पविकसित अर्थव्यवस्थेत विशिष्ट क्षेत्रात गुंतवणूक केल्य ामुळे उत्पादनाच्या पुढील किंवा मागील अवस्थांमध्ये नवनवीन गुंतवणुकीला चालना मिळते तेव्हा त्यास जोडणी परिणाम असे म्हणतात. विशिष्ट क्षेत्रातील गुंतवणुकीमुळे उत्पादनाच्या पुढील अवस्थेतील नव्या गुंतवणुकीला प्रोत्साहन मिळत असेल तर त्यास पुरोगामी जोडणी परिणाम म्हणतात. उदा. वीज निर्मिती उद्योगांमुळे वीज उपकरणांची निर्मिती करणाऱ्या उद्योगांची स्थापना होऊन त्यातील गुंतवणूक वाढते.

याउलट, उत्पादनाच्या मागील अवस्थांमध्ये नवनवीन गुंतवणूक प्रेरित होत असेल तर त्यास प्रतिगामी जोडणी परिणाम म्हणतात.

उदा. यंत्रनिर्मिती उद्योगामुळे यंत्रासाठी लागणाऱ्या सुट्या भागांच्या छोट्या-छोट्या प्रकल्पातील गुंतवणूक वाढते. प्रा. हर्षमनच्या मते, एकत्रित जोडणी परिणाम विचारात घेऊनच अर्थव्यवस्थेतील विशिष्ट क्षेत्र गुंतवणुकीसाठी निवडले पाहिजे. त्यामुळे विकासाची गती अधिक वाढते.

असमतोल वृद्धीचे गुण

असमतोल वृद्धीचे गुण पुढीलप्रमाणे स्पष्ट केले आहेत.

१) **जलद औद्योगिक आणि आर्थिक विकास :** असंतुलित वृद्धी पद्धतीमुळे देशाचा आर्थिक आणि औद्योगिक विकास जलद गतीने होतो. असंतुलित वृद्धी पद्धतीमुळे भांडवलप्रधान उद्योग आणि मूलभूत अवजड उद्योगांमध्ये मोठ्या प्रमाणावर गुंतवणूक करून देशाची प्रगती जलद गतीने करता येते.

२) **मूलभूत आणि आधारभूत उद्योगाची स्थापना :** अल्पविकसित देशांचा विकास मूलभूत सामाजिक उद्योग आणि विविध आधारभूत उद्योगांच्या स्थापनेशिवाय शक्य होत नाही. भांडवलाची कमतरता असल्यामुळे मूलभूत सामाजिक आणि आधारभूत उद्योगात गुंतवणूक करून असंतुलित तत्त्वाच्या आधारे विकास करता येतो.

३) **असंतुलनाचे लाभ :** समतोल वृद्धीच्या सिद्धान्ताला पर्याय म्हणून असमतोल वृद्धीचे तत्त्व मांडलेले आहे. असमतोल वृद्धीच्या तत्त्वामुळे अल्पविकसित देशातील आर्थिक विकासाला चालना मिळते. काही निवडक क्षेत्रांमध्ये गुंतवणूक करून त्यातून मिळणाऱ्या बचतींचा इतर क्षेत्रासाठी लाभ होऊन विकास घडून येतो; म्हणजेच प्रत्येक नवी गुंतवणूक ही असमतोल निर्माण करते; त्यातून आपोआप समतोलासाठी दबाव निर्माण होतो. अशाप्रकारे विकास म्हणजे गुंतवणूक करून असमतोल निर्माण करणे त्यातून पुन्हा समतोल निर्माण करून गुंतवणूकीच्या साखळीची क्रिया आणि प्रतिक्रिया निर्माण करणे होय.

४) **अर्थव्यवस्था स्वयंपूर्ण आणि आत्मनिर्भर :** असंतुलित वृद्धीच्या तत्त्वामुळे विशिष्ट क्षेत्रात गुंतवणूक करून विकासाला चालना दिली जाते; त्यामुळे अर्थव्यवस्थेत विविध क्षेत्रांत सर्व प्रकारचे उद्योग कालांतराने स्थापन होऊन अर्थव्यवस्था स्वयंपूर्ण आणि आत्मनिर्भर होते.

५) **संसाधनाचा पर्याप्त उपयोग :** अल्पविकसित देशात भांडवल टंचाईची समस्या अधिक तीव्र असते. थोड्या भांडवलाची विशिष्ट एका क्षेत्रात गुंतवणूक करून संसाधनांचा पर्याप्त वापर करता येतो. थोडक्यात, असंतुलित वृद्धी तत्त्वाअसमतोल निर्माण केला जातो. परिणामी विकासासाठी अर्थव्यवस्थेतील संसाधनांचा पर्याप्त वापर होतो.

६) **अल्पकाळाचे लाभ :** असमतोल वृद्धीचे तत्त्व हे अल्पकाळाशी संबंधित असल्याने अल्पकाळात लाभ उपलब्ध होतात; त्यामुळे अल्पविकसित देशांना आपल्या गुंतवणुकीपासून श्रमाचे आणि प्रयत्नाचे लाभ अल्पकाळात मिळू शकतात. दीर्घकाळपर्यंत थांबण्याची गरज नसते.

७) **बाह्य बचतींचा लाभ :** मूलभूत आणि अवजड उद्योगात भांडवल गुंतवणूक करण्यावर या तत्त्वानुसार भर दिला जातो; त्यामुळे उद्योगातील परस्परावलंबनामुळे बाह्य बचतींचा लाभ होतो.

८) **आधिक्याची पुनर्गुंतणूक :** या तत्त्वानुसार भांडवली वस्तू उद्योग, मूलभूत आणि अवजड उद्योग, उपभोग्य वस्तू उद्योग, आधारभूत संरचना इत्यादींसारख्या उद्योगांमुळे आर्थिक आधिक्याची निर्मिती होते. त्याची अर्थव्यवस्थेत पुनर्गुंतवणुक करून आर्थिक विकास जलद गतीने होतो.

९) **विशेषीकरणाचे लाभ :** असमतोल वृद्धी सिद्धान्तानुसार विशिष्ट क्षेत्रातील गुंतवणुकीमुळे त्या क्षेत्राचा विकास होतो. श्रमविभागी, भांडवलप्रधान तंत्राचा वापर आणि विशेषीकरणामुळे उत्पादन खर्च कमी होऊन विकासाला गती मिळते.

असमतोलाचे दोष : असमतोल तत्त्वाचे अनेक गुण असले तरी काही दोषही त्यात आढळून येतात.

१) **अस्पष्ट असंतुलन विकास प्रक्रिया :** अर्थव्यवस्थेचा विकास करण्यासाठी असंतुलन निर्माण करावे लागते. परंतु प्रो. पॉल स्ट्रीटन आणि प्रो. मायरच्या मते असंतुलनाची पर्याप्त मात्रा किती असावी, किती प्रमाणात असंतुलन निर्माण करावे, जलद विकासासाठी कोठे आणि किती असंतुलन निर्माण केले पाहिजे, असंतुलन दर्शविणारा बिंदू कोणता? अशा अनेक प्रश्नांची उत्तरे हा सिद्धान्त देऊ शकत नाही. यावरून असे स्पष्ट होते की या सिद्धान्ताने असंतुलन विकास प्रक्रिया स्पष्ट केलेली नाही.

२) **आधारभूत सोयींचा अभाव :** अल्पविकसित देशात मूलभूत आणि आधारभूत सोयी-सुविधांचा अभाव असतो. विशेषत: वाहतूक, दळणवळण, वीज, अवजड आणि भांडवली उद्योग, बँका, विमा कंपन्या इत्यादींच्या कमतरतेमुळे आर्थिक विकास प्रक्रियेत अडचणी निर्माण होतात.

३) **उत्पादनक्षमता निष्क्रिय :** अल्पविकसित देशात एखाद्या विशिष्ट क्षेत्रात प्रचंड गुंतवणूक केल्याने त्या क्षेत्राची उत्पादनक्षमता प्रचंड वाढते. नंतर दीर्घकाळात त्या क्षमतेचा पुरेपूर वापर होत नाही. त्यामुळे उत्पादनक्षमता निष्क्रिय होऊन उत्पादन साधनांचा अपव्यय होतो.

४) **शेतीकडे दुर्लक्ष :** शेतीक्षेत्र आणि उद्योगक्षेत्र परस्पर पूरक असून त्यामुळे विकासाची गती वाढते. परंतु असमतोल तत्त्वानुसार औद्योगिकरणावरच अधिक भर देण्यात आला असून शेतीकडे मात्र दुर्लक्ष करण्यात आलेले आहे.

५) **उत्पादन घटक अगतिशीलता :** अल्पविकसित देशांत उत्पादन घटकांची गतिशीलता कमी असल्याने विकासात अडथळा निर्माण होतो.

६) **गुंतवणूकीवरच अधिक भर :** असमतोल वृद्धी तत्त्वानुसार अल्पविकसित देशात गुंतवणुक करून देशाचा विकास करण्यावर भर दिला जातो. परंतु त्याचवेळेस उत्तम शासन, प्रशासन, व्यवस्थापन, धोरणात्मक निर्णय, समन्वय इ. घटकही महत्त्वाचे असतात. परंतु त्याकडे दुर्लक्ष करण्यात आले आहे.

७) **युद्ध काळात धोका :** असमतोल वृद्धी तत्त्वानुसार विकास करताना एका विशिष्ट उद्योगांचे विशिष्ट ठिकाणी केंद्रीकरण होते; त्यामुळे युद्धकाळात अशा उद्योगांना शत्रू देशांकडून धोका अधिक असतो. तसेच केंद्रीकरणामुळे आरोग्य समस्या, गुन्हेगारी, झोपडपट्ट्यांची वाढ, प्रदूषण, रोगराई मोठ्या प्रमाणावर वाढते.

८) **साम्यवादी देशांना उपयुक्त :** असमतोल वृद्धीचे तत्त्व साम्यवादी देशांना उपयुक्त ठरते तर लोकशाहीवादी देशांना उपयुक्त ठरत नाही; कारण असमतोलाच्या तत्त्वात भांडवली वस्तू उत्पादनावर अधिक भर देऊन विकास केला जातो. लोकशाहीवादी देशात उपभोग्य वस्तू उत्पादनाची पातळी विशिष्ट मर्यादेपेक्षा कमी करता येत नाही. कारण राजकीय आणि सामाजिक दबाव अधिक असतो.

समतोल वृद्धी आणि असमतोल वृद्धीतील साम्य (Similarities between Balance and Unbalanced Growth)

समतोल वृद्धी आणि असमतोल वृद्धीतील साम्य पुढीलप्रमाणे सांगता येतील-

१) अर्थव्यवस्थेचा जलद आर्थिक विकास करणे दोन्ही वृद्धींचा उद्देश असतो.

२) दोन्ही सिद्धान्तांत किमान पुरेशा गुंतवणुकीचे प्रमाण आवश्यक मानले आहे.

३) दोन्ही वृद्धीचे तत्त्व बाह्य बचतीचे महत्त्व स्पष्ट करतात.

४) दोन्ही वृद्धीच्या तत्त्वात शासन नियोजन, दिशा समन्वय, मार्गदर्शन इ.ची गरज स्पष्ट करते.

५) दोन्ही सिद्धान्त बाजार यंत्रणेच्या आधारावरील खाजगी उपक्रम पद्धतीचे अस्तित्व मान्य करतात.

६) पुरवठ्याची अलवचिकता आणि मर्यादित पुरवठ्याची भूमिका याकडे दोन्ही वृद्धींचे तत्त्व दुर्लक्ष करतात.

समतोल वृद्धी आणि असमतोल वृद्धी तत्त्वातील फरक (Distinction Between Balanced and Unbalanced Growth)

समतोल वृद्धी तत्त्व आणि असमतोल वृद्धी तत्त्व यातील फरक पुढीलप्रमाणे स्पष्ट केला आहे –

१) समतोल वृद्धीचा सिद्धान्त एकाचवेळी सर्व क्षेत्रांच्या विकासावर भर देतो तर असमतोल वृद्धीचा सिद्धान्त फक्त महत्त्वाच्या काही क्षेत्राच्या विकासावर भर देतो.

२) समतोल वृद्धीचे तत्त्व उद्योगधंदे परस्पर पूरक असतात असे मानते. तर असमतोल वृद्धीचे तत्त्व उद्योगधंद्यात स्पर्धा असते असे मानते.

३) समतोल वृद्धीचे तत्त्व शासन नियोजनाची गरज स्पष्ट करते; तर असमतोल वृद्धीचे तत्त्व नियोजन ऐच्छिक असावे असे स्पष्ट करते.

४) समतोल वृद्धीच्या तत्त्वात विकास हा हळूवारपणे व सुसंवादात्मक पद्धतीने होत असतो; तर असमतोल वृद्धी तत्त्वात विकास हा अव्यवस्थित आणि असमानपणे होत असतो.

५) समतोल वृद्धी तत्त्वात गुंतवणूक निर्णयासाठी विशेष निकष नसतात; तर असमतोल वृद्धी तत्त्वात गुंतवणूक निर्णयासाठी भांडवल-उत्पादन गुणोत्तर किंवा सामाजिक सिमान्त उत्पादकता हे निकष असतात.

६) समतोल वृद्धी सिद्धान्तात व्यत्यय सर्व अर्थव्यवस्थेत विखुरले जातात तर असमतोल वृद्धी सिद्धान्तातील व्यत्यय अर्थव्यवस्थेतील एका विशिष्ट प्रदेशापुरतेच मर्यादित राहतात.

७) समतोल वृद्धी तत्त्वानुसार आर्थिक विकासातील मुख्य मर्यादा म्हणजे बाजारपेठेचा आकार होय; तर असमतोल वृद्धी तत्त्वानुसार विकासातील मुख्य मर्यादा म्हणजे निर्णय घेण्याचा अभाव होय.

५.५ निर्णायक किमान प्रयत्नाचा सिद्धान्त (Critical Minimum Effort Thesis)

प्रो. लीबेस्टीनने निर्णायक किमान प्रयत्न सिद्धान्त मांडलेला असून, त्यांनी Economic Backwardness and Economic Growth या पुस्तकांत या संबंधी विवेचन केले आहे. अल्पविकसित देशात दारिद्र्याचे दुष्टचक्र सतत फिरत असते. अल्पविकसित देशातील विभिन्न घटक परस्परांवर क्रिया-प्रक्रिया करून देशाला गरीब बनवत असतात. देशाच्या आर्थिक विकासासाठी दारिद्र्याचे दुष्टचक्र तोडणे अनिवार्य आहे. त्याशिवाय विकासाची गती वाढणार नाही. म्हणजेच दारिद्र्याचे दुष्टचक्र तोडण्यासाठी विशिष्ट मात्रेएवढे किमान निर्णायक प्रयत्न आवश्यक ठरतात; यालाच 'निर्णायक किमान प्रयत्न' असे म्हणतात. दुसऱ्या शब्दांत कोणत्याही अल्पविकसित अर्थव्यवस्थेला अविकसित अवस्थेतून विकसित अवस्थेकडे स्थलांतरित होण्यासाठी सातत्यपूर्ण उत्तेजन आणि धक्क्याची गरज असते. हे धक्के आणि उत्तेजके यांच्या परस्पर विरोधी शक्तींच्या संघर्षातून आर्थिक विकास जलद गतीने होतो.

सिद्धान्ताची मध्यवर्ती कल्पना

निर्णायक किमान प्रयत्नाची व्याख्या वेगवेगळ्या प्रकारे करता येते -

१) विशिष्ट दरडोई उत्पन्नाची पातळी गाठण्यासाठी आवश्यक असणारी गुंतवणूक म्हणजे निर्णायक किमान प्रयत्न होय.

२) उत्तेजकांचा परिणाम जेव्हा धक्क्यांच्या परिणामांपेक्षा अधिक असतो. तेव्हा त्यास निर्णायक किमान प्रयत्न असे म्हणतात.

३) अर्थव्यवस्था विकसित करण्यासाठी उत्पन्न वाढणाऱ्या शक्ती उत्पन्न घटवणाऱ्या शक्तींपेक्षा अधिक असते तेव्हा त्यास किमान निर्णायक प्रयत्न झाले असे म्हणतात.

गृहीते : निर्णायक किमान प्रयत्न सिद्धान्त खालील प्रमुख गृहीतांवर अवलंबून आहे.

१) अल्पविकसित अर्थव्यवस्था या संतुलित अवस्थेत असतात.
२) संतुलित अर्थव्यवस्थेत विकासाची गती वाढते.
३) निर्णायक किमान प्रयत्नांच्या व्यूहरचनेद्वारे दारिद्र्ययाचे दुष्टचक्र तोडता येते.
४) अल्पविकसित देशांचा विकास करण्यासाठी उत्तेजके आणि धक्के यांची आवश्यकता असते.
५) लोकसंख्या वाढ आणि आर्थिक वृद्धी यामध्ये परस्पर संबंध असतो.
६) दीर्घकाळ अस्तित्वात असतो.
७) पूर्णस्पर्धेची बाजारपेठ अस्तित्वात आहे.
८) संयोजक हा अर्थव्यवस्थेतील महत्त्वपूर्ण विकासघटक आहे.
९) सामाजिक आणि आर्थिक वातावरणातून विकासासाठी प्रेरणा निर्माण होतात.

सिद्धान्ताचे स्पष्टीकरण : प्रा. लिबेस्टीन यांच्या मते, अल्पविकसित देशांची मागासलेली स्थिती बदलण्यासाठी निर्णायक किमान प्रयत्नांची गरज असते. त्यांच्या मते, धक्के आणि उत्तेजके या परस्पर दोन विरोधी घटकांच्या संघर्षातून आर्थिक विकासाची प्रक्रिया सुरू होऊन सतत त्यांचा प्रभाव चालू असतो. उत्तेजके म्हणजे अशी शक्ती की ज्यामुळे अर्थव्यवस्थेत उत्पन्न, रोजगार, उत्पादन, बचत आणि गुंतवणुकीत वाढ होऊन आर्थिक विकासाला चालना मिळते. याउलट, धक्के म्हणजे अशी शक्ती की जी अर्थव्यवस्थेतील उत्पन्न, रोजगार, उत्पादन, बचत, गुंतवणूक यात घट करून विकासाला अडथळे निर्माण करते. दुसऱ्या शब्दांत उत्तेजके (विस्तारक घटक) म्हणजे उत्पन्न निर्माण करणारी शक्ती तर धक्के (प्रतिसारक घटक) म्हणजे उत्पन्नात घट करणाऱ्या शक्ती होय. जेव्हा उत्तेजक घटकांचा प्रभाव हा धक्क्यांच्या प्रमाणापेक्षा अधिक असतो. तेव्हा विकसित अर्थव्यवस्था बनते. याउलट, धक्क्यांच्या घटकांचा प्रभाव हा उत्तेजक घटकांच्या प्रभावापेक्षा मोठा असेल तर ती अल्पविकसित अर्थव्यवस्था ठरते. म्हणून अल्पविकसित देशात उत्तेजक घटकांचे प्रमाण अल्प असल्याने विकास घडून येत नाही. अर्थव्यवस्थेचा जलद गतीने विकास करण्यासाठी देशातील उत्तेजक घटक हे धक्क्यांच्या घटकांपेक्षा अधिक असणे गरजेचे ठरते. प्रो. लीबेस्टीनच्या मते, उत्तेजक घटकांचा प्रभाव हा धक्क्यांच्या प्रभावापेक्षा जेव्हा अधिक असतो तेव्हा निर्णायक किमान प्रयत्न साध्य झाले असे समजले जाते; म्हणजेच अर्थव्यवस्थेत विशिष्ट दरडोई उत्पन्नाची पातळी गाठण्यासाठी करण्यात येणारी विशिष्ट गुंतवणूक पातळी गाठणे आवश्यक असते. असे प्रतिपादन प्रो. लीबेस्टीनने केले आहे.

उदाहरणाच्या साहय्याने स्पष्टीकरण : ज्याप्रमाणे विमानाला आकाशात मोठी भरारी घेण्यासाठी प्रथम एका विशिष्ट किमान गतीची आवश्यकता असते. त्याचप्रमाणे अल्पविकसित देशाला दारिद्र्याचे दुष्टचक्र तोडण्यासाठी किंवा जलद आर्थिक विकास करण्यासाठी निर्णायक किमान प्रयत्नाची गरज असते. निर्णायक किमान प्रयत्नांमुळे अर्थव्यवस्थेला अपेक्षित विकास दर साधता येतो.

गुंतवणुकीची विशिष्ट पातळी

वास्तव गुंतवणूक पातळी जेव्हा एका विशिष्ट गुंतवणूक पातळीपेक्षा कमी असते तेव्हा स्थिर वृद्धीचे ध्येय गाठता येत नाही.

गुंतवणुकीची एक विशिष्ट पातळी खालील आकृतीच्या साहाय्याने स्पष्ट केली आहे -

खालील आकृतीत 'अक्ष' अक्षावर कालावधी तर 'अय' अक्षरवर दरडोई उत्पन्न दर्शविलेले आहे. 'अक' ही संतुलित दरडोई उत्पन्नाची पातळी आहे. 'अम' ही निर्णायक किमान दरडोई उत्पन्नपातळी आहे. अप ही वास्तव गुंतवणुकीची पातळी असून ती निर्णायक किमान दरडोई उत्पन्नापेक्षा कितीतरी कमी आहे. त्यामुळे उत्पन्नात घट करणाऱ्या शक्तीचा प्रभाव हा उत्पन्नात वाढ करणाऱ्या शक्तीपेक्षा खूप अधिक आहे.

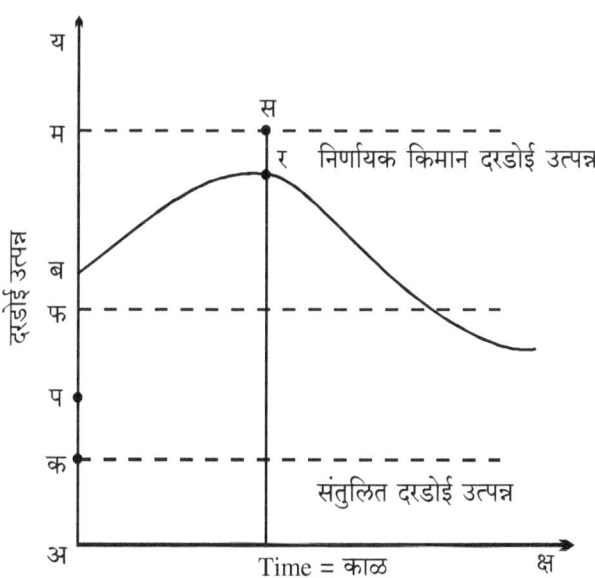

त्यामुळे अप ही वास्तव गुंतवणूक अर्थव्यवस्था स्थैतिक अवस्थेतून बाहेर येऊ शकत नाही. प्रारंभिक वास्तव गंतवणुकीमुळे दरडोई उत्पन्न अब पर्यंत वाढते. दुसऱ्यांदा केलेल्या गुंतवणुकीमुळे दरडोई उत्पन्न पातळी 'र' पर्यंत वाढून त्यानंतर त्यात घट होते; म्हणजे अम या निर्णायक किमान पातळीपर्यंत ते पोहोचत नाही. याचा अर्थ असा की, उत्तेजकाचा प्रभाव हा धक्क्यांच्या प्रभावापेक्षा कमी आहे; म्हणून एका निर्णायक किमान पातळीपेक्षा कमी असलेली गुंतवणूक अपेक्षित विकास साधू शकत नाही.

जर प्रारंभिक केलेल्या गुंतवणुकीमुळे अब पर्यंत दरडोई उत्पन्न वाढत असेल तर त्यानंतर दुसऱ्यांदा करण्यात येणारी गुंतवणूक ही इतकी असावी त्यामुळे दरडोई उत्पन्न 'र' पासून 'स' पर्यंत वाढेल, जे की निर्णायक किमान दरडोई उत्पन्नाच्या पातळीइतके असेल. त्या ठिकाणी उत्तेजकांचा परिणाम हा धक्क्यांच्या परिणामापेक्षा मोठा राहून अपेक्षित शाश्वत विकास घडून येईल. थोडक्यात, गुंतवणूक ही कमीत कमी इतकी असावी की ज्यामुळे दरडोई उत्पन्न अम पर्यंत वाढून योग्य विकास गती साध्य होईल.

२) उत्तेजके आणि धक्के यातील संघर्षातून आर्थिक विकासाचा विस्तार कसा होतो, हे पुढील आकृतीच्या साहाय्याने स्पष्ट केले आहे. प्रा. लीबेन्स्टीनच्या मते, अल्पविकसित देशात उत्तेजके (विस्तारक घटक) आणि धक्के (प्रतिसारक घटक) या दोन्ही घटकांचे अस्तित्व मोठ्या प्रमाणावर असते. या दोन्ही घटकांच्या परस्परविरोधी संघर्षातूनच आर्थिक विकासाची प्रक्रिया सुरू होते.

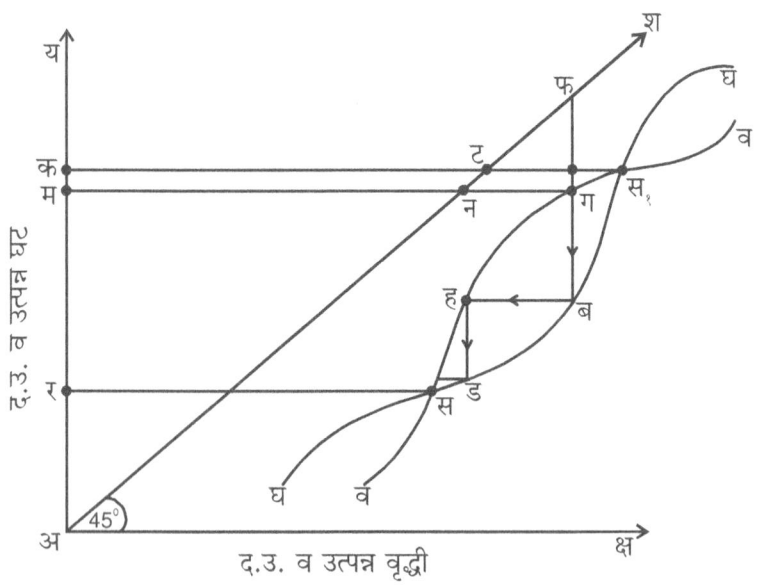

वरील आकृतीत 'व' हा वक्र विस्तारक घटकांचा म्हणजे द.उ. वाढवणाऱ्या घटकांचा परिणाम दर्शवितो तर घघ हा वक्र प्रतिसारक घटकांचा म्हणजे द.उ. घटविणाऱ्या घटकांचा परिणाम दर्शवितो. 'अ' या आरंभ बिंदूशी ४५° चा कोन करणारी रेषा 'अश' असून त्याद्वारे द.उ.वाढ आणि घट यांचे मापन केले जाते; तसेच या रेषेवरील प्रत्येक बिंदूत प्रेरित वाढ आणि घट समान असते.

आकृतीत अर या उत्पन्न पातळीला प्रतिसारक आणि विस्तारक घटकांचा प्रभाव समान असल्याने अर्थव्यवस्था दारिद्र्याच्या दुष्टचक्रात अडकलेली आहे.

सुरुवातीच्या काळात केलेल्या गुंतवणुकीमुळे द.उ.पातळी 'अर' पासून 'अम' पर्यंत वाढते, म्हणजेच उत्पन्न विस्तारक घटकांमुळे दरडोई उत्पन्न 'नग' इतके वाढते. या दरडोई उत्पन्नाच्या पातळीला उत्पन्न विस्तारक घटक 'गफ' आहेत आणि उत्पन्न प्रतिसारक घटक 'बफ' आहेत. उत्पन्न प्रतिसारक घटक 'बफ' हे घटक उत्पन्न विस्तारक घटक गफ पेक्षा अधिक असल्याने उत्पन्न निर्माण करण्याचा प्रतिगामी मार्ग गबहस ने दर्शविला आहे.

याउलट परिस्थिती अशी असेल की, समजा प्रारंभीच्या गुंतवणुकीमुळे दरडोई उत्पन्न टस ने वाढेल. स बिंदूपासून पुढील प्रत्येक बिंदूवरील उत्पन्न विस्तारक शक्तीमुळे वृद्धीची प्रक्रिया दरडोई उत्पन्नाच्या विस्तारपथावरून पुढे सरकत जाईल; कारण तेथे उत्पन्न विस्तारक घटकांची शक्ती ही उत्पन्न घटवणाऱ्या प्रतिसारक घटकांच्या शक्तीपेक्षा अधिक असते.

यावरून असे स्पष्ट होते की, प्रारंभिक गुंतवणुकीमुळे दरडोई उत्पन्न अक पेक्षा कमी असल्यामुळे उत्पन्न बदलाचा मार्ग ग ब ह स याप्रमाणे प्रतिगामी स्वरूपाचा राहून तो मागील समतोल बिंदू 'स' वर स्थिर होईल.

याउलट दरडोई उत्पन्नाची पातळी अक पेक्षा अधिक असेल तर उत्पन्न बदलाचा मार्ग अंतहीत विस्तार पथ याप्रमाणे राहील. अशा प्रकारे दरडोई उत्पन्नाची पातळी 'अक' गाठण्यासाठी आवश्यक असणाऱ्या गुंतवणुकीलाच 'निर्णायक किमान प्रयत्न' असे म्हटले आहे. लीबेस्टीनच्या मते, निर्णायक किमान प्रयत्न आकार लहान-लहान टप्प्यांमध्ये विभागून योग्य कालावधी दिला तर ह्याची परिणामकता अधिक असते.

प्रो. लीबेन्स्टीनच्या मते, अल्पविकसित देशातील आर्थिक विकासासाठी विविध घटक महत्त्वाचे असून, त्यांच्यात समन्वय प्रस्थापित करून, सामाजिक व आर्थिक परिस्थितीतून निर्माण झालेल्या प्रेरणांनाही महत्त्वाचे स्थान असते. अल्पविकसित देशातील प्रेरणा प्रामुख्याने दोन प्रकारच्या असतात –

१) शून्य बेरीज प्रेरणा (zero sum incentives)

२) धनात्मक बेरीज प्रेरणा (positive sum incentives)

१) **शून्य बेरीज प्रेरणा :** 'ज्या प्रेरणांमुळे अर्थव्यवस्थेतील उपक्रमांचा आर्थिक विकासावर होणारा परिणाम शून्य असून राष्ट्रीय उत्पन्नात वाढ होत नाही, अशा प्रेरणांना 'शून्य बेरीज प्रेरणा' असे म्हणतात.'

उदा. उत्पन्नाचे हस्तांतरण, व्यापारातील धोके, सट्टेबाजीचे उपक्रम, नफ्याचे हस्तांतरण द.उ.ची पातळी अक पर्यंत वाढली तर

२) **धनात्मक बेरीज प्रेरणा :** 'ज्या प्रेरणांमुळे उत्पादक गुंतवणुकीला चालना मिळून राष्ट्रीय उत्पन्नामध्ये वाढ होते आणि आर्थिक विकास जलद गतीने होतो.' अशा धनात्मक बेरीज प्रेरणादायी उपक्रमांमुळे लोकांची मानसिकता बदलून ते वस्तू व सेवांचे प्रमाण, उत्पन्न, रोजगार, बचत, गुंतवणूक, उद्योगधंदे इ. मध्ये वाढ करण्यासाठी प्रयत्न करतात.

प्रो. लीबेन्स्टिनच्या मते, अर्थव्यवस्थेचा विकास केवळ उत्पादक गुंतवणूक करून शक्य नाही तर विकासासाठी वातावरण निर्मितीची आवश्यकता असते. विकास करण्यासाठी आवश्यक असणाऱ्या वातावरणाच्या अभावामुळे स्थापन झालेल्या उद्योगाचे रूपांतर शून्य बेरीज प्रेरणांमध्ये होऊन दरडोई उत्पन्न कमी होते. या दरडोई उत्पन्नाच्या घटीची खालील कारणे आहेत–

१) प्रारंभिक अवस्थेत भांडवल उत्पादन गुणोत्तर उच्च असते; म्हणून दरडोई उत्पन्न घटते.

२) समाज रूढी परंपरेला चिकटून असल्याने नवे ज्ञान, संशोधन, विज्ञान आणि कल्पना स्वीकारण्याची त्यांची मनोवृत्ती नसते.

३) लोकसंख्या वाढ आणि श्रमिक पुरवठा यात धनसंबंध असल्याने भांडवलाची सरासरी उत्पादकता कमी होते.

४) प्रदर्शन प्रभावामुळे अनुत्पादक खर्चात वाढ होते.

वरील दरडोई उत्पन्नामध्ये घट घडवून आणणारे घटक दूर करण्यासाठी निर्णायक किमान गुंतवणुकीची आवश्यकता असते; म्हणजे धनात्मक बेरीज प्रेरणांना प्रोत्साहन देण्यासाठी प्रयत्न करणे आवश्यक आहे. अर्थव्यवस्थेच्या विकास प्रक्रियेला प्रोत्साहन देणारे घटक खालीलप्रमाणे आहे –

१) बचत व गुंतवणूक प्रमाणात वाढ.

२) कृषी क्षेत्र, उद्योग क्षेत्र आणि सेवा क्षेत्रांचा विस्तार.

३) ज्ञान, विज्ञान, कौशल्य, कल्पना, मानसिकता व संस्था इ.मध्ये सुधारणा.

विकास अभिकर्त्याची भूमिका

प्रो. लीबेस्टिनच्या मते, अर्थव्यवस्थेमध्ये संशोधक, संयोजक, नवशोधक, शिक्षक या व्यक्ती विविध उपक्रम राबवून विकासात महत्त्वपूर्ण भूमिका पार पाडतात; म्हणून त्यांना 'विकास अभिकर्ते' म्हणतात. निर्णायक किमान प्रयत्न करण्याची जबाबदारी प्रामुख्याने विकास अभिकर्ते आणि शासनावर असते; त्यामुळे विकासाची गती वाढते.

लोकसंख्या वाढ दरडोई उत्पन्नाचे फलन : प्रो. लिबेस्टीनने दरडोई उत्पन्न आणि लोकसंख्या वाढ यातील संबंध निर्णायक किमान प्रयत्नांच्या आधारे केला आहे. प्रा. लिबेस्टीनच्या मते, लोकसंख्या वाढीचा दर दरडोई उत्पन्न पातळीचे फलन असते. अल्पविकसित देशांत सुरुवातीला निर्वाह संतुलित उत्पन्न पातळीवर जन्मदर आणि मृत्यूदर अधिक असतो जर दरडोई उत्पन्नाला निर्वाह संतुलित उत्पन्न पातळीपेक्षा अधिक वाढविले तर मृत्यूदर कमी होऊन जन्मदर स्थिर होतो. अशा प्रकारे सुरुवातीला दरडोई उत्पन्नातील वाढ लोकसंख्या वृद्धीला चालना देते; म्हणून जेव्हा लोकसंख्येत वाढ होते तेव्हा आर्थिक निर्णायक प्रयत्नांची गरज असते.

प्रो. लेबेस्टीनच्या मते, जेव्हा उत्पन्न पातळीत वाढ तेव्हा जन्मदराचे प्रमाण कमी होते. म्हणजेच अपत्यांची संख्या कमी होऊन दरडोई उत्पन्नाचे प्रमाण वाढते आणि विकासाला चालना मिळते. सार्वजनिक सोयी-सुविधा मोठ्या प्रमाणात वाढल्याने मृत्यूदराचे प्रमाण कमी होते. मृत्यूदर आणि जन्मदर यामधील अंतर वाढत जाते. त्यानंतर सामाजिक, आर्थिक क्षेत्राचा विस्तार होऊन नवनवीन संधी निर्माण होतात. परिणामी दरडोई उत्पन्नात मोठ्याप्रमाणात वाढ होते आणि एका विशिष्ट मर्यादेनंतर जन्मदरात घट होण्यास सुरुवात होते.

थोडक्यात, दरडोई उत्पन्नाच्या एका विशिष्ट पातळीपर्यंतच अपत्यांना जन्म देण्याची प्रवृत्ती वाढते; त्यानंतर घट होते.

आकृतीच्या साहाय्याने स्पष्टीकरण

दरडोई उत्पन्न वाढ व लोकसंख्या वाढ यातील परस्पर संबंध खालील आकृतीद्वारे स्पष्ट केला आहे.

आकृतीमध्ये अय अक्षावर दरडोई उत्पन्नाची पातळी आणि अक्ष अक्षावर लोकसंख्या वृद्धीदर आणि राष्ट्रीय उत्पन्न वृद्धी दर दर्शविलेला आहे. 'नन' हा वक्र प्रति व्यक्ती उत्पन्न पातळी आणि 'पप' हा वक्र दरडोई उत्पन्न पातळीच्या प्रत्येक स्तरावर लोकसंख्या वृद्धी दर दर्शवितो.

'क' बिंदू निर्वाह संतुलित उत्पन्न पातळी दर्शवितो. जेथे लोकसंख्या आणि

उत्पन्न पातळी वाढ होत नाही. जेव्हा दरडोई उत्पन्न 'क' पर्यंत वाढविल्यास लोकसंख्या वृद्धीदर आणि उत्पन्न वृद्धीदर १% एवढा असतो. दुसऱ्या अवस्थेत म्हणजे दरडोई उत्पन्नाच्या 'क$_{२}$' पातळीवर लोकसंख्या वृद्धीदर उत्पन्न वृद्धीदरापेक्षा अधिक आहे. म्हणजेच क$_{२}$ र ग (२%) > क$_{२}$ र (१%) आहे. परिणामी दरडोई उत्पन्न कमी होऊन विकास होत नाही; जर दरडोई उत्पन्न पातळी क$_{३}$ पेक्षा अधिक वाढविल्यास लोकसंख्या वृद्धीदरात घसरण सुरू होते. याठिकाणी लोकसंख्या आणि उत्पन्न वृद्धीदर ३% आहे. त्यानंतर विकासाची गती वाढते म्हणून क$_{३}$ ही अशी एक निर्णायक किमान दरडोई उत्पन्न पातळी आहे की, त्यानंतर लोकसंख्या वृद्धी दरात घट होऊन आर्थिक विकास प्रक्रिया जलद गतीने वाढते.

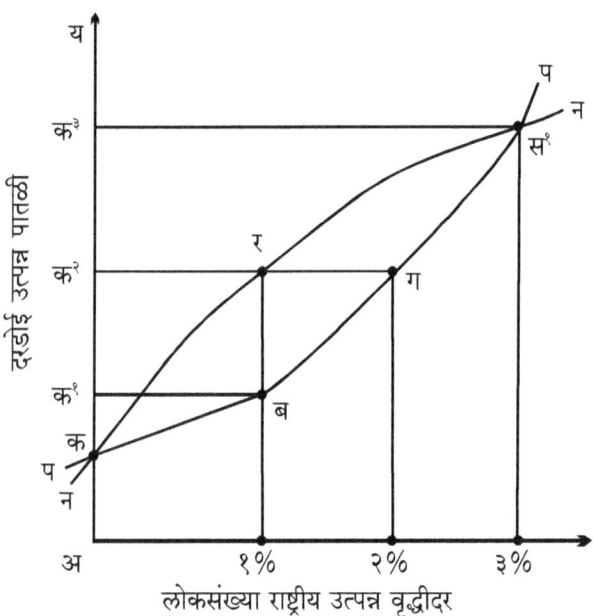

निर्णायक किमान प्रयत्नांची आवश्यकता किंवा गरज

१) अर्थव्यवस्थेमध्ये अनेक प्रकारच्या प्रत्यक्ष-अप्रत्यक्ष अविभाज्यता असतात. त्या अविभाज्यता प्राप्त करण्यासाठी निर्णायक किमान प्रयत्नांची गरज असते.

२) अल्पविकसित देशांमध्ये समतोल वृद्धी अत्यंत आवश्यक आहे. एका विशिष्ट क्षेत्रांत गुंतवणुक करून प्रगती होत नाही; म्हणून संतुलित वृद्धी करण्यासाठी निर्णायक किमान प्रयत्नांची आवश्यकता भासते.

३) अल्पविकसित देशात अनेक रूढी, परंपरा, अंधश्रद्धा रीती-रिवाज अस्तित्वात असताना त्या दूर करण्यासाठी खूप दीर्घकाळ लागतो शिवाय त्या दूर करण्यासाठी अनेक अडचणी आणि अडथळे येतात. त्या दूर करण्यासाठी निर्णायक किमान प्रयत्नांची गरज असते.

४) प्रो. लीबेस्टीनच्या मते, दरडोई उत्पन्नात एका विशिष्ट निर्णायक किमान पातळीपर्यंत वाढ केली पाहिजे की त्यामुळे दरडोई उत्पन्नात वाढ होऊन लोकसंख्येचा वृद्धीदर कमी-कमी होत जाईल.

५) आर्थिक विकासाबरोबर भांडवल-उत्पादन गुणोत्तर घटत जाते; म्हणून जर निर्णायक किमान गुंतवणूक केल्यास आर्थिक विकास अधिक तेजीने होईल.

६) अल्पविकसित देशांमध्ये उत्पन्न घटविणाऱ्या शक्ती ह्या उत्पन्न निर्माण करणाऱ्या शक्तींपेक्षा अधिक असतात. उत्पन्न निर्माण करणाऱ्या शक्तींचे प्रमाण वाढविण्यासाठी निर्णायक किमान प्रयत्नांची गरज असते.

७) सार्वजनिक सोयी-सुविधा आणि आरोग्याच्या सोयींमुळे मृत्यूदर घटून लोकसंख्येचे प्रमाण वाढते. वाढत्या लोकसंख्येच्या उदरनिर्वाहासाठी निर्णायक किमान प्रयत्नांची गरज निर्माण होते.

सिद्धान्ताचे दोष

या सिद्धान्तात पुढील काही प्रकारचे दोष आढळतात -

१) लोकसंख्या वाढ ही दरडोई उत्पन्नावर अवलंबून नाही : प्रो. लिबेस्टीनच्या मते, लोकसंख्या वाढ ही दरडोई उत्पन्नाचे फलन आहे. याचा अर्थ एका विशिष्ट बिंदूपर्यंत दरडोई उत्पन्नाबरोबर लोकसंख्या वाढत जाते; त्यानंतर घटते. परंतु टीकाकाराच्या मते, लोकसंख्येतील वाढ ही दरडोई उत्पन्नावर अवलंबून नसून ती मृत्यूदरातील घट, आरोग्याच्या सोयीसुविधा, वैद्यशास्त्रातील प्रगती आणि साथीच्या रोगावर नियंत्रण इत्यादींमुळे होते.

२) शासन भूमिका दुर्लक्षित : दरडोई उत्पन्नातील एका बिंदूपर्यंत केलेल्या वाढीमुळे लोकसंख्या कमी होईल, यावर विश्वास बसत नाही; तसेच शासनातर्फे राबविलेल्या विविध योजनांमुळे (उदा. कुटुंब नियोजन) लोकसंख्या नियंत्रणात राहते. या शासनाच्या भूमिकेकडे दुर्लक्ष या सिध्दांन्ताने केले आहे.

३) समय तत्त्वाकडे दुर्लक्ष : अर्थव्यवस्थेतील मूलभूत बदल करण्यासाठी समय तत्व अत्यंत आवश्यक असते. निर्णायक किमान प्रयत्न किती कालावधीत करावेत यासंबंधी अधिक माहिती ह्या सिद्धान्तात नाही.

४) **अवास्तव गृहीत :** दरडोई उत्पन्न वाढीमुळे जन्मदर कमी होतो, असे गृहीत धरले आहे. परंतु, जन्मदर कमी होण्यास सामाजिक–सांस्कृतिक घटक जबाबदार असतात; म्हणून हे गृहीत अवास्तव आहे.

५) **बंदिस्त अर्थव्यवस्थेला लागू :** हा सिद्धान्त फक्त बंदिस्त अर्थव्यवस्थेलाच लागू पडतो. मुक्त अर्थव्यवस्थेला लागू पडत नाही; कारण विदेशी भांडवल, विदेशी व्यापार किंवा इतर बाह्य घटकाकडे या सिद्धान्तामध्ये दुर्लक्ष करण्यात आलेले आहे; म्हणून हा फक्त बंदिस्त अर्थव्यवस्थेलाच लागू पडतो अशी टीका केली जाते.

६) **अल्प विकसित देशांना लागू होत नाही :** हा सिद्धान्त अल्पविकसित देशात दरडोई उत्पन्न, बचत, गुंतवणूक कमी असल्यामुळे भांडवल संचय कमी होतो. भांडवलाची कमतरता असल्यामुळे विकासाची गती वाढत नाही. निर्णायक किमान प्रयत्न करण्यासाठी भांडवलाची मोठ्या प्रमाणात गरज असते. ते अल्पविकसित देशांकडे उपलब्ध होत नाही. परिणामी अल्पविकसित देशांना हा सिद्धान्त लागू होत नाही.

७) **अल्पकाळाकडे दुर्लक्ष :** अर्थव्यवस्थेत निर्णायक किमान प्रयत्न करण्यासाठी दीर्घकाळ जाऊ द्यावा लागतो. अल्पकाळाकडे दुर्लक्ष करण्यात आलेले आहे. वास्तविक अनेक अल्प काळांचा एक दीर्घकाळ बनत असतो.

८) **उद्योजकांचा अभाव :** अल्पविकसित देशांत उद्योजकांचा अभाव असतो. निर्णायक किमान प्रयत्न करण्यासाठी उद्योजकांची संख्या मोठ्या प्रमाणावर असली पाहिजे. परंतु अल्पविकसित देशांत उद्योजकांचा अभाव असल्याने निर्णायक किमान प्रयत्न करणे शक्य होत नाही.

९) **मर्यादित बाजारपेठ :** अल्पविकसित देशांत बाजारपेठांचा आकार मर्यादित असल्यामुळे निर्णायक किमान गुंतवणूक करता येत नाही; त्यामुळे हा सिद्धान्त अशा देशात यशस्वी होत नाही.

अशा प्रकारे या सिद्धान्तत वरील काही दोष असले तरी या सिद्धान्तात काही गुण आहेत; त्याकडे दुर्लक्ष करून चालणार नाही.

सराव प्रश्न

प्र.१) खालील प्रश्नांची प्रत्येकी १०० शब्दांत उत्तरे लिहा.

१) प्रबळ चालना सिद्धान्ताबाबत थोडक्यात माहिती सांगा.

२) प्रबळ चालना सिद्धान्ताची गृहीते सांगा.

३) समतोल वृद्धीच्या अटी सांगा.

४) समतोल वृद्धीचे लाभ थोडक्यात सांगा.

५) असमतोल वृद्धीचे तत्त्व स्पष्ट करा.

६) निर्णायक किमान प्रयत्नांच्या सिद्धान्ताची गृहीते सांगा.

७) निर्णायक किमान प्रयत्नांच्या सिद्धान्ताचे दोष थोडक्यात सांगा.

प्र.२) खालील प्रश्नांची प्रत्येकी २०० शब्दांत उत्तरे लिहा.

१) प्रबळचालना सिद्धान्तातील उत्पादन फलाची अविभाज्यता स्पष्ट करा.

२) समतोल वृद्धी सिद्धान्तचे स्पष्टीकरण करा.

३) असमतोल वृद्धीचे गुण स्पष्ट करा.

४) असमतोलाचे दोष स्पष्ट करा.

५) समतोलवृद्धी आणि असमतोल वध्दीतील साम्य सांगा.

६) निर्णायक प्रयत्नांची आवश्यकता गरज स्पष्ट करा.

प्र.३) खालील प्रश्नांची प्रत्येकी ४०० शब्दांत उत्तरे लिहा.

१) प्रबळ चालना सिद्धान्त स्पष्ट करून टीकात्मक मूल्यमापन करा.

२) समतोल वृद्धीचा सिद्धान्त स्पष्ट करून समतोल वृद्धीचे लाभ स्पष्ट करा.

३) असमतोल वृद्धीचा सिद्धान्त स्पष्ट करून त्याचे मूल्यमापन करा.

४) निर्णायक किमान प्रयत्न सिद्धान्त स्पष्ट करून दोष स्पष्ट करा.

प्र.४) टिपा लिहा. (१०० शब्दांत)

१) प्रबळ चालना सिद्धान्त

२) समतोल वृद्धी

३) असमतोल वृद्धी

४) निर्णायक किमान प्रयत्न

६ विदेशी भांडवल आणि आर्थिक विकास

Favourable Role of Foreign Capital in Economic Development

६.१ प्रस्तावना (Introduction)

एकवीसावे शतक हे जागतिकीकरणाचे महत्त्वपूर्ण शतक ठरले आहे. विविध देशांना एकमेकांशी सहकार्य, मदत, देवाण-घेवाण केल्याशिवाय पर्याय राहिलेलला नाही. याची सर्वच देशांना आता जाणीव झालेली आहे. त्यामुळे जगातील अनेक देशांना जागतिककरणाच्या माध्यमातून एकत्र जोडण्याचे महत्त्वपूर्ण पाऊल पुढे पडलेले दिसते. आजच्या आधनिक काळात विज्ञान तंत्रज्ञान, अवकाश तंज्ञान, युद्ध निती, शस्त्र, आंतरखंडीय क्षेपणास्त्र, औद्योगिक, कृषी आणि सेवा क्षेत्रात प्रचंड संशोधन आणि प्रगती झालेली आहे. त्यामुळे विविध देशाच्या सिमा अस्पष्ट होऊन फक्त कागदापूरत्याच शिल्लक राहिलेल्या आहेत. जागतिकीकीरणामुळे जगातील देशांचे एकमेकांवरील अवलंबित्त्व इतके वाढले की ते आता आंतरराष्ट्रीय सहकार्य मदत,

विनिमय, समन्वयाशिवाय अलिप्त राहू शकत नाही. प्रत्येक देशाचे जलद विकासाचे ध्येय असल्याने आंतरराष्ट्रीय सहकार्यातून विदेशी भांडवलाच्या मदतीने साध्य करण्याचे प्रयत्न केले जाते. म्हणून विदेशी भांडवलाचे अनन्य साधारण महत्त्व आहे.

६.२ विदेशी भांडवलाची आर्थिक विकासातील भूमिका (Favourable Role of Foreign Capital in Economic Development)

विदेशी भांडवल देशांच्या आर्थिक विकासात पुढील प्रकारे महत्त्वपूर्ण भूमिका पार पाडते.

१) **देशांतर्गत बचत आणि भांडवल निर्मितीत वाढ :** अल्पविकसित देशात भांडवल टंचाई किंवा कमी बचत किंवा गुंतवणूक इत्यादींची ज्वलंत समस्या असते. अशा देशात बचतीचा दर इतका कमी असतो की वाढत्या लोकसंख्येसाठी ती अपर्याप्त ठरते. जेव्हा देशांतर्गत बचत गुंतवणूकीच्या माध्यमातून भांडवल निर्मितीचा दर वाढविण्यास असमर्थ ठरते तेव्हा विदेशी भांडवल आयात भांडवली उपकरणे आणि कच्चा मालाचा पुरवठा वाढवून देशांतर्गत बतच आणि भांडवल निर्मितीचा दर वाढविण्यास मदत होते.

२) **उच्च गुंतवणूकीची गरज :** अल्पविकसित देशात नेहमीच देशांतर्गत बचत आणि गुंतवणुक अत्यंत कमी असते. आर्थिक विकासाचा उच्च दर गाठण्यासाठी उच्च पातळीच्या गुंतवणूकीची आवश्यकता भासते. परंतु देशांतर्गत बचत उच्च पातळीच्या गुंतवणुकीची गरज पूर्ण करू शकत नाही. कारण संयोजक वर्गाचा अभाव असतो किंवा गुंतवणूकीच्या नव्या मार्गाच्या ज्ञानाचा अभाव आणि भांडवलाची कमतरता असते. ही कमतरता विदेशी भांडवलाच्या मदतीने भरून काढता येते.

३) **प्रादेशिक असंतुलन दुर :** समतोल प्रादेशिक जलद आर्थिक विकासासाठी अत्यंत आवश्यक असतो. विदेशी भांडवलामुळे प्रादेशिक समतोल साधला जाऊन विकासाची गती वाढविता येते. विदेशी भांडवलामुळे स्थानिक प्रदेशातील उपलब्ध साधन सामग्रीचा पर्याप्त वापर शक्य होतो. तसेच संरक्षण दृष्टिकोनातून समतोल प्रादेशिक विकास आवश्यक असतो. त्याचबरोबर श्रमाच्या प्रादेशिक विभागणीचे लाभ ही विदेशी भांडवलामुळे संतुलित विकास करून शक्य होते. परिणामी प्रादेशिक असंतुलन विदेशी भांडवलामुळे करणे शक्य होते.

४) **नव्या क्षेत्रात गुंतवणुक :** अल्पविकसित देशात उद्योजकांचा अभाव दिसून येतो. तसेच देशांतर्गत बचत, गुंतवणुक, आणि भांडवल निर्मिती अत्यंत कमी असते. खाजगी उद्योजक मोठ्या जोखिमेच्या उद्योगात आणि नवीन क्षेत्रातील उद्योगात गुंतवणुक करण्यास तयार नसतात. अशा क्षेत्रात विदेशी भांडवल प्रवेश करून मोठी जोखिम स्वीकारतात आणि विकासाला चालना देतात.

५) **मूलभूत आधारभूत उद्योगाची स्थापनेस मदत :** जलद औद्योगिकरणासाठी आधारभूत उद्योग, मूलभूत आणि अवजड उद्योग अत्यंत आवश्यक असतात. अशा उद्योगात मोठ्याप्रमाणात भांडवलाची गरज असते परंतु अल्पविकसित देशात भांडवलाची कमतरता असल्याने त्यांना विदेशी भांडवलावर अवलंबून राहावे लागते. विदेशी भांडवलामुळे मूलभूत, अवजड आणि आधारभूत उद्योगांची स्थापना करण्यास मदत होते.

६) **आधारभूत संरचना निर्माण करणे :** अल्पविकसित देशात आधारभूत संरचना निर्मान न केल्यामुळे आर्थिक विकासाला आणि औद्योगिक विकासाला चालना मिळत नाही. अर्थव्यवस्थेच्या सर्वांगिण विकासाला चालना देण्यासाठी देशात प्रामुख्याने रेल्वे, रस्ते, दळणवळण, पूल, वाहतूक, पाणीपुरवठा, सिंचन प्रकल्प, विद्युत प्रकल्प, बँका, विमा, आरोग्य, शिक्षण, प्रशिक्षण, तंत्रशिक्षण आणि माहिती व तंत्रज्ञान इत्यादींची स्थापना करणे गरजेचे असते. अशा सुविधा मध्ये मोठ्याप्रमाणावर भांडवलाची गरज असते. परंतु अल्प विकसित देशाकडे भांडवलाची कमतरता असल्याने त्यांना आधारभूत संरचना निर्माण करण्यासाठी विदेशी भांडवलावर अवलंबून राहावे लागते. त्यामुळे अशा देशात आधारभूत संरचना निर्माण करण्याची महत्त्वपूर्ण भूमिका विदेशी भांडवल निभावत असते.

७) **तांत्रिक मागासलेपणा दूर :** अल्पविकसित देशात केवळ भांडवलाची कमतरता नसून तांत्रिक, कमतरता देखिल असते. तांत्रिक मागासलेपणामुळे उत्पादन खर्चात वाढ, श्रमाची अल्प उत्पादकता आणि उच्च भांडवल उत्पादन गुणोत्तर इत्यादी दुष्परिणाम दिसून येतात. त्यामुळे औद्योगिक मागासपणा निर्माण होतो.

विदेशी भांडवल औद्योगिक मागासलेपणा दूर करून भौतिक साधने, वित्तिय साधने, तांत्रिक ज्ञान, आधूनिक उपकरणे, इत्यादींची निर्मिती करून श्रम कौशल्यात वाढ, उत्पादकतेत वाढ घडून येते परिणामी विकासाची गती वाढते. थोडक्यात तांत्रिक मागासलेपणा दूर करण्यास विदेशी भांडवलाची मदत होते.

८) **रोजगारात वाढ :** अल्पविकसित देशात, बेकारीचे प्रमाण मोठ्याप्रमाणावर असते. विदेशी भांडवलामुळे मूलभूत सामाजिक उद्योग, अवजड उद्योग, आधारभूत संरचना भांडवली वस्तू उद्योग, उपभोग्य वस्तू उद्योग, माहिती तंत्रज्ञान उद्योग, कृषी उद्योग आणि सेवा उद्योग इत्यादी उद्योगात मोठ्या प्रमाणावर गुंतवणूक केली जाते. त्यामुळे प्रचंड प्रमाणात, रोजगाराच्या संधी निर्माण होतात. त्यामुळे बेरोजगारीचे प्रमाण कमी होऊन विकासाची गती वाढते.

९) **प्रतिकूल व्यवहारतोलोत समतोल :** अल्पविकसित देशांना प्रतिकूल व्यवहारतोलाची समस्या नेहमीच भेडसावत असते. त्याचे प्रमुख तीन कारणे आहेत.

१) भांडवली वस्तू, उपकरणे, तांत्रिक ज्ञान, कच्चा माल इत्यादी वस्तूची विकासासाठी करावी लागणारी आयात.

२) अधिक उत्पादन खर्च आणि त्यामुळे वाढणाऱ्या देशांतर्गत वस्तूंच्या किमती यामुळे निर्यातील होणारी घट.

३) विकासाच्या सुरूवातीच्या अवस्थेत कच्चामालाची निर्यात कमी होते. कारण देशांतर्गत कच्चामालाला अधिक मागणी निर्माण होत असते.

अशा प्रकारे एकिकडे घटणारी निर्यात आणि दुसरीकडे वाढणारी भांडवली आयात प्रतिकूल व्यवहारातील समस्या निर्माण करते. ही समस्या दूर करण्याची महत्त्वपूर्ण भूमिका विदेशी भांडवल निभावत असते. परिणामी त्या समतोल प्रस्थापित होता.

१०) **भाववाढ कमी करण्यास मदत :** अल्पविकसित देशात विकासाच्या प्राथमिक अवस्थेत मोठ्याप्रमाणात भाववाढ निर्माण होते. कारण सार्वजनिक गुंतवणूक आर्थिक मागणी व पुरवठ्यातील असमतोल आणि उपभोग्य वस्तूंची कमतरता त्यास प्रामुख्याने कारणीभूत असते. परिणामी किमत पातळीत सतत वाढ होऊन लोकांना त्याची झळ सोसावी लागते. परंतू विदेशी भांडवलामुळे देशातील संबंधित वस्तूंचे उत्पादन वाढवून आणि आयात करून भाववाढ कमी करता येते.

११) **सरकारी महसूलात वाढ :** विदेशी भांडवलामुळे सरकारी कर महसूलात वाढ होण्यास मदत होते. विदेशी भांडवल गुंतवणूक केलेल्या कंपनीवर उत्पादन कर, निगम कर, विक्री कर, उत्पन्न कर, खर्च कर, आयात कर, निर्यात कर,

अधिभार इ. अशा प्रकारचे विविध कर आकरणी करून करे महसूलात वाढ करता येते. परिणामी सरकारच्या कर महसूलात वाढ होऊन त्यायोगे विकासास हातभार लावण्यास मदत होते.

१२) **मानवी भांडवलाचा विकास :** विदेशी भांडवल हे मानवी भांडवलाचा विकास करण्यात अत्यंत महत्त्वपूर्ण भूमिका निभावत असते. देशात येणारे विदेशी भांडवल अल्पविकसित देशांना केवळ नव्या कंपन्या, भांडवल, तंत्रज्ञान आणि आर्थिक सुविधाच पुरवित नाही तर त्यासोबतच व्यवस्थापकीय अनुभव, कौशल्य, उद्योजकता, तंत्र कौशल्य तंत्रज्ञ, प्रशिक्षण, पुरवठ्याचा पर्यायी स्त्रोत शोधणे, बाजार विस्तार करणे, गुणवत्तेत वाढ करणे, निर्यातीत वाढ करणे, निर्यातीत वाढ करणे, उत्पादन प्रक्रियेत सुधारणा करणे, संशोधन करणे, इ. या सारख्या सर्व गोष्टी प्रत्यक्ष आणि अप्रत्यक्ष देशातील नागरीकांना हस्तांतरीत करत असतात. त्यामुळे मानवी भांडवलाचा विकास होण्यास मदत होते.

१३) **विदेशी औद्योगिक संस्कृती :** अल्पविकसित देशात विदेशी औद्योगिक संस्कृतीचा अधिक परिचय नसतो. देशातील औद्योगिक संस्कृतीही विकसित झालेली नसते. विदेशी औद्योगिक संस्कृतीतून नवे मूल्य, नवी जीवनशैली, कामातील शिस्त, वक्तशिरपणा, नियमितपरा, कार्यक्षमता, कार्यसंस्कृती, प्रामाणिकपणा इत्यादी गोष्टीचे शिक्षण आणि निरीक्षण करून भारतीय लोक आत्मसात करतात. ह्या सर्व गोष्टी आर्थिक विकासासाठ अत्यंत महत्त्वाचा असतात.

६.३ विदेशी भांडवलाच्या समस्या/दोष (Problems of Foreign Capital)

अर्थव्यवस्थेच्या आर्थिक विकासातील प्रतिकूल भूमिका किंवा विदेशी भांडवलाच्या समस्या दोष पुढीलप्रमाणे आहेत.

१) **लाभ क्षेत्रात अधिक :** बहुतेक अल्पविकसित देशांमध्ये जलद आर्थिक विकास करण्यासाठी नियोजन पद्धतीचा वापर करून त्यानुसार प्राधान्य क्रम बनविला जातो. प्राधान्य क्रम क्षेत्रात कमी लाभ मिळत असल्याने अशा क्षेत्रात विदेशी भांडवल गुंतवणूक होत नाही. ज्या क्षेत्रात अधिक लाभ आहे अशा क्षेत्रात विदेशी भांडवल आकर्षित होते त्यामुळे अल्पवित देशांचे प्राध्यन्य क्रमाचे विकास प्रारूप विस्कळीत होते. परिणामी प्राधान्य क्षेत्रांचा विकास होत नाही.

२) **प्रतिकूल व्यवहारतोलात वाढ :** अल्पविकसित देशात सहज सुलभरीत्या विदेशी भांडवल आल्याने व्यवहारतोलातील तूट वाढत जाते. विकासाच्या नावाखाली मोठ्याप्रमाणात भांडवली वस्तू, उपकरणे, तंत्रज्ञान, कच्चामाल, तंत्रज्ञ इत्यादींची आयात केली जाते. त्यामुळे व्यवहारतोल प्रतिकूल बनून विदेशी विनिमय संकट अधिक गंभीर होते.

३) **कर्जभारात वाढ :** अल्पविकसित देशात भांडवलाची कमतरता मोठ्याप्रमाणात भासते. आर्थिक विकसासाठी, भांडवली वस्तू, तंत्रज्ञ, कच्चामाल, तंत्रज्ञानाची आयात करण्यासाठी विदेशी चलनात मोठ्याप्रमाणात कर्ज काढावे लागते आणि कर्जफेडही विदेशी चलनात करावी लागते. विदेशी कर्जही बऱ्याचदा इतके वाढते की प्रथम घेतलेले कर्ज आणि त्यावरील व्याज परतफेड करण्यासाठी पुन्हा नवे कर्ज घ्यावे लागते. त्यामुळे असे देश कर्जाच्या सापळ्यात अडकतात.

४) **आर्थिक आणि राजकिय हस्तक्षेप :** जलद आर्थिक विकास करण्यासाठी विदेशी भांडवलाला अर्थव्यवस्थेतील विविध क्षेत्रात प्रवेश दिला जतो. परिणामी औद्योगिक क्षेत्र, कृषी व सेवा क्षेत्र, संरक्षण क्षेत्र, माहिती व तंत्रज्ञान क्षेत्र, मूलभूत व आधाररभूत संरचना क्षेत्र इत्यादी क्षेत्रातील विदेशी भांडवलाची गुंतवणूक मोठ्या प्रमाणात वाढते. परिणामी दिर्घकाळात विदेशी भांडवलाच्या रूपाने देशातील राजकीय आणि आर्थिक क्षेत्रात हस्तक्षेप वाढतो. त्यामुळे देशाचे स्वातंत्र्य धोक्यात येऊ शकते.

५) **आर्थिक पिळवणूक :** विदेशी भांडवल हे मागास राष्ट्रांच्या आर्थिक पिळवणूकीचे एक प्रमुख साधन बनले आहे असे इतिहासाच्या अभ्यासावरून दिसून येते. विदेशी भांडवलाची गुंतवणूक ही अधिकाधिक लाभ मिळविण्यासाठी केली जाते. त्यामुळे अर्थव्यवस्थेतील उत्पादन घटक, कच्चामाल, श्रमिक, नैसर्गिक संसाधनाची पिळवणूक मोठ्याप्रमाणावर होते. तुलनेने मागास राष्ट्राना विदेशी भांडवलापासून कमी प्रमाणात लाभ मिळतो. त्यासाठी मागास राष्ट्रांनी विदेशी भांडवल गुंवणुकी संदर्भात योग्य ती काळजी घेतली पाहिजे.

६) **परावलंनीत्त्व वाढते :** विदेशी भांडवल गुंतावणुकीमुळे परावलंबीत्त्वात वाढ होताना दिसून येते. विदेशी भांडवल गुंतवणूक विविध क्षेत्रात, उद्योगात केली जाते. संरक्षण क्षेत्रातील गुंतवणुकीमुळे ऐन युद्धकाळात दुसऱ्या देशाच्या भांडवलावर अवलंबून राहणे धोक्याचे असते. विदेशी भांडवल गुंतवणुकीमुळे बरेचदा अटी-शर्ती मान्य करून तडजोड करावी लागते. थोडक्यात विदेशी

भांडवल गुंतवणूक अल्पविकसित राष्ट्रांना परावलंबी बनवित असते. ज्यामुळे अर्थव्यवस्थेच्या विकासात अडथळे दिर्घकाळात निर्माण होऊ शकतात.

७) **विदेशी भांडवल पलायन :** विदेशी भांडवल गुंतवणूक ही नफा प्रेरित गुंवणूक असते. ज्या व्यापार व्यवसाय उद्योगधंद्यात अधिक लाभ असतो. त्यामध्ये विदेशी भांडवल गुंतविले जाते. तसेच ज्या देशात अधिक ाभ मिळतो त्या देशात भांडवलाचे स्थलांतर होते. अर्थव्यवस्थेत गुंतविलेले विदेशी भांडवल योग्य नफा न मिळाल्यास, योग्य परतावा न मिळाल्यास युद्ध स्थिती निर्माण केल्यास गुंतवणूकदरारांचा मान-सन्मान न राखल्यास, निर्धारित अटी-शर्तीचे पालन न केल्यास विदेशी भांडवल पलायन होते म्हणजेच अर्थव्यवस्थेतून काढले जाते. परिणामी विकासात अडथळा निर्माण होतो.

८) **स्वदेशी उद्योगांशी स्पर्धा :** विदेशी भांडवल गुंतवणूक करणाऱ्या कंपन्या ह्या बहुराष्ट्रीय व्यापार व्यवसाय करणाऱ्या असतात. त्यांच्याकडे प्रचंड भांडवल, उच्च व्यवस्थापन कौशल्य, तंत्रज्ञ, कुशल श्रमिक आणि विविध कौशल्य असते. स्थानिक उद्योजक त्यांच्याशी स्पर्धा करू शकत नाही. देशातील लहान उद्योग, मध्यम उद्योग, घरगुती कुटीर उद्योग, छोटे उद्योग यांच्या रणनिती पुढे टिकू शकत नाही. कालातरांने ते बंद पडतात. थोडक्यात स्थानिक उद्योग स्पर्धोतून आपोआप बाहेर पडतात.

९) **विदेशी भांडवलाच्या मागे छुपे डावपेच :** अल्पविकसित देशांनी जलद आर्थिक विकास करण्यासाठी विदेशी भांडवल गुंतवणूकीला प्रवेश दिलेला असतो. परंतू विदेशी भांडवल गुंतवणूकी मागे बहुराष्ट्रीय कंपन्याचे अनेक छुपे उद्देश असतात. उदा. स्थानिक उद्योग बंद पाडणे, स्वदेशातील निर्यात वाढ करणे, जीव घेणी स्पर्धा वाढविणे, आयात वाढविण्यास भाग पाडणे, स्वेदशातील लोकांना रोजगार संधी उपलब्ध करून देणे, आर्थिक व राजकीय सत्ता मिळविणे, आर्थिक शोषण करणे, इत्यादी अशाप्रकारचे झुपे उद्देश विदेशी भांडवल गुंतवणूक मागे असल्यामुळे अल्पविकसित देशांना ते धोकादायक ठरू शकते.

१०) **विविध सवलती आणि अटी :** विदेशी भांडवल गुंतवणूक करताना शासन विविध सोयी सवलती त्यांच्यासाठी जाहीर करते. उदा. विविध कर सवलती, पाणी व वीज पुरवठ्यात सवलती इत्यादी. तसेच विदेशी भांडवलाची गरज पूर्ण करताना विविध अटी घातल्या जातात. उदा. व्यापार अटी, परतफेडी

बाबत अटी, उदार औद्योगिक धोरण, इत्यादी काही देशांनी तर विशेषत: अधिक विदेशी भांडवलाची मदत देणाऱ्या देशांनी तर आंतरराष्ट्रीय संबंधाबाबत, देशाची संरक्षण सिद्धतेबाबत देशांतर्गत धोरणाबाबत सुद्धा अटी घालायला प्रारंभ केला आहे.

थोडक्यात स्वदेशी उद्योजकांना कोणतीही सोयी सवलती नसतात परंतु विदेशी भांडवल गुंतवणूक करणाऱ्या कंपन्यांना मात्र अनेक सोयी सवलती जाहीर केल्या जातात. अशा प्रकारचा भेदभाव विकासाला मारकच ठरतो. शिवाय विदेशी भांडवलाची मदत देताना घातलेल्या अटी या गरजवंताला अक्कल नसते अशाच स्वरूपाच्या असतात. विदेशी भांडवलाची गरज नसती जर कोणत्याही सार्वभौम देशाने त्या मान्य केल्या नसत्या. याबाबत शंका नाही.

११) **भांडवल प्रधना तंत्राचा वापर :** विदेशी भांडवलाच्या मदतीने बहुराष्ट्रीय कंपन्या गरजवंत देशात भांडवल प्रधान तंत्राचा वापर करून श्रमप्रधान तंत्राचा वापर करणाऱ्या स्थानिक स्वदेशी उद्योगांना स्पर्धेतून बाद करतात. त्यामुळे एका दगडात दनो पक्षी मारले जातात. ते, म्हणजे एकतर श्रम प्रधान तंत्राचा वापर करणारे स्वदेशी उद्योग बंद पडतात. दुसरे म्हणजे अशा देशात भांडवल तंत्राचा वापर केल्याने बेकारीचे प्रमाण मोठ्याप्रमाणावर वाढते. परिणामी तरूणांना रोजगार न मिळाल्याने ते गुन्हेगारीकडे वळतात. त्यातून सामाजिक मूल्य ढासळतात.

१२) **अनुत्पादक कार्यासाठी वापर :** अल्पविकसित देशात विदेशी भांडवलाचा वापर सुरूवातीला बऱ्याचदा अनुत्पादक कार्यासाठी केला जातो. उदा. शस्त्राचे खरेदी, व्यवहारतील तूट भरणे, थकीत कर्जाची परतफेड, संशोधन, शिक्षण, आरोग्य इत्यादीमध्ये गुंतवणूक करण्यासाठी, वगैरे ाकैपी काही गुंतवणूकीमुळे पुरेसा परतावा मिळतो. परंतु काहमुिळे उशिरा किंवा कमी किंवा मिळतच नाही. विदेशी कर्ज मिळविणे सोपे जाते परंतु परत फेडीची समस्या उभी राहते. विदेशी भांडवलाचा उत्पादक कार्यासाठी वापर केल्यास विदेशी कर्जाची परतफेडीची क्षमता निर्माण होते. अनुत्पादकतेमुळे परतफेडीची क्षमता येत नाही.

१३) **पूरक घटक आवश्यक :** विदेशी भांडवलाचा कार्यक्षमपणे वापर करण्यासाठी त्यास इतर पूरक नैसर्गिक आणि मानव निर्मित घटकाचे सहकार्य विपूल प्रमाणात उपलब्ध असणे आवश्यक असते. परंतू अल्पविकसित देशांत तंत्रज्ञ

कौशल्य, श्रम गतिशिलता, श्रमिक शिस्त, भूसुधारणा, तंत्रज्ञान, तंत्रशिक्षण, जल-भू-वन विकास इत्यादींबाबत अभाव दिसून येत असल्याने विदेशी भांडवलाचा कार्यक्षमपणे वापर होत नाही. म्हणून विदेशी भांडवलाचा कार्यक्षमपणे वापर करण्यासाठी अर्थव्यवस्थेत इतर विदेशी भांडवलास पूरक असणारे घटक पुरेशा प्रमाणात उपलब्ध असणे आवश्यक असते.

६.४ विदेशी भांडवलाचे प्रकार (Types of Private Foreign Investment)

प्रामुख्याने विदेशी भांडवलाचे दोन प्रकारात विभागणी केली जाते.

१) सार्वजनिक/अधिकृत विदेशी भांडवल (Public/Official Foreign Capital)

२) खाजगी विदेशी भांडवल (Private Foreign Capital)

१) सार्वजनिक/अधिकृत विदेशी भांडवल (Public/Official Foreign Capital) : जेव्हा विकसित देशातील सरकार किंवा आंतरराष्ट्रीय नाणेनिधी (IMF), जागतिक बँक (EB), आंतरराष्ट्रीय वित्तीय महामंडळ (IFC), या सारख्या संस्थाकडून एखाद्या देशाच्या सरकाराला विदेशी कर्ज, भांडवल गुंतवणूक किंवा अन्य आर्थिक मदत, केली जाते तेव्हा त्यास सार्वजनिक विदेशी भांडवल गुंतवणूक असे म्हणतात.

सार्वजनिक विदेशी भांडवल गुंतवणूक ही खाजगी भांडवल गुंतवणूकीपेक्षा अधिकृत आणि उत्तम मानली जाते. अशा विदेशी भांडवल गुंतवणकीत अधिक विश्वास, प्रामाणिकपणा, आणि सोयी सवलती असतात.
सार्वजनिक विदेशी भांडवल गुंतवणूकीचे पुढील उपप्रकार पडतात.

अ) बाह्य विदेशी मदत (External Foreign Aid) : जेव्हा विकसित देशांचे सरकार किंवा आंतरराष्ट्रीय वित्तीय संघटन अल्पविकसित/विकसनशील देशातील सरकारांना सवलतीत कर्जपुरवठा, किंवा प्रत्यक्ष भांडवल गुंतवणूक, आर्थिक मदत किंवा प्रत्यक्ष भांडवल गुंवणूक, आर्थिक मदत किंवा अनुदान देतात. तेव्हा त्यास बाह्य विदेशी मदत असे म्हणतात. बाह्य, विदेशी मदत प्रामुख्याने पुढील मार्गाने दिली जाते.

१) आंतर कर्जपुरवठा (Inter Government Loans) : जेव्हा एखाद्या देशातील सरकार आपल्या शेजारील किंवा मित्र देशांतील सरकारांना सवलतीच्या दराने व सौम्य अटींवर दिर्घकालीन विकासासाठी कर्ज पुरवठा करतात तेव्हा अशा कर्जास आंतर सरकारी कर्ज असे म्हणतात.

अशी कर्जे दिर्घकालीन विकासासाठी सवलतीच्या व्याजदराने दिली जातात.

आंतर सरकारी कर्जपुरवठा द्विपक्षीय, द्विपक्षीय मृदू आणि बहूपक्षीय असल शकतो. दाने देशातील सरकारे विदेशी भांडवलाच्या स्वरूपात कर्जाबाबत द्विपक्षीय करार करतात. अशा करारातून विशेषत: अल्पविकसित देशांना कर्ज रूपाने विदेशी भांडवल प्राप्त होते.

तसेच जेव्हा अल्पविकसित देशांच्या अडचणी विचारात घेऊन विकसित देश द्विपक्षिय कराराखाली कर्ज देतात तेव्हा त्यास द्विपक्षीय मृदू कर्ज असे म्हणतात. उदा. PL अंतर्गत भारताला अमेरिकेकडून मिळालेले कर्ज, त्याचबरोबर जागतिक बँक, आंतरराष्ट्रीय नाणेनिधी, आशिया विकास बँक या सारख्या संस्थाकडून घेतलेले कर्ज म्हणजे बहूपक्षीय कर्ज होय. अशा संस्थाचे अनेक देश सदस्य असतात. अशा संस्थातील आपला हिस्सा भरून सदस्य होऊन कर्ज काढता येते.

२) **अनुदाने (Grants)** - एका देशातील सरकार दुसऱ्या देशातील सरकारला विशिष्ट अटी-शर्तींच्या अधीन राहून रोख वा वस्तू स्वरूपात विना मोबदला मदत करते तेव्हा त्यास अनुदाने म्हणतात.

अनुदानाच्या स्वरूपात मिळालेल्या मदती पुन्हा परत करण्याची गरज नसते किंवा एकूण कर्जाचा विशिष्ट भाग अनुदान म्हणून माफ केला जातो. किंवा सवलतीच्या दराने कर्जपुरवठा केला जातो. अशाप्रकारची अनुदाने विशेषत: दिर्घकालीन विकास कार्यासाठी देण्यात येतात.

३) **बहुविध कर्ज (Multilateral Loans)** - जागतिक बँक, आंतरराष्ट्रीय नाणेनिधी, आंरराष्ट्रीय विकास संघ, आशियाई विकास बँक, पुनर्रचना बांधणी आणि विकासाची आंतरराष्ट्रीय बँक, आंतरराष्ट्रीय वित्तीय महामंडळ या सारख्या संस्थाकडून दिर्घकालीन विकास कार्यासाठी आणि व्यवहारतील असमतोल दूर करण्यासाठी घेतलेले कर्ज म्हणजेच बहूविध कर्ज होय.

अशा आंतरराष्ट्रीय संस्थाचे अनेक देश सदस्य असतात. म्हणून त्याच बहूपक्षीय कर्ज असेही म्हणतात. अशा आंतरराष्ट्रीय संस्थातील आपला हिस्सा भरू प्रत्येक देशाला सदस्य होऊन कर्ज घेता येते.

ब) बहिर्गत व्यापारी उचल (External Commercial Borrowings) : आंतरराष्ट्रीय स्तरावरील सार्वजनिक संस्था, बँका, वित्तीय संस्था जेव्हा गरजवंत देशातील सरकारला कर्ज देतात किंवा त्यांचे कर्जरोखे खरेदी

करतात तेव्हा त्यास बहिर्गत व्यापारी उचल म्हणतात. अशा प्रकारचा कर्जपुरवठा अल्प किंवा दिर्घकालीन असतो.

क) **अनिवासींच्या ठेवी (Non-Residents Deposits)** - भारत सरकारने विदेशात राहणाऱ्या भारतीयासाठी अनिवासी ठेव खाते सुरू केलेले आहे. अश प्रकारच्या ठेवी वाढविण्यासाठी वाढीय दराने व्याज दिले जाते. सदर व्याज उत्पन्न विदेशात घेऊन जाण्यास परवानगी असते. सन १९९१-९२ मध्ये देश आर्थिक संकटात असताना अनिवासी भारतीयांच्या ठेवीमुळे फार मोठी मदत झालेली होती.

२) **खाजगी विदेशी भांडवल गुंतवणूक (Private Foreign Capital Investment)** - जेव्हा खाजगी विदेशी गुंतवणूकदाराकडून व्यापार उद्योगधंद्यात विविध मार्गाने गुंतवणूक केली जाते तेव्हा त्यास खाजगी विदेशी भांडवल गुंतवणूक म्हणतात. खाजगी भांडवल गुंतवणूक पुढील प्रमुख प्रकार आहेत.

१) **प्रत्यक्ष विदेशी गुंतवणूक (Direct Foreign Investment) :** देशातील नव्या कंपन्या, अस्तित्त्वातील कंपन्या आपले आधुनिकीकरणासाठी विस्तारीकरणासाठी आणि विविधीकरणासाठी भांडवल बाजारात शेअर्सची विक्री करतात. तेव्हा खाजगी व्यक्ती, कंपन्या अशा शेअर्सची खरेदी करून भांडवल गुंतवणूक करतात. विदेशी गुंतवणूकदार अधिकाधिक शेअर्स खरेदी करून कंपनीच्या व्यवस्थापनावर नियंत्रण मिळविण्याचा प्रयत्न करतात.

तसेच विदेशी खाजगी भांडवल गुंतवरूकदार नवीन व्यापार, व्यवसाय व उद्योगधंदे सुरू करून त्यासाठी लागणारा पैसा, यंगसामग्री, कच्चामाल, व्यवस्थापक, तंत्रज्ञ, तंत्रज्ञान आणतात. अशाप्रकारे जास्तीत जास्त लाभ मिळविण्यासाठी ही प्रत्यक्ष विदेशी गुंतवणूक केली जाते.

२) **कर्जरोखेतील गुंतवणूक :** जेव्हा अस्तित्वातील कंपन्यांचे कर्जरोखे खाजगी विदेशी गुंतवणूकदाराकडून खरेदी केले जाते तेव्हा त्यास कर्जरोखेतील विदेशी खाजगी गुंतवणूक म्हणतात. अशा प्रकारचे गुंवणूकदार आपली गुंतवणूक कधीही काढून परत आपल्या देशात नेऊ शकतात. अशी गुंतवणूक प्रामुख्याने खाजगी गुंतवणूकदार, विदेशी वित्तीय संस्था, बँका, म्युच्युअल फंड इ. व्यक्ती व संस्था लाभ मिळविण्यासाठी ही गुंतवणूक करतात.

३) **विदेशी सहयोग :** विदेशातील नामांकित कंपनी जेव्हा देशातील कंपनी बरोबर तांत्रिक मदत, व्यापार चिन्ह देऊन किंवा पेटंट अधिकार देऊन सहयोग करार करतात तेव्हा त्यास विदेशी सहयोग असे म्हणतात. अशाप्रकारे विदेशी सहयोग करारातून विदेशी कंपनी विदेशी भांडवल देशात आणते.

४) **बाह्य व्यापारी उचल :** खाजगी विदेशी वित्तीय संस्था, बँका आणि कंपन्या देशातील खाजगी उद्योग किंवा संस्था उभारणीसाठी कर्ज पुरवठा करतात. ह्या मार्गाने देखील विदेशी भांडवल देशात येत असते.

६.५ खाजगी विदेशी भांडवल गुंतवणूकीची भूमिका (Role of Private Foreign Capital Investment)

१) खाजगी विदेशी भांडवल गुंतवणूकीचा आयात करणाऱ्या देशांवर कोणताही भार पडत नाही. कारण यात व्याज आणि मुद्दल देण्याची गरज नसते.

२) विदेशी भांडवल गुंतवणूकदार अधिक लाभाच्या क्षेत्रात अधिक गुंवणूक करतो. त्यामुळे उत्पादन घटकांचा महत्तम उपयोग केला जातो.

३) विदेशी भांडवल गुंतवणूकदार अधिकाधिक नफा किंवा लाभ मिळविण्यासाठी उत्पादनात मोठ्याप्रमाणात वाढ करतो. त्यामुळे वाढीव उत्पादनाचे लाभ जनतेला मिळायला लागतात.

४) विदेशी भांडवल गुंतवणूकीमुळे उत्पादनवृद्धी मोठ्याप्रमाणात होते परिणामी रोष्ट्रीय उत्पादनात वाढ घडून येते.

५) खाजगी विदेशी भांडवल गुंतवणूकीबरोबर उत्पादनाच्या नव्या पद्धती, तांत्रिक ज्ञान, कौशल्य नाविण्यपूर्ण कल्पना आणल्या जातात. त्याचा लाभ अल्पविकसित देशाच्या आर्थिक विकासासाठी करता येतो.

६) विदेशी भांडवल गुंतवणूक प्रामुख्याने निर्यात उद्योग क्षेत्रात केली जाते. त्यामुळे राष्ट्रीय निर्यात धोरणाला प्रोत्साहन मिळून व्यवहारतोलातील समतोल राखता येतो.

७) प्रत्यक्ष खाजगी विदेशी भांडवल गुंतवणूकीमुळे अल्प विकसित देशात मोठ्याप्रमाणावर रोजगार निर्मिती होते त्यामुळे बेरोजगारी आणि गरिबी दूर होण्यास मदत होते.

८) या भांडवलामुळे अल्पविकसित देशांच्या औद्योगिकीकरणाचा पाया घातला जातो. लोखंड आणि पोलाद, अवजड विद्युत, रसायने, मशिन, कापड इत्यादी उद्योग प्राथमिक आणि पायाभूत मानले जातात. अल्पविकसित देश विकसित

देशातील खाजगी उद्योजकाबरोबर सहकार्य करार करून आपल्या देशाचा पायाभूत विकास केलेला आहे.

९) खाजगी विदेशी भांडवल गुंतवणूकीमुळे अल्पविकसित देशांना फक्त नवीन कंपन्या, कारखाने, आर्थिक सुविधाच पुरवित नाहीत तर त्यासोबत इतर महत्त्वाच्या गोटीही पुरवित असतात. प्रामुख्याने व्यवस्थापकीय अनुभव, उद्योजकता, तंत्रज्ञान, विविध कौशल्य, तंत्रज्ञ, इत्यादी महत्त्वाच्या गोष्टी पुरवित असतात. त्यामुळे अल्पविकसित देशातील मानव संसाधणांचा विकास होतो.

१०) उद्योग संस्कृतीत नवीन मूल्ये, नवी जीवनौली, कामात शिस्त, पारदर्शकता, श्रम संस्कृती, वक्तशीरपणा, व्यवस्थापन कौशल्य इत्यादी गोष्टींचा अंतर्भाव होतो. अल्प विकसित देशांना या संस्कृतीचा परिचय करून देण्याचे कार्ये खाजगी विदेशी भांडवल गुंतवणूकी अंतर्गत होते.

६.६ विदेशी सहाय्यता/मदत (Foreign Aid)

आंतरराष्ट्रीय आर्थिक स्त्रोत वेगवेगळ्या प्रकारचा असतो. प्रामुख्याने प्रत्यक्ष खाजगी विदेशी गुंतवणूक आणि सार्वजनिक विदेशी गुंतवणूकीच्या माध्यमातून विदेशी भांडवल देशामध्ये प्रवेश करीत असते. सार्वजनिक विदेशी गुंतवणूक ही कर्ज, अनुदान, प्रत्यक्ष गुंतवणूक अपूर्ण सार्वजनिक कायद्यांतर्गत मदत अशा स्वरूपात असते. म्हणून बरेचदा सार्वजनिक विदेशी गुंतवणूकीलाच विदेशी साहाय्य/मदत असे म्हटले जाते असे असले तरी ते अनुदान म्हणून दिलेले असेलच असे नाही. अनुदान क्वचित प्रसंगी देतात. उदा. महापूर, भूकंप, नैसर्गिक आपती इत्यादी अशा वेळी दिलेल्या अनुदानाचे एकूण मदतीतील प्रमाण हे अल्प असते. थोडक्यात, "एखाद्या देशाच्या आर्थिक विकासास मदत करण्याच्या दृष्टीकोणातून कर्ज, प्रत्यक्ष गुंतवणूक, सार्वजनिक कायद्यातंर्गत साहाय्य आणि अनुदान इत्यादी स्वरूपात जे साहाय्य केले जाते त्यास विदेशी साहाय्यता/मदत असे म्हटले जाते." सार्वजनिक विदेशी मदत ही संलग्न किंवा असंलग्न असू शकते.

संलग्न मदत (Tied Aid) / बद्ध सहाय्यता : "जेव्हा विदेशी मदत प्रकल्प, स्त्रोत आणि वस्तूंच्या अधीन राहून केली तेव्हा त्यास संलग्न मदत म्हणतात."

अशाप्रकारची मदत ही वस्तू, स्त्रोत आणि प्रकल्पाशी संलग्न करता येते किंवा प्रकल्प आणि स्त्रोत या दोन्हींशी संलग्न केली जाते तेव्हा अशा मदतीला दुप्पट संलग्न मदत असे म्हणतात.

जेव्हा मदत प्राप्त करणाऱ्या देशातील साहाय्य केवळ विशिष्ट प्रकल्पापुरतीच मर्यादित असते तेव्हा त्यास संलग्न मदत म्हणतात. दुसऱ्या शब्दांत ज्या विदेशी सहाय

सोबत मदत घेणाऱ्या देशावर बंधने, अटी/शर्ती लावल्या जातात त्यास संलग्न मदत म्हणतात.

संलग्न मदतीची प्रमुख वैशिष्ट्ये पुढीलप्रमाणे आहेत.

१) संलग्न मदत/साहाय्य प्राप्त करणाऱ्या देशाच्या स्वातंत्र्यावर मर्यादा येतात.
२) मदत/साहाय्य देणाऱ्या देशाशिवाय इतर देशांशी व्यवहार करण्यावर बंधने येतात.
३) तंत्र निवडीचे स्वातंत्र्य संलग्न मदत प्राप्त करणाऱ्या देशाला राहत नाही.
४) संलग्न मदत प्राप्त करणाऱ्या राष्ट्रावर मदत देणाऱ्या राष्ट्राकडूनच आयात करावी असे बंधन लादले जाऊ शकते.
५) संलग्न मदत हा व्यापार कराराचा भाग असतो.
६) मदत देणाऱ्या देशांना ज्या वस्तू वा प्रकल्पापासून लाभ मिळतो अशा वस्तूसीच साहाय्य केले जाते.
८) मदत स्त्रोत, प्रकल्प आणि वस्तूंशी संलग्न करता येते.
९) मदतीचा गैरवापर होत नाही.
१०) प्रकल्प लवकर पूर्ण होतो.

संलग्न मदतीचे लाभ : संलग्न मदतीचे लाभ पुढीलप्रमाणे आहेत.

१) निश्चित ठरवून दिलेल्या विशिष्ट प्रकल्पासाठीच आर्थिक मदतीचा वापर व्हावा तिचा गैरवापर होऊ नये. म्हणून धनको देश किंवा वित्तीय संस्था बद्ध किंवा संलग्न मदत देणे पसंद करतात.
२) विशिष्ट प्रकल्पावर खर्च करण्यासाठी ठराविक रक्कम आर्थिक मदत देणाऱ्या राष्ट्राला दिली जाते. ती रक्कम त्याच प्रकल्पावर खर्च केली जात असल्याने प्रकल्प लवकर पूर्णत्त्वास येऊन फलदायी होतो.
३) बद्ध/संलग्न मदत घेणाऱ्या राष्ट्राला त्या रक्कमेचा वापर इतत्र करता येत नाही.परिणामी तिचा अपव्ययन होता पर्याप्त वापर होतो.
४) संलग्न/बद्ध मदतीची रक्कम अनुदानाच्या स्वरूपात किंवा सवलतीत देखिल मिळू शकते. अनुदानाच्या स्वरूपात असेल तर तिची परत फेड करण्याची गरज नसते.
५) संल्गन/बद्ध मदतीच्या रक्कमेसोबत दाता राष्ट्र तंत्रज्ञान, तंत्रज्ञ, कौशल्य, कच्चामाल, यंत्रसामग्री, अवजारे, व्यवस्थापन कौशल्य इत्यादी संच देखिल पुरवितात. त्यामुळे मदत घेणाऱ्या देशातील मानवी संसाधनांचा विकास होऊन तंत्रज्ञान, व्यवस्थापन कौशल्य, यंत्रसामुग्री विविध कला-कौशल्य इत्यादीचे हस्तांतरण होते.

६) संलग्न/बद्ध मदतीमुळे संबंधित देशांशी मैत्रीचे बंध निर्माण होतात. दाता राष्ट्राच्या अटी-शर्ती बंधनाचे तंतोतंत पालन केल्याने परस्पर मैत्री आणि विश्वास दृढ होतो.

७) आजचे युग हे जागतिकीकरणाचे युग आहे. आजच्या आधूनिक काळात जगात प्रचंड प्रमाणात संशोधन, विकास आणि प्रगती झालेली आहे. त्यामुळे देशाच्या भूसिमा ह्या केवळ कागदा पुरत्याच उरलेल्या आहेत. आधुनिक तंत्रज्ञानामुळे आणि जागतिकीकरणामुळे जगातील देशांचे एकमेकांवरील अवलंबित्व इतके वाढले की ते आता आंतरराष्ट्रीय सहकार्य, मदत, विनिमय, समन्वय, सल्ला याशिवाय अलिप्त राहू कत नाही. थोडक्यात संलग्न/बद्ध मदत ही जागातिकीकरणाला बलकटी देणारे एक महत्त्वपूर्ण पाऊल आहे.

८) संलग्न/बद्ध मदतीमुळे विदेशी मदत घेणाऱ्या आणि देणाऱ्या दोन्ही देशांना एकमेकांच्या संस्कृतीची माहिती होते. तसेच दोन्ही देश एकमेकापासून विविध गोष्टी शिकून घेतात.

संलग्न मदतीचे दोष

संलग्न मदतीचे दोष खालीलप्रमाणे आहेत -

१) संलग्न/बद्ध मदतीमुळे ठराविक क्षेत्रातून गुंतवणुक करावी लागते. मदत घेणाऱ्या देशाच्या इच्छेप्रमाणे गुंतवणूक करता येत नाही.

२) संलग्न/बद्ध मदत प्राप्त करणाऱ्या देशाच्या स्वातंत्र्यावर मर्यादा येतात. कारण दाता राष्ट्राच्या आदेशानुसार गुंतवणूक करावी लागते.

३) संलग्न मदत हा व्यापार कराराचा एक भाग असल्याने त्याचे पालन करावेच लागते. अन्यथा मदत नाकारली जाते.

४) संलग्न मदतीमुळे विशिष्ट क्षेत्रात गुंतवणूक करावी लागते त्यामुळे अर्थव्यवस्थेचा समतोल विकासात अडथळे निर्माण होतात.

५) संलग्न/बद्ध मदतीसोबत विविध बंधने लादली जातात. उदा. मदत देणाऱ्या देशांना ज्या वस्तू वा प्रकल्पापासून लाभ मिळतो अशा वस्तूसाठीच सहाय्य केले जाते. २) मदत देणाऱ्या राष्ट्राकडूनच आयात करावी ३) इतर देशांशी आर्थिक व्यवहार करू नये, वगैरे.

६) दाता राष्ट्राने विविध बंधने टाकल्यामुळे अर्थव्यवस्था अधिक परावलंबी होण्याची शक्यता असते.

७) संलग्न मदतीमुळे दाता राष्ट्राचा राजकिय प्रक्रियेतील हस्तक्षेप वाढतो. राजकिय निर्णय प्रक्रियेत हस्तक्षेप होऊन त्यांच्या हिताचे निर्णय घेण्याची सक्ती होते.

८) संलग्न मदतीसोबत बरेचदा जने व निरूपयोगी तंत्रज्ञान येण्याची शक्यता असते. तसेच ते जुने तंत्रज्ञान भारतीय परिस्थितीशी जुळणारे नसते. त्यामुळे संदोष गुंतवणूक होते.

९) प्रकल्पाची अमंलबजावणी कार्यवाही करताना दोन्ही देशांतील नोकरशाही वर्गात संघर्ष होण्याची शकता असते.

असंलग्न मदत (United Aid) : असंलग्न मदतीस मुक्त विदेशी मदत, अबद्ध मदत, कार्यक्रम मदत **United Aid** असे ही म्हणतात. प्रो. कार्लिनच्या मते ''असंलग्न मदत म्हणजे साहाय्य प्राप्त करणाऱ्या अल्प विकसित देशातील विशिष्ट प्रकल्पापुरती मर्यादित मदत/साहाय्य न देता विविध विकास कार्यासाठी दिलेले विदेशी सहाय्य होय.''

असंलग्न मदतीची प्रमुख वैशिष्ट्ये वैशिष्ट्ये पुढीलप्रमाणे आहेत.

१) असंलग्न मदत मिळणाऱ्या देशाला मदतीचा वापर करण्याचे स्वातंत्र्य असते.

२) तंत्र निवडीचे स्वातंत्र्य असते.

३) बंधनमुक्त सहाय्यतेमुळे प्राप्तकर्ता देश आपली औद्योगिक क्षमता पूर्ण विकास करू शकतो.

४) असंलग्न मदत ही बंधनमुक्त असते.

५) विदेशी सहाय्याचा अधिकाधिक उपयोग प्राप्तकर्त्या देशाला करता येतो.

६) कोणत्याही प्रकल्पासाठी खर्च करण्याचे स्वातंत्र्य असते.

असंलग्न मदतीचे लाभ

असंलग्न मदतीचे लाभ पुढीलप्रमाणे आहेत.

१) असंलग्न मदतीमुळे अर्थव्यवस्थेत समतोल विकास कार्यक्रम राबविता येतो. त्यामुळे व्यापार, उद्योग, सेवा आणि कृषी क्षेत्राचा इच्छेप्रमाणे विकास करता येतो.

२) असंलग्न मदतीमुळे देशावर कोणतेही बंधन येत नाही. त्यामुळे तो जागतिक बाजारातून वस्तूची आवश्यक तेवढ्याप्रमाणात आयात करू शकतो.

३) असंलग्न मदत घेणारा देश उपलब्ध स्त्रोतानुसार योग्य ते तंत्रज्ञान वापरू शकतो.

४) असंलग्न मदत घेणाऱ्या राष्ट्रांनी नेहमीच या मदतीस प्रथम प्राधान्य दिलेले आहे.

५) या मदतीमुळे दोन्ही देशात परस्पर सहकार्य, मैत्री आणि विश्वास वाढून एकमेकाचा विकास घडवून आणतात.

६) असंलग्न मदतीसोबत कोणतीही बंधने नसतात. त्यामुळे बंधने पाळण्याची गरज नसते. परिणामी दोन्ही देशांत त्यावरून वाद होत नाही.

७) असंलग्न मदतीत विशिष्ट प्रकल्पावर खर्च करण्याचे बंधन राहत नाही. कोणत्याही प्रकल्पावर खर्च करण्याचे स्वातंत्र्य असते.

८) असंलग्न मदत/मुक्त विदेशी मदतीमुळे विमा, बँक सुविधा आणि सेवा यासारख्या पायाभूत सुविधा निर्माण करता येता. त्यामुळे विकास जलद गतीने होतो.

असंलग्न मदतीचे दोष

मुक्त विदेशी मदत असंलग्न मदतीचे दोष पुढीलप्रमाणे आहे-

१) अल्प विकसित देश मुक्त विदेशी मदतीवर नेहमी अवलंबून राहिल्याने आणि विदेशी मदतीचा अनुत्पादक कार्यासाठी वापर केल्याने ते कर्ज सापळ्यात अडकलेले आहेत. त्यांना जुने कर्ज परम करण्यासाठी नवे कर्जे उभारावे लागते. त्यामुळे असे देश कर्जबाजारी झाल्याचे दिसून येते.

२) विदेशी गुंतवणूकदार युद्ध वा संकटकाळात उत्पादन बंद करून भांडवल काढून आपल्या देशात परत घेऊन जातात. त्यामुळे अर्थव्यवस्था आर्थिक संकटात सापडते.

३) असंलग्न मदत किंवा मुक्त विदेशी मदत देशातील छोट्या-मोठ्या उद्योगांशी अनुचित स्पर्धा करून त्यांच्या विकासातील अडसर बनतात. परिणामी त्यांना उत्पादन बंद करावे लागते.

४) मुक्त विदेशी मदत दिर्घकाळात हळूहळू आर्थिक आणि राजकिय प्रक्रियेत हस्तक्षेप करण्यास सुरूवात करतात. परिणामी आर्थिक आणि राजकिय स्वातंत्र्य धोक्यात येते.

५) मुक्त विदेशी मदतीचे काही दोष आहेत. जसे कर्जभारात वाढ, व्यवहारतोल असमतोल, आर्थिक पिळवणूक, भाववाढीची समस्या, परतफेड क्षमतेत घट, आर्थिक विषमतेत वाढ, सार्वभौमत्वावर मर्यादा इत्यादी.

सराव प्रश्न

प्र. १) खालील प्रश्नांची प्रत्येकी १०० शब्दांत उत्तरे लिहा.

१) विदेशी भांडवल म्हणजे काय?

२) खाजगी विदेशी गुंतवणूक म्हणजे काय?

३) विदेशी भांडवलाच्या समस्या थोडक्यात सांगा.

४) विदेशी मदत म्हणजे काय?

प्र. २) खालील प्रश्नांची प्रत्येकी २०० शब्दांत उत्तरे लिहा.

१) आर्थिक विकासात विदेशी भांडवलाची भूमिका स्पष्ट करा.

२) विदेशी भांडवलाच्या समस्या सांगा.

३) खाजगी विदेशी गुंतवणुकीचे प्रकार सांगा.

४) सार्वजनिक विदेशी गुंतवणुकीचे प्रकार स्पष्ट करा.

५) खासगी विदेशी गुंतवणुकीची भूमिका स्पष्ट करा.

प्र. ३) खालील प्रश्नांची प्रत्येकी ४०० शब्दांत उत्तरे लिहा.

१) विदेशी भांडवलाचा अर्थ सांगून आर्थिक विकासातील विदेशी गुंतवणूकीची भूमिका स्पष्ट करा.

२) विदेशी भांडवलाच्या समस्या स्पष्ट करा.

३) खाजगी विदेशी गुंतवणुकीची भूमिका स्पष्ट करा.

४) विदेशी मदतीच्या संदर्भात सविस्तर विश्लेषण करा.

प्र. ४) टिपा लिहा. (१०० शब्दांत)

१) विदेशी भांडवलाची भूमिका.

२) खाजगी विदेशी गुंतवणूक.

३) सार्वजनिक विदेशी गुंतवणूक.

४) विदेशी मदत.

७ समग्र आर्थिक धोरण

Macro Economic Policy

७.१ प्रस्तावना (Introduction)

अर्थव्यवस्थेच्या आर्थिक विकासामध्ये मौद्रिक आणि वित्तीय धोरणाचे अनन्यसाधारण महत्त्व आहे. देशाच्या आर्थिक नीतीची उद्दिष्टे साध्य करण्यासाठी आणि जलद आर्थिक विकास करण्यासाठी वित्तीय धोरण आणि मौद्रिक धोरण महत्त्वाची भूमिका पार पाडित असते. देशाच्या आर्थिक विकासासाठी आखण्यात आलेली आर्थिक नीती मौद्रिक आणि वित्तीय धोरणांच्या साधनाद्वारे कार्यवाहीत आणली जाते. त्यामुळे आर्थिक स्थैर्य निर्माण होऊन जलद आर्थिक विकास करणे शक्य होते. मौद्रिक धोरणातून आणि वित्तीय देशातील एकूण चलनपुरवठा, पतपुरवठा,

व्याजदर, सार्वजनिक व्यय, कर, कर्ज आणि अंदाजपत्रक इत्यादीचे नियंत्रण आणि नियमन करून राजकोषीय आणि मौद्रिक व्यवस्थेला अधिक लाभदायक आणि देशाचा उपयोगी आर्थिक विकास घडवून आणला जात असतो.

७.२ मौद्रिक धोरण (Monetary Policy)

मुद्रा आणि प्रत्यय विषयक सरकारची नीती म्हणजेच मौद्रिक धोरण होय. या धोरणानुसार मुद्रा व प्रत्ययाच्या संख्येत बदल करून आर्थिक स्थैर्य निर्माण करून विकास केला जातो. या धोरणाची अंमलबजावणी सरकार मध्यवर्ती बँकामार्फत करते. देशातील एकूण चलनपुरवठा, पतपुरवठा, व्याजदर, बँकदर, राखीव निधी आणि बँकिंग क्षेत्रावर नियंत्रण ठेवून मौद्रिक व्यवस्थेला अधिक लाभदायक आणि उपयोगी बनविण्याचे कार्य मुद्रा धोरण करते.

व्याख्या आणि अर्थ

देशाची आर्थिक उद्दिष्टे साध्य करण्यासाठी मुद्रा व प्रत्ययाच्या परिमाणात बदल करून विकास करण्याचा प्रयत्न या धोरणातून होतो. देशातील एकूण मुद्रा, प्रत्यय, व्याजदर, बँकिंग क्षेत्र इत्यादींचे नियमन आणि नियंत्रण करून विविध प्रक्रियांना प्रभावशाली बनविले जाते. थोडक्यात, सरकारचे मुद्रा आणि प्रत्यय विषयक धोरण म्हणजे मुद्रा धोरण होय.

व्याख्या

१) प्रो. हॅरी जी. जॉनसनच्या मते

''मौद्रिक नीती म्हणजे सामान्य आर्थिक धोरणाची उद्दिष्टे साध्य करण्यासाठी मध्यवर्ती बँकेने चलनपुरवठ्यात केलेले बदल होय.''

२) प्रो. पॉल आइंजिग मते

''मुद्रा धोरण म्हणजे मुद्रा पुरवठा, व्याजदर, बँकदर इत्यादींमुळे निर्माण होणारे लाभ महत्तम करून होणारे नुकसान लघुत्तम करणे होय.''

थोडक्यात, एकूण मुद्रा पुरवठा, पतपुरवठा, व्याजदरावर नियंत्रण ठेऊन त्यामध्ये सरकारच्या आर्थिक धोरणानुसार बदल करण्याच्या कार्याला मुद्रा धोरण म्हणतात.

वरील व्याख्येवरून मौद्रिक धोरणाची प्रमुख वैशिष्ट्ये पुढीलप्रमाणे सांगता येतील–

१) मुद्रा धोरण हे चलन आणि पतपैशाच्या नियंत्रणाशी संबंधित आहे.

२) मुद्रा धोरणाची अंमलबजावणी सरकार मध्यवर्ती बँकेमार्फत करते.

३) हे मुद्रा व प्रत्ययविषयक सरकारचे धोरण आहे.

४) यात एकूण चलनपुरवठा पतपुरवठा आणि व्याजदरात आवश्यकतेनुसार बदल केले जातात.
५) यात आर्थिक स्थैर्य प्रस्थापित करून विकास घडवून आणतात.
६) मुद्रा धोरण यशस्वी करण्यासाठी मौद्रिक साधनांचा योग्य वापर केला जातो.
७) मौद्रिक धोरणाच्या साहाय्याने आर्थिक उद्दिष्टे साध्य करता येतात.
८) बँकदर, रोख्याची खरेदी-विक्री आणि राखीव निधी इत्यादी संख्यात्मक साधने आहेत. तर प्रत्ययाचे वाटप, नैतिक समजावणी, प्रत्यक्ष कारवाई, आणि इतर ही गुणात्मक साधने आहेत.

७.३ मौद्रिक धोरणांची उद्दिष्टे (Objectives of Monetary Policy)

मौद्रिक धोरणाची प्रमुख उद्दिष्टे पुढीलप्रमाणे आहेत -

१) तटस्थ वा उदासीन मुद्रा धोरण (Neutral Money)

चलन धोरणाचे तटस्थ पैसा किंवा उदासीन मुद्रा धोरण हे अत्यंत महत्त्वाचे उद्दिष्ट आहे. तटस्थ पैसा धोरण याचा अर्थ पैशाच्या परिमाणात बदल न करणे असा होत नाही. तर परिणामाच्या दृष्टीने मुद्रापुरवठा तटस्थ राखणे असा अर्थ होय. पैसा हे विनिमयाचे माध्यम असून त्याने त्याचे कार्य पार पाडावे, असे हे उद्दिष्ट सूचविते. तटस्थ पैसा धोरण म्हणजे अशी मौद्रिक अवस्था की, ज्यामुळे वस्तू व सेवांचे मूल्य वस्तु विनिमय पद्धतीप्रमाणे ठरतील. म्हणजेच एकूण उत्पादन, एकूण खरेदी-विक्री आणि वस्तू व सेवांच्या किमती मुद्रा विरहित अर्थव्यवस्थेत जशा राहतील तशाच राहिल्या पाहिजेत हा उद्देश या धोरणाचा असतो.

अर्थव्यस्थेत चलनपुरवठ्यात बदल झाला तर त्याचे उत्पादन, रोजगार, उत्पन्न, पतपुरवठा, किमती खर्च प्रमाण इत्यादींवर परिणाम होतात. म्हणून केंद्रीय बँकेस योग्य वेळी विकासासाठी मुद्रापुरवठ्यात वाढ करावी लागते. परंतु त्याचवेळी तो अवाजवी प्रमाणात वाढला तर चलनपुरवठ्याचे प्रमाण कमीदेखील करावे लागते. थोडक्यात, मध्यवर्ती बँकेस परिस्थितीतील बदलानुसार चलनपुरवठ्यात बदल करावे लागतात. त्यामुळे चलनविस्तार आणि चलनसंकोच होऊन अर्थव्यवस्थेला धक्के बसत नाही आणि अर्थव्यवस्थेत स्थैर्य टिकून राहते. यासाठीच तटस्थ पैसा धोरण आवश्यक ठरते.

२) किंमत स्थैर्य

किंमतपातळीमध्ये स्थैर्य प्रस्थापित करणे हे एक महत्त्वाचे मौद्रिक धोरणाचे उद्दिष्ट आहे. वस्तू व सेवांच्या किमतीत बदल न होणे म्हणजे किमत स्थैर्य मानले

जाते. परंतु किंमतीचे स्थैर्य हे उद्दिष्ट आदर्श मानले जाते. कारण प्रत्यक्षात ते साध्य होत नाही. तसेच ते पूर्ण रोजगाराच्या उद्दिष्टांशी परस्पर विरोधीदेखील मानले जाते. किंमतपातळी स्थिर ठेवली तर अर्थव्यवस्थेतील परिवर्तनशीलता किंवा लवचीकता पूर्णपणे नष्ट होण्याची शक्यता असते. म्हणून किंमत स्थैर्याचा खरा अर्थ अर्थव्यवस्थेतील किमतीतील बदलांमुळे निर्माण झालेले दोष दूर करून संमतोल प्रस्थापित करणे असा घेणे अपेक्षित आहे. देशातील मध्यवर्ती बँकेने आपल्या संख्यात्मक व गुणात्मक साधनांचा वापर किंमत स्थैर्यासाठी केला पाहिजे.

३) विनिमय दर स्थैर्य

एका देशाच्या चलनाच्या बदल्यात दुसऱ्या देशाच्या चलनाचे जेवढे परिमाण मिळतात त्यास विनिमय दर असे म्हणतात. किंवा दोन देशांतील चलनाची देवाण-घेवाण ज्या दराने होते त्या दरास विनिमय दर असे म्हणतात.

विनिमय दरात स्थिरता असेल तर आंतरराष्ट्रीय व्यापारात वाढ होऊन जलद आर्थिक विकास घडून येतो. देशाच्या चलनाचे/मुद्रेचे बाह्यमूल्य हे विनिमय दरावर अवलंबून असल्याने आंतरराष्ट्रीय व्यवहार पूर्ण करण्यासाठी विनिमय दरात स्थैर्य राखणे आवश्यक असते. अशा विनिमय दराचे स्थैर्य राखणे मौद्रिक धोरणाच्या साहाय्याने सहज शक्य होते.

४) आर्थिक विकास

आर्थिक विकास करणे हे मुद्रा धोरणाचे महत्त्वाचे उद्दिष्ट आहे. मौद्रिक धोरणाच्या साधनांचा वापर करून देशाचा आर्थिक विकास साध्य करता येतो. मुद्रा धोरणाच्या मदतीने देशातील उपलब्ध साधनसामग्रीचा पर्याप्त वापर करता येतो. अधिकाधिक व्यापार-व्यवसाय उद्योगधंद्यांची स्थापना करून रोजगार संधी उपलब्ध करून उत्पन्नात, राहणीमानात उत्पादन क्षमतेत बचत व गुंतवणुकीत वाढ करता येते. परिणामी, आर्थिक विकास घडून येण्यास मदत होते.

५) पूर्ण रोजगाराची निर्मिती

मौद्रिक धोरणाचे पूर्ण रोजगार निर्माण करणे हे एक महत्त्वाचे उद्दिष्ट आहे. अर्थव्यवस्थेतील साधनसामग्रीचा महत्तम उपयोग करून सर्व घटकांना रोजगार उपलब्ध करून देणे. उद्दिष्ट या धोरणाचे असते. केन्सच्या मते, गुंतवणूक पातळीपेक्षा बचत प्रमाण अधिक झाल्यास उत्पादन प्रमाण रोजगार प्रमाण आणि राष्ट्रीय उत्पन्नाचे प्रमाण कमी होते. याउलट गुंतवणुकीचे प्रमाण बचत प्रमाणापेक्षा अधिक झाल्यास राष्ट्रीय उत्पन्न, उत्पादन आणि रोजगार प्रमाण वाढते. म्हणून सरकारने अर्थव्यवस्थेतील रोजगारपातळी पूर्ण रोजगारपातळीपेक्षा कमी असेल तेव्हा चलनधोरणाचा वापर

करून गुंतवणूकपातळीत वाढ केली पाहिजे, म्हणजेच चलनपुरवठ्यात वाढ करणे आवश्यक ठरते.

मध्यवर्ती बँकेस मौद्रिक धोरणाच्या साहाय्याने पूर्ण रोजगाराचे उद्दिष्ट साध्य करताना भाववाढीच्या समस्येला सामोरे जावे लागते. परिणामी, पूर्ण रोजगाराचे उद्दिष्ट पूर्ण करताना किंमत स्थैर्याच्या उद्दिष्टाचा त्याग करावा लागतो. अशा वेळी मध्यवर्ती बँकेत दोन्ही उद्दिष्टांत योग्य तो समन्वय निर्माण केला पाहिजे. कारण पूर्ण रोजगार आणि पूर्ण किंमत स्थैर्य ही उद्दिष्टे एकाच वेळी साध्य करता येणे कठीण आहे.

६) स्थिर व्याजदर

व्याजदरात स्थिरता राखणे हेदेखील चलन धोरणाचे महत्त्वाचे उद्दिष्ट ठरते. व्याजदरातील बदलाचे अर्थव्यवस्थेतील विविध घटकांवर परिणाम होतात. व्याजदर अधिक असतील तर कर्जे महाग होऊन उत्पादन खर्चाचे प्रमाण वाढते. याउलट व्याजदर कमी असतील तर कर्जे स्वस्त होऊन उद्योगधंद्यांतील गुंतवणूक वाढते. परंतु त्यामुळे बचतीचे प्रमाण कमी होते. म्हणून मध्यवर्ती बँकेने मौद्रिक धोरणाच्या साहाय्याने योग्य आणि स्थिर व्याजदर धोरण आखले पाहिजे.

७.४ मौद्रिक धोरणांची साधने (Instrument of Monetary Policy)

मुद्रा धोरणाची अंमलबजावणी ज्या साधनांनी केली जाते. त्या साधनांना मौद्रिक साधने असे म्हणतात.

मौद्रिक धोरणाची साधने दोन प्रकारची आहेत.

अ) संख्यात्मक साधने आणि (Quantitative Measures)

ब) गुणात्मक साधने (Qualitative Measures)

अ) संख्यात्मक साधने (Quantitative Measures)

मध्यवर्ती बँकेचे हे प्रमुख साधने आहे. या साधनांना मात्रात्मक किंवा परिमाणात्मक साधने (Quantitative Measures) असे ही म्हणतात. संख्यात्मक साधनांचे एक वैशिष्ट्ये म्हणजे ह्या साधनांचा वापर केला असता अर्थव्यवस्थेच्या सर्व क्षेत्रांतील चलन आणि पत पुरवठ्यावर त्याचा परिणाम होतो.

"ज्या साधनांचा परिणाम अर्थव्यवस्थेतील एकूण सर्व क्षेत्रातील चलन आणि पत पुरवठ्यावर होतो त्या साधनांना संख्यात्मक साधने असे म्हणतात.'' संख्यात्मक साधने प्रामुख्याने तीन प्रकारची असतात.

१) बँकदर (Bank Rate)

२) रोख्यांची खरेदी-विक्री (Open Market Operation)

३) राखीव निधीप्रमाण (Variation in Cash Reserve)

१) **बँकदर (Bank Rate) :** बँकदरास अधिकोष दर असे ही म्हणतात. चलन आणि पत पुरवठ्यात योग्य तो बदल करण्यासाठी बँकदराचा उपयोग होतो. त्यामुळे अर्थव्यवस्थेतील तेजी आणि मंदी नियंत्रित करता येते. केंद्रीय बँक व्यापारी बँकांना ज्या व्याजदराने कर्जपुरवठा करते त्यास बँकदर म्हणतात. तसेच व्यापारी बँकाच्या हुंड्याचे, पुनर्वठण करणारा केंद्रीय बँकेचा दरसुद्धा बँकदर असतो. सामान्य लोकांना व्यापारी बँका ज्या दराने कर्जपुरवठा करतात त्या दरास बाजारदर म्हणतात. बँकदर आणि बाजारदर यांत धनात्मक संबंध असतात. म्हणजेच बँकदरात वाढ झाली तर बाजारदरातही वाढ होते. या उलट बँकदरात घट झाली तर बाजारदरातही घट होते.

जेव्हा मध्यवर्ती बँकेच्या असे निरीक्षणात येते की अर्थव्यवस्थेत चलन आणि पत पुरवठ्यात अतिवृद्धी झालेली असून तिचे अर्थव्यवस्थेवर दुष्परिणाम होत आहे. तेव्हा मध्यवर्ती बँक प्रत्यय आणि चलनपुरवठ्याचा संकोच करण्यासाठी बँकदरात वाढ घडवून आणते. बँकदर वाढविल्यामुळे मध्यवर्ती बँकेकडून व्यापारी बँकांना मिळणारी कर्जे महाग होतात. परिणामी, कर्जे घेण्याचे प्रमाण कमी होते. त्यामुळे त्याची पतनिर्मिती कमी होते. बँकदर वाढविल्यामुळे व्यापारी बँकाही आपला व्याजदर वाढवितात. त्यामुळे गरजू व्यापारी व व्यावसायिक पूर्वीपेक्षा कमी कर्ज घेतात. त्यामुळे व्यापारी बँकांची पतनिर्मिती कमी होते. याउलट जेव्हा मध्यवर्ती बँकेला असे वाटते की अर्थव्यवस्थेत चलन आणि प्रत्यय संकोच दिसून येत आहे. त्याचे दुष्परिणाम अर्थव्यवस्थेला भोगावे लागत आहे. अशा वेळी मध्यवर्ती बँक आपल्या बँकदरात घट करून चलन आणि प्रत्यय विस्तारास प्रोत्साहन देते. त्यामुळे व्यापारी बँकांना स्वस्तात कर्जे मिळतात. परिणामी, सामान्य नागरिकांनाही स्वस्त कर्जे मिळतात. त्यामुळे कर्जाची मागणी आणि पतपुरवठ्यात वाढ होऊन गुंतवणूक, रोजगार, उत्पन्न व उत्पादन वाढीस प्रोत्साहन मिळते. म्हणजेच अर्थव्यवस्था मंदीकडून तेजीकडे वाटचाल करू लागते.

याशिवाय बँकदरात वाढ केल्याने व्यापारी हुंड्याचे वठण व पुनर्वठण कमी होते. याउलट बँकदरात घट केल्यास हुंड्या गुंतवणूक वाढते. त्याचा परिणाम अल्पमुदती कर्जाच्या व्यवहारावर होतो. परिणामी, प्रत्यय विस्तार किंवा संकोच करता येतो.

अशा प्रकारे बँकदरात बदल करून अर्थव्यवस्थेला तेजी किंवा मंदीच्या अवस्थेतून बाहेर काढण्यासाठी मध्यवर्ती बँकेला या साधनाचा उपयोग होतो. तसेच अर्थव्यवस्थेच्या विकासाला गती देता येते.

पुढील परिस्थितीत बँकदराचे धोरण प्रभावी ठरत नाही.

१) व्यापारी बँका मध्यवर्ती बँकेकडून कर्जे घेत नसतील तर बँकदर धोरण प्रभावी ठरत नाही.

२) ज्या बँका किंवा वित्तीय संस्था मध्यवर्ती बँकेच्या कक्षेत/नियंत्रणात येत नाहीत. त्यावर या धोरणातील बदलाचा परिणाम होत नाही.

३) नाणेबाजार विकसित आणि संघटित नसेल तर हे धोरण प्रभावी ठरत नाही.

२) खुल्या बाजारात रोख्यांची खरेदी-विक्री : मध्यवर्ती बँक कर्जरोख्यांच्या खरेदी-विक्रीचे जे व्यवहार करते त्यांना खुल्या बाजारातील व्यवहार असे म्हटले जाते. खुल्या बाजारात कर्ज रोख्याची खरेदी किंवा विकी करून अर्थव्यवस्थेतील प्रत्यय निर्मितीवर आणि तेजी-मंदीवर उपाय योजले जातात.

जेव्हा अर्थव्यवस्थेत तेजीची परिस्थिती निर्माण होऊन एकूण पैशाच्या पुरवठ्यात वाढ झालेली असते. तेव्हा मध्वर्ती बँक एकूण चलनपुरवठा आणि प्रत्ययनिर्मिती कमी करण्यासाठी कर्जरोखे विक्रीला काढते. हे कर्जरोखे विकत घेण्यासाठी व्यापारी बँका आपल्याजवळील पैसा वापरतात. सामान्य लोक आपापल्या बँकेतील ठेवी काढून कर्जरोखे विकत घेतात. परिणामी व्यापारी बँकातील ठेवी आणि रोख पैशाचे प्रमाण कमी होऊन प्रत्ययनिर्मिती आणि चलनविस्तार कमी होतो.

याउलट जेव्हा अर्थव्यवस्थेत मंदीची परिस्थिती निर्माण होऊन चलनसंकोच झालेला असतो आणि त्याचे दुष्परिणाम अर्थव्यवस्थेला भेडसावत असतात अशा परिस्थितीत मध्यवर्ती बँक चलनविस्तार आणि प्रत्ययविस्तार करण्यासाठी केंद्रीय कर्जरोख्यांच्या खरेदीचे व्यवहार करते. परिणामी, लोकांजवळ तसेच व्यापारी बँकाजवळ मध्यवर्ती बँकेकडून पैसा यायला लागतो. सामान्य लोक आलेला पैसा व्यापारी बँकेत ठेव म्हणून ठेवतात. तर व्यापारी बँका आलेल्या पैशाचा उपयोग कर्जपुरवठ्यासाठी करून प्रत्ययनिर्मिती करतात. अशा प्रकारे मध्यवर्ती बँक कर्जरोख्यांच्या विक्री व्यवहाराने प्रत्ययविस्तार तर खरेदी व्यवहाराने प्रत्ययसंकोच घडवून आणतात.

खुल्या बाजारातील कर्जरोख्यांची खरेदी-विक्री पुढील परिस्थितीत प्रभावी ठरत नाही.

१) कर्जरोखे पुरेशा प्रमाणात नसतील तर हे साधन प्रभावी ठरत नाही.

२) कर्जरोखे जनतेने आणि बँकांनी खरेदी-विक्री केले पाहिजे तरच हे साधन यशस्वी ठरते.

३) बँका आणि नागरिकांनी सहकार्य केले पाहिजे. असहकार्य असेल तर हेतू साध्य होत नाही.

बँकदराचे धोरण आणि खुल्या बाजारातील कर्जरोख्यांची खरेदी-विक्रीचे व्यवहार ही दोन्ही साधने परस्परविरुद्ध नसून परस्परपूरक आहेत. ह्या दोन्ही साधनांचा एकाच वेळी वापर केल्यास मध्यवर्ती बँक प्रत्यय संकोच किंवा विस्तारावर कडकपणे नियंत्रण ठेवू शकतो. म्हणूनच बँकदर आणि खुल्या बाजारांचे व्यवहार ही दोन्ही साधने परस्परांशी निगडित असल्यामुळे त्यांना प्रत्ययनियंत्रणाची जुळी साधने असे म्हणतात.

३) **राखीव निधीतील बदल :** प्रो. केन्स यांनी प्रथम आपल्या 'Treatise of Money' या पुस्तकात हा उपाय सुचविलेला होता. या साधनास कोष अनुपात परिवर्तन असेही म्हणतात. व्यापारी बँकांना आपल्या रोख रकमेतील जो हिस्सा मध्यवर्ती बँकेजवळ ठेवावा लागतो त्यास राखीव निधी किंवा कोष अनुपात असे म्हणतात. ह्या रोख राखीव निधीत बदल करून मध्यवर्ती बँक एकूण चलनपुरवठा नियंत्रित करू शकते.

अर्थव्यवस्थेत चलनविस्तार होऊन तेजीची परिस्थिती निर्माण झालेली असते. त्याचे दुष्परिणाम जनतेला भोगावे लागत असतात. तेव्हा मध्यवर्ती बँक चलन आणि प्रत्यय विस्तार रोखण्यासाठी राखीव निधीचे प्रमाण वाढविते. परिणामी, व्यापारी बँकांजवळील रोख रक्कम कमी होऊन प्रत्ययनिर्मिती कमी होते.

याउलट अर्थव्यवस्थेत मंदीची परिस्थिती निर्माण होऊन जनतेला दुष्परिणाम भोगावे लागत असतील तर मध्यवर्ती बँक एकूण चलन आणि प्रत्यय विस्ताराला चालना देण्यासाठी रोख राखीव निधीचे प्रमाण कमी करते. त्यामुळे बँकांजवळील रोख पैशामुळे प्रत्ययविस्तारास चालना मिळून अर्थव्यवस्था मंदीतून बाहेर काढता येते.

हे साधन अधिक प्रभावी होण्यासाठी देशातील सर्व बँका मध्यवर्ती बँकेच्या नियंत्रणात असल्या पाहिजे. तरच हे साधन यशस्वी होऊ शकते.

ब) गुणात्मक साधने (Qualitative Measures)

गुणात्मक साधनांना निवडक साधने किंवा विभेदात्मक साधने असेही म्हणतात. जेव्हा अर्थव्यवस्थेतील विशिष्ट क्षेत्रातील प्रत्ययसंकोच किंवा प्रत्ययविस्तार करणे आवश्यक असते तेव्हा या साधनांचा वापर केला जातो. कधी–कधी एका क्षेत्रात प्रत्ययविस्तार आणि दुसऱ्या क्षेत्रात त्याचवेळी प्रत्ययसंकोच करणे आवश्यक असते. अशावेळी गुणात्मक साधने उपयोगी ठरतात. ज्या साधनांद्वारे अर्थव्यवस्थेतील सर्व क्षेत्रांवर परिणाम न होता केवळ इच्छेनुसार विशिष्ट क्षेत्रावर परिणाम करता येतो, त्या साधनांना गुणात्मक साधने असे म्हणतात.

भारतातील रिझर्व्ह बँकेने ह्या साधनांचा वापर १९५६ पासून करण्यास सुरुवात केली. ह्या साधनांचा प्रमुख हेतू देशातील चलनपुरवठ्याला योग्य दिशा देणे व विशिष्ट क्षेत्रावर परिणाम घडवून आणणे हा असतो. गुणात्मक साधने पुढील प्रमुख प्रकारची असतात.

१) कर्ज व तारण यांतील प्रमाण.

२) उपभोग्य कर्ज.

३) निवडक वस्तूंच्या तारणावर कर्ज देणे.

४) प्रत्ययाचा कोटा निश्चित करणे.

५) नैतिक समजावणी.

६) प्रत्यक्ष कार्यवाही.

७) प्रसिद्धी.

१) **कर्ज व तारण यांतील प्रमाण :** मध्यवर्ती बँक विशिष्ट प्रकारच्या वस्तूच्या तारणावर कर्ज देताना ते किती प्रमाणात द्यावे याची सीमा निश्चित करते. उदा., १०,०००/- रुपये किमतीच्या सोने या तारण वस्तूवर ७०% कर्ज द्यावे. म्हणजे १०,०००/- रुपये किमतीच्या सोने तारणावर फक्त ७०००/- रुपये एवढेच कर्ज मिळेल. किंवा १०,००० रुपये किमतीच्या सोने या तारणावर ९०% कर्ज द्यावे असा आदेश मध्यवर्ती बँकेने दिल्यास एकूण रुपये ९०००/- एवढेच कर्ज मिळेल. अशा प्रकारे कर्ज व तारण यांतील प्रमाण निश्चित करून मध्यवर्ती बँक एखाद्या क्षेत्रातील प्रत्ययसंकोच किंवा प्रत्ययविस्तार करू शकते.

२) **उपभोग्य कर्ज :** यात मध्यवर्ती बँक व्यापारी बँकांनी कोणत्या उपभोग्य वस्तूंना कर्ज द्यावे, कोणत्या उपभोग्य वस्तूंना देऊ नये हे ठरविते. तसेच ते

किती प्रमाणात, कोणत्या व्याजदराने आणि किती काळासाठी द्यावे हे ठरविते. त्यामुळे विशिष्ट क्षेत्रातील पतपुरवठ्यावर नियंत्रण प्रस्थापित करता येते.

३) **निवडक वस्तूंच्या तारणावरच कर्ज देणे :** मध्यवर्ती बँक अर्थव्यवस्थेतील काही निवडक वस्तूंच्या तारणावरच व्यापारी बँकांनी कर्ज द्यावे. इतर वस्तूंच्या तारणावर कर्ज देऊ नये असा आदेश देते. त्यामुळे प्रत्ययनियंत्रण शक्य होते.

उदा., १९५६ मध्ये भारतात अन्नधान्याची साठेबाजीमुळे भाववाढ झाली. म्हणून मध्यवर्ती बँकेने व्यापारी बँकांना तांदळाच्या तारणावर देण्यात येणाऱ्या कर्जात कपात करण्यास सांगितलेले होते.

४) **प्रत्ययाचा कोटा निश्चित करणे :** मध्यवर्ती बँक व्यापारी बँकांना विशिष्ट व्यवसायात किती कर्ज द्यावे हे निश्चित करून देते. विशिष्ट व्यवसायासाठी प्रत्ययाचा कोटा निश्चित करून त्यापेक्षा अधिक प्रत्यय/कर्ज देऊ नये असे बंधन मध्यवर्ती बँक लादत असते. अशा प्रकारे वेगवेगळा कोटा निश्चित करून विभेदात्मक नियंत्रणसाधनांचा वापर प्रभावीपणे केला जातो.

५) **नैतिक समजावणी :** या साधनाचे यश मध्यवर्ती बँक, व्यापारी बँका आणि व्यापारी यांच्यातील संबंध कसे आहेत यावर अवलंबून असते. यात मध्यवर्ती बँक व्यापारी बँकांना बँक व्यवसायाचे महत्त्व, जबाबदारी, कर्तव्य याची जाणीव करून अतिप्रत्ययामुळे होणारे नुकसान लक्षात आणून दिले जाते. म्हणजेच नैतिक दृष्टिकोनातून समज देऊन मतपरिवर्तन केले जाते. परिणामी, संबंधित बँक प्रत्ययनिर्मिती थांबवू शकते.

६) **प्रत्यक्ष कार्यवाही :** वेगवेगळ्या मार्गाचा अवलंब करूनही बँका आदेश पाळत नसतील, तर मध्यवर्ती बँक प्रत्यक्ष कार्यवाही बडगा उभारते. मध्यवर्ती बँकाच्या आदेशाचे पालन न करणाऱ्या व्यापारी बँकाविरुद्ध कर्जे न देणे, हुंड्या वठविण्याच्या सवलती नाकारणे, अधिक दर लावणे, कर्ज अधिक दराने देणे, दंड आकारणे इत्यादी मार्गांचा अवलंब केला जातो.

७) **प्रसिद्धी :** मध्यवर्ती बँकेकडून काही बँकाचे माहितीपत्रक, आकडेवारी, नाणेबाजारासंबंधी अहवाल, नफा-तोटा, संपत्ती विवरण, कर्ज व ठेवीचे प्रमाण इ. प्रसिद्ध केली जातात. त्यामुळे संबधित बँकेची वास्तव परिस्थिती जनतेसमोर ठेवली जाते. त्याचा योग्य तो परिणाम त्या बँकेच्या कामकाजावर होतो.

अशा प्रकारे मध्यवर्ती बँक गुणात्मक साधनांचा वापर करून देशातील किंवा क्षेत्रातील प्रत्यय विस्तार किंवा संकोच नियंत्रित करू शकते.

७.५ मौद्रिक धोरणाच्या मर्यादा (Limitation of Monetary Policy)

मौद्रिक धोरणाच्या काही प्रमुख मर्यादा पुढीलप्रमाणे आहेत.

१) **वास्तव आणि मौद्रिक घटकाची लवचीकता :** मौद्रिक धोरण यशस्वी होण्यासाठी अर्थव्यवस्थेतील वास्तव आणि मौद्रिक घटक लवचीक असले पाहिजे. अर्थव्यवस्थेतील वास्तव व मौद्रिक घटक, गुंतवणूक, बचत, मागणी, पुरवठा जेवढे अधिक लवचिक असेल तेवढे या साधनांना यश जास्त मिळते. परंतु हे घटक अलवचीक असेल तर मौद्रिक धोरण यशस्वी ठरणार नाही.

२) **बँकेतर वित्तीय संस्था :** मौद्रिक धोरणाचे यश हे मध्यवर्ती बँकेच्या नियंत्रणाखाली असलेल्या बँकावर अवलंबून आहे. परंतु अलीकडील काळात बँकेतर वित्तीय संस्थांचे प्रमाण दिवसेंदिवस वाढत आहे. उदा., बचत बँका, गृहनिर्माण मंडळे, विमा कंपन्या इत्यादी. ह्या वित्तीय संस्था स्वायत्त असून मध्यवर्ती बँकेच्या नियंत्रण कक्षेत येत नाहीत. ह्या संस्था सुद्धा लोकांची बचत एकत्र करून कर्जवाटप करतात. थोडक्यात, मध्यवर्ती बँकेचे नियंत्रण नसल्याने मौद्रिक धोरण वित्तीय संस्थामुळे अयशस्वी होते.

३) **बँकेचा वापर कमी :** अल्पविकसित देशांतील मौद्रिक धोरण यशस्वी होण्यासाठी लोकांनी बँकेचा वापर मोठ्या प्रमाणात करावयास पाहिजे. परंतु अशा देशांतील बहुतेक आर्थिक व्यवहार रोखीनेच होतात. लोकं अशिक्षित असल्याने त्यांना बँकेची सवय नसते. अशा वेळी मौद्रिक धोरणाच्या साधनांवर मर्यादा येऊन पडतात. परिणामी हे, धोरण यशस्वी होत नाही.

४) **वस्तुविनिमय पद्धतीचे अस्तित्व :** एका वस्तूची किंमत दुसऱ्या एखाद्या वस्तू करणे किंवा एका वस्तूच्या बदल्यात दुसरी वस्तू देणे म्हणजे वस्तुविनिमय पद्धती होय. वस्तुविनिमय पद्धतीत चलनाचा वापर केला जात नाही. असे व्यवहार पैशाशिवाय चालत असल्याने मौद्रिक धोरणाला आपले उद्दिष्ट साध्य करता येत नाही.

५) **पूरक घटकाचा अभाव :** मौद्रिक धोरण यशस्वी होण्यासाठी इतर पूरक घटकाचा अर्थव्यवस्थेमध्ये विकास झालेला असला पाहिजे. मौद्रिक धोरणाच्या यशासाठी अर्थव्यवस्थेत नाणेबाजार संघटित असावा, लोकांना बँकेच्या

सवयी, वास्तव आणि मौद्रिक घटक लवचिक, भांडवल बाजार विकसित, बँकाच्या शाखा मोठ्या प्रमाणावर असाव्यात इ. घटकांचा विकास झालेला असावा. परंतु अल्पविकसित देशांत विकसित देशांच्या तुलनेने वरील पूरक घटक पुरेशा प्रमाणात विकसित झालेले नसतात. त्यामुळे मौद्रिक साधनांच्या वापरावर मर्यादा येतात.

६) **असंघटित नाणेबाजार :** मौद्रिक धोरण यशस्वी करण्यासाठी नाणेबाजार विकसित आणि संघटित असला पाहिजे. परंतु विकसनशील देशांत खाजगी सावकार, सराफी–पेढीवाले, बँकेतर वित्तीय संस्था यांचे अस्तित्व अधिक असते. या संस्था मध्यवर्ती बँकेच्या नियंत्रण कक्षेबाहेर असतात. थोडक्यात, अविकसित आणि असंघटित नाणेबाजारामुळे मौद्रिक धोरण यशस्वी होऊ शकत नाही.

४) **वस्तुविनिमय पद्धतीचे अस्तित्व :** एका वस्तूची किंमत दुसऱ्या एखाद्या वस्तूत करणे किंवा एका वस्तूच्या बदल्यात दुसरी वस्तू देणे, म्हणजे वस्तुविनिमय पद्धती होय. वस्तुविनिमय पद्धतीत चलनाचा वापर केला जात नाही. असे व्यवहार पैशाशिवाय चालत असल्याने मौद्रिक धोरणाला आपले उद्दिष्टे साध्य करता येत नाही.

५) **पूरक घटकाचा अभाव :** मौद्रिक धोरण यशस्वी होण्यासाठी इतर पूरक घटकाचा अर्थव्यवस्थेमध्ये विकास झालेला असला पाहिजे. मौद्रिक धोरणाच्या यशासाठी अर्थव्यवस्थेत नाणेबाजार संघटित असावा, लोकांना बँकेच्या सवयी, वास्तव आणि मौद्रिक घटक लवचीक, भांडवल बाजार विकसित, बँकाच्या शाखा मोठ्या प्रमाणावर असाव्यात इ. घटकांचा विकास झालेला असावा. परंतु अल्पविकसित देशांत विकसित देशांच्या तुलनेने वरील पूरक घटक पुरेशा प्रमाणात विकसित झालेले नसतात. त्यामुळे मौद्रिक साधनांच्या वापरावर मर्यादा येतात.

६) **असंघटित नाणेबाजार :** मौद्रिक धोरण यशस्वी करण्यासाठी नाणेबाजार विकसित आणि संघटित असला पाहिजे. परंतु विकसनशील देशांत खाजगी सावकार, सराफी पेढीवाले, बँकेतर वित्तीय संस्था यांचे अस्तित्व अधिक असते. या संस्था मध्यवर्ती बँकेच्या नियंत्रण कक्षेबाहेर असतात. थोडक्यात, अविकसित आणि असंघटित नाणेबाजारामुळे मौद्रिक धोरण यशस्वी होऊ शकत नाही.

७) **मौद्रिक धोरणातील पाश्चायन (Lags in Monetary Policy) :** मौद्रिक धोरणाचे यश हे पाश्चायनावर अवलंबून असते. मौद्रिक धोरणाची गरज आणि प्रत्यक्ष अंमलबजावणी यात जो काळ जातो त्याला पाश्चायन म्हणतात. मौद्रिक धोरणातील पाश्चायन आणि मौद्रिक धोरणाचे यश यात ऋणात्मक संबंध असतो. मौद्रिक धोरणातील पाश्चायन जेवढे अधिक तेवढे मौद्रिक धोरणाचे यश कमी असते. याउलट मौद्रिक धोरणातील पाश्चायन कमी असेल तर मौद्रिक धोरणाचे यश अधिक असते. मौद्रिक धोरणाचे आर्थिक उद्दिष्टे साध्य करण्यासाठी त्याची गरज व कार्यवाही या दरम्यानचा काळ व्यर्थ जाऊ नये याची काळजी घेतली पाहिजे.

८) **अर्थव्यवस्थेचे स्वरूपावर आधारित :** मौद्रिक धोरणाचे यश अर्थव्यवस्थेच्या स्वरूपावर आधारित आहेत. विकसनशील देशांच्या तुलनेत विकसित देशांत मौद्रिक साधने अधिक यशस्वी ठरतात. कारण विकसित अर्थव्यवस्थेत रोख चलनाचा वापर, पतपैशाचा वापर, बँकांची सवय, बँकाचा विस्तार, संघटित नाणेबाजार इत्यादीमध्ये विकास झालेला असतो. थोडक्यात, विकसनशील देशाच्या अर्थव्यवस्थेत हे धोरण फारसे यशस्वी ठरलेले नाही.

९) **पैशाची गती :** मौद्रिक धोरणाची यशस्वीता ही पैशाच्या गतीवरदेखील अवलंबून असते. पैशाच्या गतीत वाढ झालेली असताना पैशाच्या पुरवठ्यात वाढ घडून येते. पैशाच्या गतीतील वाढीमुळे तेजीच्या काळात चलनसंख्या कमी होऊन ही किंमतपातळी कमी होत नाही. याचा अर्थ पैशाची मौद्रिक धोरणाचा परिणाम होत नाही.

१०) **दुर्लभ पत धोरण (Tight Money Policy) :** मध्यवर्ती बँक तेजीच्या काळात दुर्लभ पत धोरण जेव्हा स्वीकारते तेव्हा व्यापारी बँका आपल्याकडील कर्जरोख्यांचे रोख पैशात रूपांतर करून कर्जे उभारतात. इतके नव्हे तर आपल्याकडील जिंदगीचे रूपांतर रोख पैशात करून कर्ज उभारणी मोठ्या प्रमाणावर करून प्रचंड नफा मिळवितात. परिणामी, मध्यवर्ती बँकेच्या दुर्लभ पत धोरणाचा उद्देश साध्य होत नाही.

तसेच दुर्लभ पैसा धोरण असताना व्यापारी बँका पैशाचा अत्यंत काटकसरीने वापर करतात. त्यासाठी भौगोलिक बंधने झुगारून विविध ठिकाणांहून पैसा जमा करतात आणि जेथे मागणी असेल तेथे पाठविण्याचेही काम करतात. अशा वेळी मौद्रिक धोरणाचा प्रभाव कमी होताना दिसून येतो.

११) **समान परिणाम नाही :** मौद्रिक धोरणाचा अर्थव्यवस्थेतील सर्व घटकावर समान परिणाम होत नाही. लहान व्यापारी, खाजगी बांधकाम व्यावसायिक, शेतकरी, लहान उद्योजक इ. घटकांना त्याचा परिणाम अधिक प्रमाणात सहन करावा लागतो. याउलट श्रीमंत वर्ग, भांडवलदार, मोठ्या बँका इ. घटकावर अधिक परिणाम होत नाही. त्यामुळे ही साधने भेदाभेदाची ठरतात.

१२) **अनिश्चित काळ :** अनिश्चित काळ हीदेखील एक मौद्रिक धोरणाची महत्त्वाची मर्यादा आहे. मौद्रिक धोरणाचा परिणाम लक्षात येण्यासाठी किती काळ लागतो हे ठरविणे अवघड होते.

७.६ राजकोषीय धोरण (Fiscal Policy)

राजकोषीय किंवा राजवित्तीय शब्दाचा उगम Fisc या ग्रीक शब्दापासून झालेला आहे. Fisc चा अर्थ पिशवी किंवा बटवा असा होतो. दुसरा अर्थ खजिना किंवा तिजोरी असा होतो. Fisc या शब्दावरून Fiscal हा शब्द तयार झालेला आहे. म्हणजे Fiscal Policy याचा अर्थ सरकारी खजिना किंवा तिजोरीशी संबंधित धोरण होय. राजकोषीय धोरणालाच वित्तीय धोरण किंवा अंदाजपत्रकीय धोरण असेही म्हणतात. राजकोषीय धारेण हे सरकारच्या आर्थिक धोरणाचा अत्यंत महत्त्वाचा एक भाग आहे.

आर्थिक विकास, आर्थिक स्थैर्य, पूर्ण रोजगार यासारखी आर्थिक उद्दिष्ट साध्य करण्यासाठी केवळ मौद्रिक धोरण प्रभावी ठरत नाही. तसेच अर्थव्यवस्थेला मंदीतून बाहेर काढण्यासाठीही मौद्रिक धोरण पूर्णत: यशस्वी होत नाही. म्हणून अशा परिस्थितीत राजकोषीय धोरण अत्यंत महत्त्वाची भूमिका बजावते.

आधुनिक काळात जगातील सर्व राष्ट्रांनी जनतेच्या कल्याणाची व आर्थिक विकासाची उद्दिष्टे स्वीकारल्याने राजकोषीय धोरणाचे महत्त्व दिवसेंदिवस वाढत आहे. प्रो. जे. एम. केन्सने General Theory of Employment या ग्रंथात राजकोषीय धोरणाचे महत्त्व स्पष्ट करून मंदीच्या काळात ते कसे यशस्वी ठरते याचे स्पष्टीकरण केलेले आहे. थोडक्यात, राजकोषीय धोरणात सरकार आपल्या वित्तीय साधनांचा उपयोग करून आपल्या उद्दिष्टांची पूर्तता करीत असते.

राजकोषीय धोरणाचा अर्थ आणि व्याख्या

आर्थिक महामंदीसारख्या संकटावर मात करण्यासाठी आणि आर्थिक उद्दिष्टे साध्य करण्यासाठीचा रामबाण उपाय म्हणजे राजकोषीय धोरण होय. म्हणजे हे एक असे सरकारी धोरण आहे की ज्याद्वारे सामाजिक-आर्थिक उद्दिष्टे पूर्ण करण्यासाठी

जाणीवपूर्वक प्रयत्न करता येतात. त्यासाठी प्रामुख्याने कररोपन, सार्वजनिक खर्च, कर्ज, अंदाजपत्र यांसारख्या प्रमुख साधनांचा वापर करून आर्थिक विकास केला जातो. राजकोषीय साधनांत बदल करून सरकार आपल्या एकूण उत्पन्न आणि एकूण खर्चात बदल करीत असते. उत्पन्नपातळी, रोजगाराच्या संधी, एकूण मागणी यांमध्ये वाढ करावयाची असल्यास सरकार सार्वजनिक खर्चात वाढ करून करात कपात करत असते. याउलट परिस्थितीत सार्वजनिक खर्चात घट करून करात वाढ केली जाते. थोडक्यात, राजकोषीय धोरण म्हणजे ज्यात सरकारने सार्वजनिक आयव्यवस्थाद्वारे अर्थव्यवस्थेत उत्पादन, राष्ट्रीय उत्पन्न, राजेगार यात वाढ करणे, मुक्त विभाजन व आर्थिक स्थैर्य निर्माण करणे, कल्याणकारी राज्य निर्माण करणे आणि राहणीमानामध्ये वाढ करण्यासाठी केलेले प्रयत्न होय. दुसऱ्या शब्दांत सार्वजनिक खर्च, कर्ज, अंदाजपत्रक आणि करारोपणाविषयीच्या सरकारच्या धोरणाला राजकोषीय धोरण म्हणतात.

व्याख्या

१) **ऑर्थर स्मिथच्या मते :** सरकार राष्ट्रीय उत्पादन, राष्ट्रीय उत्पन्न आणि राष्ट्रीय रोजगार यांवरील अनुकूल प्रभावासाठी आणि अनैच्छिक परिणाम टाळण्यासाठी जेव्हा सार्वजनिक खर्च आणि उत्पन्न धोरणाचा अवलंब करते तेव्हा त्यास राजकोषीय धोरण म्हणतात.

२) **प्रो. जे. बर्कहेड् :** ज्या धोरणात देशातील सार्वजनिक खर्च व उत्पन्न, बँक व्यवसाय, नाणेबाजार, कर्ज यांसारख्या कार्यांचा समावेश होतो. त्या धोरणास राजकोषीय धोरण म्हणतात.

३) **प्रा. हार्वे आणि जॉन्सन यांच्या मते :** अर्थव्यवस्थेतील आर्थिक व्यवहार आणि पद्धतीवर अनुकूल प्रभाव पाडण्यासाठी सरकारच्या उत्पन्न आणि खर्चात जे बदल केले जातात, त्यास राजकोषीय धोरण म्हणतात.

वरील व्याख्यांवरून राजकोषीय धोरणांची पुढील वैशिष्ट्ये सांगता येतील.

१) राजकोषीय धोरणाद्वारे राष्ट्रीय उत्पन्न, उत्पादन, रोजगार, गुंतवणूक, बचत, आर्थिक स्थैर्य आणि आर्थिक विकास यांसारख्या घटकावर अनुकूल प्रभाव पाडला जातो.

२) राजकोषीय धोरणाची सार्वजनिक उत्पन्न व खर्च, कर्ज, करारोपण, अंदाजपत्रक इ. प्रमुख साधने आहेत.

३) बदलत्या परिस्थितीनुसार राजकोषीय साधनांमध्ये समायोजन करून आर्थिक तेजी आणि मंदी नियंत्रित केली जाते.

४) राजकोषीय धोरणांची अंमलबजावणी सरकार करते.

५) अर्थव्यवस्थेला मंदीतून बाहेर काढण्यासाठी राजकोषीय धोरण अधिक प्रभावी ठरते.

६) राजकोषीय व मौद्रिक धोरण परस्परपूरक असते.

७) देशातील समाजाचे राहणीमान, राष्ट्रीय उत्पन्नवाढ, उत्पादन आणि देशाचा सर्वांगीण विकास इ. दीर्घकालीन उद्दिष्टे पूर्ण करण्यासाठी या धोरणाचा उपयोग होतो.

८) आर्थिक तेजी व आर्थिक मंदीचा प्रतिकार करणे हा या धोरणाचा प्रमुख उद्देश आहे.

७.७ राजकोषीय धोरणाची उद्दिष्टे (Objectives of Fiscal Policy)

राजकोषीय धोरणाची उद्दिष्ट्ये पुढीलप्रमाणे आहेत –

१) **रोजगारनिर्मिती :** राजकोषीय धोरणाद्वारे रोजगारनिर्मिती मोठ्या प्रमाणात करता येते. प्रा. जे. एम. केन्सच्या मतानुसार रोजगारनिर्मिती ही प्रभावी मागणी आणि प्रभावी मागणी ही उपभोग खर्च, गुंतवणूक खर्च आणि भांडवली वस्तूंवरील खर्च यावर अवलंबून असतो. म्हणून सरकार प्रभावी मागणी तसेच रोजगार वाढविण्यासाठी राजकोषीय धोरणाने कराचे प्रमाण कमी करून, तुटीचा अर्थभरणा करून, कर्ज घेऊन, खर्चाचे प्रमाण वाढविते. परिणामीरोजगारात वाढ होते.

२) **आर्थिक स्थैर्य :** आर्थिक स्थैर्य निर्माण करणे हे राजकोषीय धोरणाचे अत्यंत महत्त्वाचे ध्येय आहे. किंमतपातळीत अधिक चढ-उतार होणार नाही याची दक्षता घेता येते. व्यापार चक्रातील चढ-उतार टाळून किमती, उत्पादन, उत्पन्न व रोजगार यांत आर्थिक स्थैर्य प्रस्थापित करण्यासाठी प्रभावी मागणी आणि रोजगार पातळी उच्च राखली जाते. परिणामी, आर्थिक स्थैर्य प्रस्थापित होते.

३) **आर्थिक साधनसामग्रीचा पर्याप्त उपयोग :** राजकोषीय धोरण अर्थव्यवस्थेतील आर्थिक साधनसामग्रीचा महत्तम वापर करून उत्पादक साधनांची कार्यक्षमता वाढवित असते. त्यामुळे सार्वजनिक उद्योगांवरील विविध खर्चापासून जास्तीतजास्त लोकांना रोजगार मिळतो आणि जलद गतीने विकास घडून येतो. तसेच आर्थिक संसाधनांचा पर्याप्त वाटणी होती.

४) उत्पन्नातील विषमता : राजकोषीय धोरणाच्या साधनांया साहाय्याने अर्थव्यवस्थेतील विकासाची गती वाढविली जाते. त्यामुळे भांडवलनिर्मिती आणि राष्ट्रीय उत्पन्न पातळी मोठ्या प्रमाणात वाढते. तसेच कररोपून आणि सार्वजनिक खर्च धोरणाच्या साहाय्याने उत्पन्न वाटपातील विषमताही कमी केली जाते. आर्थिक विकासाचा अधिकाधिक हिस्सा गरिबांना मिळावा यासाठी प्रयत्न केले जातात. परिणामी, आर्थिक विषमता कमी होण्यास मदत होते.

५) समतोल आर्थिक विकास : राजकोषीय धोरणाचे समतोल आर्थिक विकास घडून आणणे हे एक महत्त्वाचे उद्दिष्ट असते. सार्वजनिक खर्च, कर्ज, करारोपण, अंदाजपत्रक या साधनांचा योग्य तसा वापर करून अर्थव्यवस्थेतील शेती, उद्योग आणि सेवा क्षेत्रांचा समतोल विकास घडवून आणला जातो.

६) आर्थिक व सामाजिक सुविधा : अर्थव्यवस्थेतील शेती, उद्योग आणि सेवा क्षेत्राचा जलद गतीने विकास करण्यासाठी मूलभूत आर्थिक-सामाजिक सोयी-सुविधा निर्माण करणे आवश्यक असते. प्रामुख्याने वाहतूक, दळण-वळण, विद्युतपुरवठा, अवजड व भांडवली उद्योग यांसारख्या आर्थिक सेवा आणि शाळा, महाविद्यालय, ग्रंथालय, दवाखाने, पाणीपुरवठा यांसारख्या सामाजिक सोयीसुविधा राजकोषीय धोरणाद्वारे उपलब्ध करून देता येतात. परिणामी, जलद आर्थिक विकास घडून येतो.

७.८ राजकोषीय धोरणाची साधने (Measures of Fiscal Policy)

राजकोषीय धोरणाच्या पूर्ततेसाठी सरकार जी साधने वापरतात त्यांना राजकोषीय साधने म्हणतात.

राजकोषीय धोरणाची प्रमुख साधने पुढीलप्रमाणे आहेत.

१) कररोपण : राजकोषीय धोरणाचे अत्यंत महत्त्वाचे साधन म्हणजे कर होय. कराद्वारे सरकारला लोकांच्या उत्पन्न, उपभोग व खर्चावर योग्य तो परिणाम करणे शक्य होते. कर हे सामान्य माणसाच्या कल्याणाचे साधन ठरले आहे. देशात आर्थिक तेजीच्या काळात करात वाढ केल्यास किंवा नवे कर आकारल्यास समाजाची क्रयशक्ती कमी होते. परिणामी, मागणी कमी होऊन एकूण खर्च कमी होतो. तसेच राष्ट्रीय उत्पन्न कमी होऊन रोजगारपातळीही होत आणि तेजीची परिस्थिती कमी होते. याउलट मंदीच्या काळात सरकार करामध्ये सवलती देण्याचे आणि नवे कर न आकारण्याचे धोरण ठेवल्याने

समाजाची क्रयशक्ती वाढते. त्यामुळे मागणीत वाढ होऊन समाजाचा एकूण खर्च वाढतो आणि राष्ट्रीय उत्पन्न व रोजगारात वाढ होऊन मंदीची तीव्रता कमी होते.

२) **सार्वजनिक खर्च :** अर्थव्यवस्थेतील सरकारने केलेल्या खर्चाला सार्वजनिक खर्च म्हणतात. सार्वजनिक खर्चाद्वारे एकूण मागणी व एकूण पुरवठा यांत समन्वय साधून आर्थिक उद्दिष्टे साध्य करते. सार्वजनिक खर्चाच्या वाढीमुळे गुणतत्त्वानुसार उत्पन्न, उत्पादन, रोजगार व गुंतवणूक यावर होणारा परिणाम खर्चापेक्षा अनेक पटीने अधिक असते. याउलट सार्वजनिक खर्चातील घटीमुळे राष्ट्रीय उत्पन्न, उत्पादन, रोजगार यांत मोठ्या प्रमाणात घट होते. अशा प्रकारे सार्वजनिक खर्चात योग्य तो बदल करून आर्थिक तेजी किंवा आर्थिक मंदीनुसार खर्चाचे धोरण आखता येते.

३) **सार्वजनिक कर्ज :** अर्थव्यवस्थेतील आर्थिक तेजी आणि आर्थिक मंदी नियंत्रित करून आर्थिक स्थैर्य निर्माण करण्याचे एक हे महत्त्वाचे साधन आहे. विशेषत: युद्धजन्य परिस्थितीत सार्वजनिक कर्ज वाढल्यामुळे तेजीची स्थिती निर्माण होते. अशा परिस्थितीत नवे कर्ज न घेता अंदाजपत्रकीय आधिक्याद्वारा जुन्या कर्जाची परतफेड केली जाते. तर मंदीच्या काळात बँकदरात घट करून व्यापारी बँका व मध्यवर्ती बँक यांच्याकडून कर्जाला प्रोत्साहन देऊन कर्जाचे प्रमाण वाढविले जाते. अशा प्रकारे अंतर्गत किंवा बह्या कर्जामुळे आर्थिक तेजी-मंदीला आळा घालता येतो.

याशिवाय आर्थिक तेजीच्या काळात सरकार कर्जरोखे खुल्या बाजारात विक्रीस काढते. त्यामुळे समाजाची क्रयशक्तीत घट, चलनाच्या गतीत घट, व्यापारी बँकाच्या ठेवीत घट, पत निर्मितीत घट इत्यादीमध्ये घट होऊन एकूण चलनपुरवठा घटतो. याउलट मंदीत सरकार कर्जरोखे खुल्या बाजारातून खरेदी करायला सुरुवात करते. अशा प्रकारे सार्वजनिक कर्ज एकाचवेळी समाजाच्या मागणी व पुरवठ्यावर परिणाम करणारे प्रमुख साधन असल्यामुळे त्यास दुधारी शस्त्रही म्हणतात.

४) **अंदाजपत्रक धोरण :** आर्थिक तेजी व मंदीच्या काळात सरकारकडून अंदाजपत्रकीय धोरण अमलात आणले जाते. प्रामुख्याने तीन प्रकारचे अंदाजपत्रक असतात.

१) आधिक्याचे अंदाजपत्रक

२) तुटीचे अंदाजपत्रक

३) समतोल अंदाजपत्रक

आर्थिक तेजीच्या काळात सरकार शिलकी/आधिक्याचे अंदाजपत्रक सादर करते. त्यामुळे सरकार आपला खर्च कमी करून करात मोठ्या प्रमाणात वाढ करते. त्यामुळे मागणीत घट होऊन अतिवृद्धीला आळा बसविला जातो. याउलट मंदीच्या काळात तुटीचा अर्थसंकल्प मांडला जातो. त्यामुळे देशात एकूण उत्पन्नापेक्षा एकूण खर्च अधिक होतो. परिणामी, एकूण खर्चातील वाढ, एकूण उत्पन्न, रोजगार, उत्पादन वाढून प्रभावी मागणी वाढते आणि अर्थव्यवस्थेचा जलद आर्थिक विकास होतो.

सरकारच्या एकूण उत्पन्नाबरोबर एकूण खर्च असतो, तेव्हा त्यास समतोल अंदाजपत्रक म्हणतात. अशा प्रकारच्या अंदाजपत्रकात जेवढ्या प्रमाणात सार्वजनिक खर्च वाढविला जातो तेवढ्याच प्रमाणात कर उत्पन्नात वाढ करतात. म्हणजेच एकूण मागणीत घट खर्चाच्या वाढीतून भरली जाते. समतोल अंदाजपत्रकामुळे सरकारला वेगवेगळ्या प्रकल्पावरील खर्चाचा प्राधान्यक्रम ठरविता येतो आणि अर्थव्यवस्थेस भाववाढीच्या धोक्यापासून वाचविता येते. समतोल अंदाजपत्रकाचे धोरण युद्ध आणि आपत्तीच्या काळात उपयोगात येत नाही. अलीकडच्या काळात समतोल आणि शिलकी अंदाजपत्रकाचे महत्त्व मागे पडून तुटीचे अंदाजपत्रकाचे महत्त्व वाढत आहे.

चक्रीय चढ–उतारातील राजकोषीय धोरण

अर्थव्यवस्थेत व्यापार चक्रीय चढ-उतार सतत होत असतात, अशा परिस्थितीत अर्थव्यवस्थेत कधी आर्थिक तेजी तर कधी आर्थिक मंदी अस्तित्वात असते. राजकोषीय साधनात बदल करून एकूण उत्पन्न व एकूण खर्चात बदल घडून आणला जातो. मुलतः अर्थव्यवस्थेतील चलन विस्तार आणि चलन संकोच काळातील राजकोषीय धोरण भिन्न-भिन्न स्वरूपात वापरले जाते. चलन विस्ताराच्या म्हणजे आर्थिक तेजीच्या काळात राजकोषीय साधनांद्वारे अतिरिक्त एकूण खर्चावर नियंत्रण आणले जाते; तर चलन संकोचाच्या काळात म्हणजेच आर्थिक मंदीच्या काळात अर्थव्यवस्थेला मंदीतून बाहेर काढण्यासाठी आणि प्रभावी मागणीतील कमतरता भरून काढण्यासाठी राजकोषीय साधनांद्वारे एकूण खर्चाचे प्रमाण वाढविले जाते. परिणामी अर्थव्यवस्थेत आर्थिक स्थैर्य प्रस्थापित होते. अर्थव्यवस्थेत स्थैर्य निर्माण करणाऱ्या राजकोषीय साधनांना 'स्थिरके' असे म्हणतात. या स्थिरकांचे प्रामुख्याने दोन प्रकार पडतात–

१) **स्वयंचलित स्थिरके** (Automatic Stabilizers) **किंवा अंतर्रचित स्थिरके** (Built in Stabilizer) : जी स्थिरके सरकारच्या करारोपण व खर्चाच्या व्यवस्थेचा एक अंगभूत भाग असून परिस्थितीतून आपोआप कार्यान्वित होतात; त्या स्थिरकांना 'स्वयंचलित स्थिरके' म्हणतात.

२) **स्वेच्छाधीन स्थिरके** (Discretionary Stabilizers) : जी स्थिरके सरकारने हेतूपूर्वक केलेल्या उपायांमुळे कार्यान्वित होतात त्यांना 'स्वेच्छाधीन स्थिरके' म्हणतात.

आर्थिक मंदीतील राजकोषीय धोरण

राजकोषीय साधनांच्या साहाय्याने आर्थिक मंदीतील म्हणजेच चलन संकोचाच्या परिस्थितीवर मात करता येते. आर्थिक मंदीच्या काळात चलन संकोच अर्थव्यवस्थेमध्ये दिसून येतो; त्यामुळे लोकांचे उत्पन्न कमी, मागणी कमी, बचत कमी, गुंतवणूक कमी, नफा कमी, त्यामुळे उद्योगधंद्याची वाढ थांबली जाते. अशा परिस्थितीत सरकार राजकोषीय साधनांचा वापर अर्थव्यवस्थेला मंदीतून बाहेर काढण्यासाठी करून त्याद्वारे एकूण खर्चाचे प्रमाण वाढविण्याचा प्रयत्न करते.

अशा परिस्थितीत सरकार आपले अंदाजपत्रक तुटीच्या स्वरूपात सादर करून एकूण खर्चाचे प्रमाण वाढविले जाते. तसेच सार्वजनिक कर्ज आणि सार्वजनिक खर्चाचे प्रमाणही आर्थिक मंदीच्या काळात वाढविले जाते, तर कराचे दर कमी करून नवे कर आकारले जात नाही. परिणामी अर्थव्यवस्थेत चलन विस्तार होऊन चलनाचे प्रमाण वाढण्यास सुरुवात होते. लोकांच्या हातात पैसा यायला सुरुवात होते; त्यामुळे मागणीत वाढ होऊन बचत-गुंतवणूक वाढून व्यापार-व्यवसायाला चालना मिळते. अशा प्रकारे आर्थिक मंदीतून बाहेर काढण्यासाठी राजकोषीय साधनांचा वापर केला जातो.

आर्थिक तेजीतील राजकोषीय धोरण

राजकोषीय साधनांद्वारे आर्थिक तेजीवर म्हणजेच अतिरिक्त चलन विस्तारावर नियंत्रण प्रस्थापित करता येते. आर्थिक तेजीच्या काळात अतिरिक्त झालेला चलन विस्तार नियंत्रणात ठेवावा लागतो; म्हणून सरकार आर्थिक तेजीच्या काळात आधिक्याचे अंदाजपत्रक सादर करून चलन विस्तारावर नियंत्रण आणते. आधिक्याच्या अंदाजपत्रकाद्वारे जुन्या कर्जाची फेड केली जाते किंवा बचतीचे प्रमाण वाढविले जाते; तसेच सार्वजनिक एकूण खर्चाचे प्रमाणही घटवून सार्वजनिक नवे कर्ज काढले जात नाही. त्याचबरोबर कराचे दर वाढवून नवे कर आकारले जातात. परिणामी अर्थव्यवस्थेतील अतिरिक्त चलन पुरवठ्याचे प्रमाण कमी होते. लोकांच्या हातातील

पैसा कमी होऊन मागणी बचत, गुंतवणूक कमी होऊन उद्योगधंद्याची निर्मिती कमी होते. परिणामी आर्थिक तेजीला आळा घालता येतो.

अशा प्रकारे चक्रीय बदल दूर करण्यासाठी परिस्थितीनुसार राजकोषीय धोरण वापरले जाते. त्यामुळे आर्थिक तेजी व मंदीपासून बचाव होतो.

७.९ राजकोषीय धोरणाच्या मर्यादा (Limitations of Fiscal Policy)

राजकोषीय धोरणाचे अनेक फायदे असले तरी काही मर्यादादेखील आहेत. त्या पुढीलप्रमाणे आहेत.

१) राजकोषीय धोरणाचे यश वित्तीय धोरणाच्या पाश्चायनावर अवलंबून असते. राजकोषीय धोरणाचे पाश्चायन अधिक असेल तर यश कमी असते. याउलट राजकोषीय धोरणाचे पाश्चायन कमी असेल तर या धोरणास अधिक यश येते.

२) राजकोषीय धोरणाचे यश हे देशातील सरकार, समाज, आर्थिक संस्था आणि लोकांचा सहभाग इत्यादींवर अवलंबून असतो. लोकांचे सहकार्य नसेल तर या धोरणाच्या यशावर मर्यादा पडतात.

३) राजकोषीय धोरणाच्या साधनांच्या साहाय्याने बेरोजगारीचे प्रमाण कमी करता येते. असे असले तरी अर्थव्यवस्थेतील छुपी बेरोजगारी किंवा संरचनात्मक बेरोजगारी पूर्ण दूर करण्यास हे धोरण यशस्वी ठरत नाही.

४) राजकोषीय धोरण अर्थव्यवस्थेला मंदीतून बाहेर काढण्यासाठी प्रभावी ठरते. त्यासाठी सरकार सार्वजनिक खर्चात वाढ करून लोकांच्या खरेदी शक्तीला आणि उत्पादनवाढीला चालना देते. परंतु लोकांनी त्यांचे वाढलेले उत्पन्न खर्चासाठी उपयोगात आणले नाही तर हे धोरण फारसे यशस्वी होत नाही.

५) बेकारी दूर करण्यासाठी प्रभावी मागणीत वाढ केली जाते. त्यामुळे वस्तूंच्या किमती वाढून उत्पादकाचा नफा वाढून व्यापार-व्यवसाय-उद्योगधंद्यांना चालना मिळून रोजगार वाढतो. परंतु कामगारांनी वेतनात वाढ मागितल्यास वेतन वाढून नफ्याचे प्रमाण कमी होते. परिणामी, उत्पादन घटकांची विशेषत: श्रमिकांची मागणी कमी होऊन बेकारीत वाढ होते. म्हणजेच हे धोरण यशस्वी होत नाही.

६) आर्थिक तेजी किंवा मंदीतून बाहेर काढण्यासाठी केवळ राजकोषीय धोरण पुरेसे ठरत नाही. प्रभावी उपायासाठी दोन्ही मौद्रिक आणि वित्तीय धोरणाची अंमलबजावणी एकाचवेळी करणे आवश्यक असते. वित्तीय धोरण आणि मौद्रिक धोरण हे परस्परविरोधी नसून पूरक आहेत. म्हणून केवळ एक धोरण पुरेसे ठरत नाही.

७) देशात येणाऱ्या आर्थिक मंदीचा अचूक अंदाज घेणे कठीण असते. त्यामुळे सार्वजनिक खर्च योग्य वेळेलाच होणे महत्त्वाचे असते. परंतु मंदीचा अचूक वेध घेता न आल्याने मंदीला आळा घालणे शक्य होत नाही.

८) अर्थव्यवस्थेतील सार्वजनिक कामाची व्याप्ती ही उपलब्ध साधनसामग्रीवर अवलंबून असते. अशा साधनांचा खाजगी उत्पादक वापर करीत असल्याने सार्वजनिक कामासाठी ही साधने दुर्मीळ होतात. परिणामी, ही धोरण यशस्वी होत नाही.

९) लोकशाहीवादी देशात सार्वजनिक कामांची सुरुवात ही आर्थिक दृष्टिकोनातून न होता राजकीय उद्देशाने होते. स्थानिक नेतृत्वाचा प्रभाव अधिक असतो. त्यामुळे सार्वजनिक खर्चातून हेतू साध्य होत नाही.

१०) सार्वजनिक खर्चात वाढ केली असता खाजगी उत्पादक आपला गुंतवणूक खर्च कमी करणार नाही याची दक्षता घेतली पाहिजे. कारण सार्वजनिक खर्चामुळे श्रमिक व इतर घटकांची मागणी वाढते त्यावेळी त्याचा खाजगी उत्पादकावर विपरित परिणाम होतो. त्यांना श्रमिकाची टंचाई भासते. ते सरकारशी स्पर्धा करू शकत नाही.

११) कर धोरणाबाबत राजकोषीय धोरणास लोकांकडून विरोध होतो. कर चुकविण्यासाठी लोकांकडून विविध अवैध मार्गाचा अवलंबून केला जातो. परिणामी, राजकोषीय धोरणावर मर्यादा येतात.

१२) राजकोषीय धोरणाची काही उद्दिष्टे एकमेकांविरुद्ध असू शकतात. उदा., पूर्ण रोजगार आणि किंमत स्थैर्य एकाच वेळी साध्य होणे शक्य नसते.

७.१० राजकोषीय धोरण आणि मौद्रिक धोरण यातील तुलना

१) पर्यायी नसून पूरक : १९३० च्या जागतिक महामंदीपूर्वी मौद्रिक धोरणाचा अधिक वापर केला जात होता. राजकोषीय धोरणाचा उपयोग फारसा केला जात नव्हता. मात्र १९३० च्या जागतिक महामंदीतून अर्थव्यवस्थेला बाहेर काढून तिला उर्जितावस्था प्राप्त करून देण्यास चलन धोरणाला यश आले नाही. चलन धोरणाच्या बेकारी आणि मंदीवर प्रभावी उपाय म्हणून राजकोषीय धोरणाचे महत्त्व वाढले. परंतु आर्थिक तेजीतून अर्थव्यवस्थेला बाहेर काढण्यास अयशस्वी ठरले. यावरून असे स्पष्ट होते की, कोणतेही एक धोरण आर्थिक स्थैर्य प्रस्थापित करण्यास पुरेसे ठरत नाही. आर्थिक मंदीमध्ये राजकोषीय धोरण तर आर्थिक तेजीत मौद्रिक धोरण प्रभावी ठरते. म्हणून आर्थिक

स्थैर्यासाठी दोन्ही धोरण एकमेकांस पर्यायी नसून पूरक ठरतात. हे खालील आकृतीद्वारे स्पष्ट केले आहे.

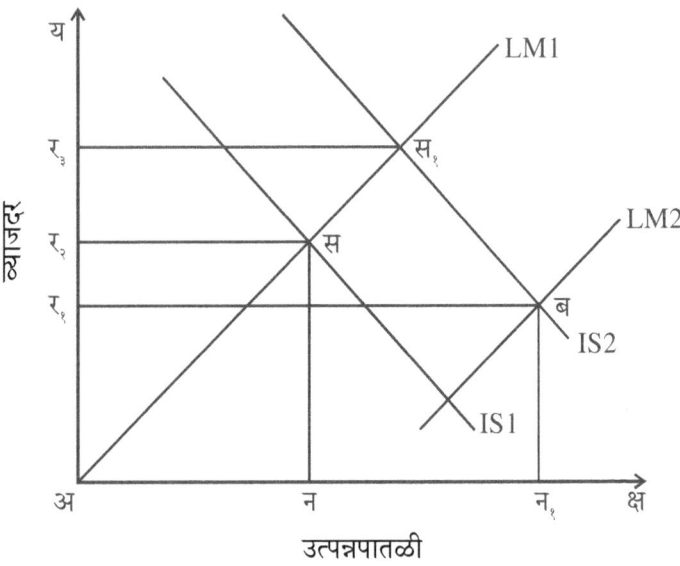

न
उत्पन्नपातळी

खालील आकृतीत 'अय' अक्षावर व्याजदर आणि 'अक्ष' अक्षावर उत्पन्नपातळी दर्शविली आहे. समजा 'अन' या उत्पन्न पातळीला अर्थव्यवस्था संतुलित आहेत. IS व LM, वक्र 'स' बिंदूत छेदून व्याजदर $अर_2$ एवढा असतो.

जर अर्थव्यवस्थेत मौद्रिक व वित्तीय धोरणाचा एकत्रित अंमल केल्यास पूर्ण रोजगार शक्य होतो, हे खालील आकृतीवरून स्पष्ट होते.

जर एकूण खर्चात वाढ आणि करात सवलतीचे धोरण स्वीकारून विस्तारित मौद्रिक धोरण स्वीकारले नाही तर IS_1 वक्र उजवीकडे जाऊन तो IS_2 बनतो आणि त्यामुळे व्याजदर $अर_3$ पर्यंत वाढतो.

परंतु अशावेळी राजकोषीय धोरणासोबत मौद्रिक धोरण कार्यान्वित केले. म्हणजेच सरकारने पूर्ण रोजगार प्रस्थापित करण्यासाठी कर्जरोख्यांची खरेदी करून चलनपूरवठ्यात वाढ केली, तर LM_1 वक्र उजवीकडे जाऊन LM_2 होतो. अशा प्रकारे नवीन IS_2 वक्र व LM_2 वक्र परस्परांना B बिंदूत छेदून व्याजदर अर१ अर१ पर्यंत खाली येतो. त्यामुळे गुंतवणूक वाढून उत्पन्न पातळी अन पासून अन१ पर्यंत वाढून पूर्ण रोजगार प्रस्थापित होतो. अशा प्रकारे ही दोन्ही साधने परस्परांस स्पर्धक नाहीत तर पूरक आहेत. म्हणून त्यांची अंमलबजावणी एकत्र करायला पाहिजे.

२) **दोन्ही साधने स्वतंत्ररीत्या कार्य करतात :** अर्थव्यवस्थेतील चलन मागणी व पुरवठ्यावर प्रभाव टाकून खाजगी क्षेत्रातील उत्पन्न व खर्च यांवर परिणाम करण्याचे कार्य मौद्रिक साधने करतात. मौद्रिक साधने व्याजदराच्या माध्यमातून अधिक प्रभाव पाडतात. अर्थव्यवस्थेतील आर्थिक तेजीला आळा घालण्यासाठी मौद्रिक धोरणानुसार व्याजदरात वाढ करून आणि कडक मुद्रा धोरणाद्वारे लोकांच्या खर्चाचे प्रमाण कमी केले जाते. तसेच अर्थव्यवस्थेला आर्थिक मंदीतून बाहेर काढण्यासाठी व बेकारी कमी करण्यासाठी व्याजदर कमी करून सुलभ मुद्रा धोरण वापरले जाते.

याउलट राजकोषीय धोरणातर्गंत सरकार उत्पन्न व खर्चाच्या आधारे आपला प्रभाव पाडण्याचा प्रयत्न असतो. अर्थव्यवस्थेतील आर्थिक तेजीला आळा घालण्यासाठी राजकोषीय धोरणानुसार करात वाढ, सार्वजनिक खर्चात घट, आधिक्याचे अंदाजपत्रक इत्यादी मार्गाचा अवलंब करण्यात येतो, तर आर्थिक मंदी नियंत्रित करण्यासाठी सार्वजनिक खर्चात वाढ, करात घट आणि तुटीच्या अंदाजपत्रकाचा मार्ग स्वीकारला जातो. अशा प्रकारे दोन्ही धोरणे अर्थव्यवस्थेत स्वतंत्ररीत्या कार्य करीत असतात.

३) **भिन्न खात्यांद्वारे अंमलबजावणी :** राजकोषीय आणि मौद्रिक धोरण हे सरकारच्या भिन्न खात्यांद्वारे आखून अंमलबजावणी केली जाते. मौद्रिक धोरणाची अंमलबजावणी मध्यवर्ती बँकेकडून तर राजकोषीय धोरणाची अर्थमंत्रालयाकडून केली जाते. अशा प्रकारे भिन्न खात्यांकडून दोन्ही धोरणांची आखणी करून अंमल केला जातो.

सराव प्रश्न

प्र.१) खालील प्रश्नांची प्रत्येकी १०० शब्दांत उत्तरे लिहा.

१) चलनविषयक धोरणाची उद्दिष्टे सांगा.

२) चलनविषयक धोरणाच्या मर्यादा थोडक्यात सांगा.

३) राजकोषीय धोरण म्हणजे काय?

४) राजकोषीय धोरणाची उद्दिष्टे सांगा.

प्र.२) खालील प्रश्नांची प्रत्येकी २०० शब्दांत उत्तरे लिहा.

१) चलनविषयक धोरण म्हणजे काय? चलनविषयक धोरणाची उद्दिष्टे आणि साधने सांगा.

२) चलनविषयक धोरणाच्या मर्यादा सांगा.

३) राजकोषीय धोरणाची उद्दिष्टे सांगून मर्यादा स्पष्ट करा.

प्र.३) खालील प्रश्नांची प्रत्येकी ४०० शब्दांत उत्तरे लिहा.

१) चलनविषयक धोरणाची उद्दिष्टे, साधने आणि मर्यादा स्पष्ट करा.

२) राजकोषीय धोरणाची उद्दिष्टे, साधने आणि मर्यादा स्पष्ट करा.

प्र.४) टिपा लिहा. (१०० शब्दांत)

१) चलनविषयक धोरण.

२) चलनविषयक धोरणाची साधने.

३) राजकोषीय धोरण.

४) राजकोषीय धोरणाच्या मर्यादा.

८ आर्थिक नियोजन

Economic Planning

८.१ प्रस्तावना (Introduction)

रशियातील राज्यक्रांती होण्यापूर्वी नियोजनास फारसे महत्त्व राहिलेले नव्हते. परंतु रशियात झालेल्या राज्यक्रांतीनंतर त्यांनी नियोजन पद्धतीचा अवलंब करून कमी कालावधीत नेत्रदीपक यश मिळविल्यामुळे सर्व अविकसित, अल्पविकसित आणि वसाहतवाद्यांच्या गुलामगिरीतून मुक्त झालेल्या देशांना रशियातील आर्थिक नियोजन पद्धती संपूर्ण विकासासाठी आवश्यक वाटली तसेच महामंदीमुळे भांडवलशाही अर्थव्यवस्थेला आलेल्या अपयशामुळेही बहुतेक देशांनी नियोजन पद्धतीलाच पसंती दिलेली होती. थोडक्यात, अर्थव्यवस्थेच्या सर्वांगीण जलद आर्थिक विकासासाठी आर्थिक नियोजनास अनन्यसाधारण असे महत्त्व आहे.

देशातील साधनसामग्रीचा अंदाज घेऊन एका विशिष्ट कालावधीत निर्धारित लक्ष्ये गाठण्यासाठी शासन आणि तिची कार्ययंत्रणा नियोजनाअंतर्गत प्रयत्नशील असते. थोडक्यात अर्थव्यवस्थेत उपलब्ध असलेल्या संसाधनांचे संघटन करून समाजाला महत्तम कल्याण मिळवून देण्याचे नियोजन एक प्रमुख साधन आहे. प्रस्तुत प्रकरणात आर्थिक नियोजनाबाबत विस्तृत विवेचन केलेले आहे.

८.२ आर्थिक नियोजनाचा अर्थ व व्याख्या (Meaning and Definition of Economic Planning)

आर्थिक नियोजनात आर्थिक विकास एका विशिष्ट कालावधीत घडून आणणे अभिप्रेत आहे. यामध्ये प्रामुख्याने अर्थव्यवस्थेतील कोणत्या वस्तूचे उत्पादन केले पाहिजे? उत्पादन कोठे, केव्हा व कशा पद्धतीने करावे किती प्रमाणात उत्पादन करावे? उत्पादनाचे विभाजन कसे करावे व कोणामध्ये करावे? यासारख्या प्रश्नांची उत्तरे शोधून सरकारला निर्णय घ्यावे लागतात. यातून अर्थव्यवस्थेला एक निश्चित दिशा मिळते. थोडक्यात, सरकारने उत्पादन व वितरणाबाबत विवेकशीलतेने घेतलेला निर्णय म्हणजेच आर्थिक नियोजन होय.

आर्थिक नियोजनाच्या व्याख्या

आर्थिक नियोजनाच्या व्याख्येसंबंधी मतभिन्नता दिसून येते.

काही अर्थतज्ज्ञांच्या व्याख्या पुढीलप्रमाणे आहेत-

१) **डॉ. डाल्टनच्या मते :** अर्थव्यवस्थेतील आर्थिक सत्तेने विशिष्ट पूर्वनिर्धारित उद्दिष्टांच्या पूर्तीसाठी आर्थिक क्रियांना जाणीवपूर्वक दिशा देणे म्हणजे आर्थिक नियोजन होय.

२) **प्रो. रॉबिन्सच्या मते :** देशाचे कल्याणकारी राज्याचे उद्दिष्ट साध्य करण्याचे एक साधन म्हणजे आर्थिक नियोजन होय.

३) **प्रो. एच. लेव्ही यांच्या मते :** अदृश्य, स्वयंप्रेरित व नियंत्रणाबाहेरील घटकांनी मागणी व पुरवठ्यात संतुलन न होऊ देता त्याऐवजी उत्पादन व वितरणात जाणीवपूर्वक नियंत्रण करून समतोल प्रस्थापित करणे म्हणजे आर्थिक नियोजन होय.

४) **आर्थिक नियोजन :** संपूर्ण अर्थव्यवस्थेच्या विकासाची आणि कल्याणकारी राज्याचे उद्दिष्ट एका निश्चित काळात साध्य करण्याची हमी देणारा देशातील नागरिक आणि सामाजिकदृष्ट्या जबाबदार सत्ता यामध्ये सतत चालणारा एक सहकारी प्रयत्न होय.

अशा प्रकारे अनेक अर्थतज्ज्ञांनी मांडलेल्या आपल्या व्याख्येत नियोजनाच्या विशिष्ट भागावर भर दिलेला दिसतो.

आर्थिक नियोजनाची प्रमुख वैशिष्ट्ये

वरील व्याख्यांवरून आर्थिक नियोजनाची प्रमुख वैशिष्ट्ये पुढीलप्रमाणे स्पष्ट होतात.

१) आर्थिक नियोजन यंत्रणेवर सार्वभौम सत्तेचे नियंत्रण असते.

२) आर्थिक नियोजनात देशातील संसाधनांचा पर्याप्त/महत्तम वापर केला जातो.

३) समाजाच्या गरजांची पूर्तता करून त्यांचे महत्तम कल्याण करण्याचा प्रयत्न केला जातो.

४) आर्थिक नियोजनाच्या अंमलबजावणीसाठी एक विशिष्ट यंत्रणा निर्माण केली जाते.

५) संपूर्ण अर्थव्यवस्थेच्या दीर्घकालीन विकासासाठी काही आर्थिक प्रश्नांना प्राधान्यक्रम दिला जातो.

६) आर्थिक नियोजनासाठी एक विशिष्ट कालखंड निश्चित केला जातो.

७) आर्थिक नियोजनात उद्दिष्ट निश्चित करून लक्ष्ये निश्चित केली जातात.

८) नियोजनात सामाजिकदृष्ट्या जबाबदार सत्तेची महत्त्वपूर्ण भूमिका असते.

९) नियोजनात देशाचे नागरिक आणि सरकार यात सतत सहकार्य असते.

१०) आर्थिक नियोजनात विवेकशीलतेने आर्थिक निर्णय घेतले जातात.

११) आर्थिक नियोजन ही सतत चालणारी प्रक्रिया आहे.

८.३ आर्थिक नियोजनाची गरज (Need of Economic Planning)

१) संसाधनांचा पर्याप्त वापर : कोणत्याही देशात नैसर्गिक आणि मानवनिर्मित साधनसामग्री कमी-अधिक प्रमाणात उपलब्ध असते. देशातील दुर्मीळ भूसंपत्ती, वनसंपत्ती, जलसंपत्ती आणि मानव संपतीचा गैरवापर टाळण्यासाठी आणि उधळपट्टी टाळण्यासाठी नियोजनाची गरज प्रत्येक देशाला असते. नियोजनामुळे दुर्मीळ संसाधनांचा पर्याप्त वापर करणे शक्य होत असल्याने त्याची गरज भासते.

२) भांडवलशाहीचे दोष दूर करण्यासाठी : भांडवलशाही अर्थव्यवस्थेत काही गुण असले तरी दोषही मोठ्या प्रमाणावर असतात. या अर्थव्यवस्थेत उत्पन्न व संपत्तीतील विषमता, व्यापारचक्रातील चढ-उतार, खाजगी उत्पादकांचे वर्चस्व व निर्णय, बाजारयंत्रणेचा प्रभाव अधिक, नफा प्रेरित उत्पादन इत्यादींसारखे

काही दोष भांडवलशाही/मुक्त अर्थव्यवस्थेमध्ये आढळून येतात. त्याचे दुष्परिणाम देशाच्या दीर्घकालीन आर्थिक आणि सामाजिक तसेच राजकीय विकासावर होत असतात. अशा अर्थव्यवस्थेतील गंभीर दोष कमी करण्यासाठी आर्थिक नियोजनाची आवश्यकता असते. आर्थिक नियोजन करून वरील दोषांची तीव्रता कमी करता येऊ शकते.

३) आर्थिक विषमता कमी करण्यासाठी : भांडवलशाहीसारख्या अनियोजित अर्थव्यवस्थेत उत्पन्न व संपत्तीतील विषमता प्रचंड प्रमाणात दिसून येते. एकीकडे 'आहे रे' आणि दुसरीकडे 'नाही रे' असे वर्ग निर्माण होऊन वर्गसंघर्ष निर्माण होतो. श्रमिकांच्या श्रमांवर अवलंबून असलेले श्रीमंत हे अधिक श्रीमंत होतात; तर गरीब हे अधिक गरीब होत जातात. अशा वेळी गरीब आणि श्रीमंतातील दरी कमी करण्यासाठी आर्थिक नियोजनाशिवाय पर्याय राहात नाही.

४) समाजकल्याणासाठी : समाजकल्याण साध्य करण्यासाठी आणि कल्याणकारी राज्याचे उद्दिष्ट साध्य करण्यासाठी आर्थिक नियोजन हे एक महत्त्वाचे साधन आहे. अनियोजित अर्थव्यवस्थेत नफ्याने प्रेरित होऊन उत्पादन करीत असल्याने मिळणाऱ्या लाभाला समाजकल्याणापेक्षा अधिक महत्त्व दिले जाते. समाजोपयोगी निर्णय, उत्पादन-रोजगार संधी, गुंतवणूक अर्थव्यवस्थेत आवश्यक आहे. कोणावरही अन्याय-अत्याचार होणार नाही, सर्वांना समान संधी मिळून आर्थिक समानता होईल, वितरण समान होईल आणि सर्व समाजाचे महत्तम कल्याण होईल अशी परिस्थिती निर्माण करण्यासाठी आर्थिक नियोजन करणे अत्यंत आवश्यक आहे.

५) जलद आर्थिक विकासासाठी : अर्थव्यवस्थेच्या जलद विकासासाठी आर्थिक नियोजन करणे आवश्यक असते. भारतासारख्या देशाची अर्थव्यवस्था स्वातंत्र्यपूर्व काळात कोलमडली होती. स्वातंत्र्य प्राप्तीबरोबर अनेक आव्हाने भारतासमोर निर्माण झालेली होती. अशा परिस्थितीत जलद आर्थिक विकासासाठी, उच्च राहणीमानासाठी, सर्व क्षेत्रांच्या विकासासाठी, उत्पादक साधनांचा अपव्यय टाळण्यासाठी, समान वितरणासाठी आर्थिक नियोजन ही काळाची गरज ठरते.

६) शोषण थांबविण्यासाठी : अनियोजित अर्थव्यवस्थेत श्रमिकांचे, उपभोक्त्यांचे, कुळांचे, उत्पादन घटकांचे शोषण मोठ्या प्रमाणावर होत असते. विशेषतः उत्पादकांकडून श्रमिकांचे, उपभोक्त्यांचे, विक्रेत्यांकडून ग्राहकांचे,

जमीनमालकांकडून कुळांचे शोषण होत असते. अशा प्रकारचे शोषण थांबविण्यासाठी आर्थिक नियोजन करणे आवश्यक असते.

७) **तेजी–मंदीचा प्रभाव कमी करण्यासाठी :** आर्थिक नियोजन तेजी–मंदीच्या चक्राचा प्रभाव कमी करण्यासाठी अत्यंत उपयुक्त ठरते. अनियोजित अर्थव्यवस्थेत व्यापारचक्राचा प्रभाव रोजगारावर, किमतीवर, वितरणावर, उत्पादनावर आणि नफ्यावर होत असते. चक्रीय प्रभावापासून अलिप्त ठेवण्यासाठी आर्थिक नियोजन महत्त्वाचे ठरते.

८) **सामाजिक सुरक्षिततेसाठी :** अनियोजित अर्थव्यवस्थेत सामाजिक सुरक्षिततेला फारसे महत्त्व दिले जात नाही. नियोजित अर्थव्यवस्थेत संपूर्ण समाज घटकांना सुरक्षितता दिली जाते. उदा. वृद्धांना सोयी–सवलती देणे, बालकांना मोफत शिक्षण देणे, बेकारांना बेकारी भत्ता देणे, अपंगाना आर्थिक साहाय्य देणे, आरोग्य सोयी सर्वांना देणे इ. यासारख्या सामाजिक सुरक्षिततेचा लाभ जनतेला उपलब्ध करून देण्यासाठी आर्थिक नियोजन हे आवश्यक ठरते.

९) **अर्थव्यवस्थेला योग्य दिशा देण्यासाठी :** अर्थव्यवस्थेला एक निश्चित दिशा देण्याचे काम आर्थिक नियोजन करते. समाजासाठी कोणते उत्पादन, किती प्रमाणात करावे, त्यासाठी कोणती साधने वापरावीत, किमती किती ठेवाव्यात, कोठे उत्पादन घ्यावे, किती प्रमाणात, केव्हा, कोणासाठी घ्यावे, यासारख्या विविध प्रश्नांची उत्तरे शोधून अर्थव्यवस्थेला एक दिशा दिली जाते.

१०) **अवजड व मूलभूत उद्योगांचा विकास :** अवजड व मूलभूत उद्योगधंद्याच्या जलद विकासासाठी आर्थिक नियोजनाची गरज असते. ज्या देशात मूलभूत व अवजड उद्योगांचा विकास झालेला असतो, त्या देशात औद्योगिकीकरण जलद गतीने होते; म्हणून सरकारने आर्थिक नियोजन करून देशामध्ये वीज, पाणी, शिक्षण, वाहतूक, दळणवळण, आरोग्यसुविधा, वित्तसुविधा, विमा, लोखंड व पोलाद उद्योग, सिमेंट उद्योग, कापड उद्योग, बँका वगैरे यांसारख्ये मूलभूत व अवजड उद्योगधंदे सुरू केले पाहिजेत; त्यामुळे औद्योगिकीकरण जलद गतीने होण्यास मदत होते.

११) **तांत्रिक प्रगतीसाठी :** कोणत्याही देशाची प्रगती ही तांत्रिक प्रगतीवर अवलंबून असते. भारतासारख्या देशात दरडोई उत्पन्न आणि बचतीचा दर अल्प असल्याने

गुंतवणूक व भांडवल निर्मितीचा दरही कमी राहून तांत्रिक प्रगती कमी राहते. अशा वेळी आर्थिक नियोजन करून नवे तंत्रज्ञान वापरता येते. नव्या तांत्रिक प्रगतीमुळे आधुनिक उत्पादन तंत्र वापरून उत्पादनाचा सरासरी खर्च कमी, उत्पादन गुणवत्तेत वाढ, नफ्यात वाढ, स्पर्धा क्षमतेत वाढ इ.मध्ये वाढ घडून येते.

१२) **राहणीमान उंचावण्यासाठी :** भारतासारख्या विकसनशील देशात दरडोई उत्पन्न, बचत व गुंतवणूक पातळी कमी असल्याने लोकांचे राहणीमान कमी दर्जाचे दिसून येते. भारतातील लोकांचा उपभोग खर्च, दरडोई उत्पन्न, अन्न, वस्त्र, निवारा, शिक्षण, आरोग्य, आहारातून मिळणाऱ्या कॅलरीज वगैरे इत्यादींवर होणाऱ्या खर्चाचे प्रमाण अल्प आहे. अशा परिस्थितीत लोकांचे राहणीमान उंचावण्यासाठी आर्थिक नियोजन करणे आवश्यक ठरते.

८.४ आर्थिक नियोजनाची उद्दिष्ट्ये (Objectives of Economic Planning)

आर्थिक नियोजन हे एक तंत्र असून ते पूर्णत: निश्चित केलेल्या विशिष्ट उद्दिष्टांवर अवलंबून असते. विशिष्ट उद्दिष्टांची पूर्तता करण्यासाठी एका विशिष्ट कालखंडात सरकारकडून प्रयत्न केले जातात. आर्थिक नियोजनाच्या उद्दिष्टांचे प्रामुख्याने तीन गटात वर्गीकरण करता येते. जसे – अ) आर्थिक उद्दिष्टे ब) राजकीय उद्दिष्टे क) सामाजिक उद्दिष्टे इ.

अ) **आर्थिक उद्दिष्टे :** आर्थिक उद्दिष्टे पुढीलप्रमाणे आहेत.

१) **आर्थिक विकास :** आर्थिक नियोजनामुळे अर्थव्यवस्थेच्या विकासास गती देता येते. अर्थव्यवस्थेत विविध उद्योगधंद्यांची स्थापना करून उत्पादन आणि रोजगारात वाढ करता येते. परिणामी सर्वसामान्य लोकांचे दरडोई उत्पन्न वाढून बचत व गुंतवणूक दर वाढण्यास मदत होते. त्यामुळे औद्योगिकीकरणास पुन्हा चालना मिळून देशात तांत्रिक प्रगत, संशोधन विकास, रस्ते, लोहमार्ग, वाहतूक दळणवळण, बँका, भांडवली उद्योग, उपभोग्य वस्तू उद्योगात वाढून दारिद्र्याचे प्रमाण कमी होते. परिणामी लोकांच्या राहणीमानात वाढ होऊन आर्थिक विकास जलद गतीने होतो.

२) **दरडोई आणि राष्ट्रीय उत्पन्नात वाढ :** आर्थिक नियोजनाचे दरडोई उत्पन्न आणि राष्ट्रीय उत्पन्नात वाढ करणे हे एक प्रमुख उद्दिष्ट असते. देशात वस्तू

व सेवांच्या स्वरूपात मोठ्या प्रमाणात उत्पादन करून उद्योगधंद्यांच्या माध्यमातून मोठ्या प्रमाणावर रोजगार निर्मिती करण्यात येते. त्यातून लोकांचे दरडोई उत्पन्न वाढून बचत व गुंतवणुकीला चालना मिळते. परिणामी पुन्हा औद्योगिकीकरणाला चालना मिळून उत्पादन, रोजगारात प्रचंड वाढ घडून येऊन राष्ट्रीय उत्पन्न आणि दरडोई उत्पन्न मोठ्या प्रमाणात वाढते.

३) अर्थव्यवस्थेची पुनर्उभारणी : दुसऱ्या महायुद्धात जगातील अनेक देशांच्या अर्थव्यवस्था कोलमडून पडल्या. काही विस्कळीत झाल्या तर काही उद्ध्वस्तही झाल्या होत्या; तसेच अनेक देश वसाहतवादाच्या गुलामगिरीतून मुक्त होऊन स्वतंत्र झाले. भारतीय अर्थव्यवस्थेच्या स्वातंत्र्याच्या वेळी फाळणी होऊन विस्कळीत झाली. अशा परिस्थितीत अर्थव्यवस्थेचे आर्थिक नुकसान भरून काढण्यासाठी, अर्थव्यवस्थेच्या पुनर्उभारणीसाठी, पुनर्निर्माण करण्यासाठी अशा देशांना आर्थिक नियोजनाचा मार्ग स्वीकारावा लागलेला होता. त्या वेळी अशा देशांचे नियोजनांचे प्रमुख उद्दिष्ट म्हणजे अर्थव्यवस्थेची पुनर्उभारणी करणे, नुकसान भरून काढणे ही होती.

४) औद्योगिकीकरण करणे : औद्योगिकीकरणात वाढ घडून आणणे हे प्रमुख उद्दिष्ट आर्थिक नियोजनाचे असते. विशेषत: तिसऱ्या जगातील देशांच्या अर्थव्यवस्था ह्या कृषीप्रधान असतात. अशा देशांचा औद्योगिकीकरणाशिवाय जलद आर्थिक विकास होत नाही.

अशा परिस्थितीत आर्थिक नियोजनांतर्गत औद्योगिक धोरण निश्चित करून मूलभूत व जड उद्योगांची स्थापना करावी लागते. योग्य ते नियोजन करून भांडवली वस्तू तसेच उपभोग्य वस्तू निर्मितीचे उद्योग उभारून औद्योगिकीकरण केले जाते. परिणामी रोजगार, बचत, गुंतवणूक, दरडोई उत्पन्न यात वाढ होऊन आर्थिक विकास जलद गतीने होतो.

५) रोजगार संधी निर्माण करणे : भारतासारख्या देशातील आर्थिक नियोजनाचे रोजगारसंधी निर्माण करणे हे एक प्रमुख उद्दिष्ट होते. भारतात मोठ्या प्रमाणात असलेल्या लोकसंख्यावाढीमुळे बेकारीचे प्रमाण अधिक आहे. ग्रामीण आणि शहरी भागात विविध प्रकारची बेकारी आढळून येते. अशा परिस्थितीत आर्थिक नियोजन करून रोजगार निर्मितीच्या संधी वाढविता येतात. परिणामी बेकारी कमी होण्यास मदत होते.

६) **संसाधनाचा कार्यक्षमतेने वापर :** भारतासारख्या विकसनशील देशात नैसर्गिक संसाधने मोठ्या प्रमाणावर उपलब्ध आहेत. परंतु भांडवलाची टंचाई असल्यामुळे भूसंपत्ती, वनसंपत्ती, जलसंपत्ती यांचा कार्यक्षमतेने वापर होत नाही. अशा परिस्थितीत आर्थिक नियोजन करून उपलब्ध नैसर्गिक संसाधनांचा पूर्ण कार्यक्षमतेने वापर करता येतो; त्यामुळे आर्थिक विकासाची गती वाढते.

७) **आर्थिक विषमता कमी करणे :** आर्थिक विषमता कमी करणे हे एक आर्थिक नियोजनाचे प्रमुख उद्दिष्ट असते. अनियोजित अर्थव्यवस्थेत उत्पन्न व संपत्तीतील विषमता मोठ्या प्रमाणावर असते. काही उद्योगसमूहांच्या हाती उत्पन्न व संपत्तीचे केंद्रीकरण झालेले असते; तर दुसऱ्या बाजूला फार मोठी लोकसंख्या दारिद्र्य, बेकारीच्या अवस्थेत जीवन जगत असतात. आर्थिक विषमतेचे दुष्परिणाम सर्वसामान्य जनतेला भोगावे लागतात; म्हणून आर्थिक विषमता कमी करण्यासाठी आर्थिक नियोजनाचा अवलंब करण्यात येतो.

ब) **राजकिय उद्दिष्टे :** काही देशांमध्ये राजकीय हेतूच्या पूर्तीसाठी आर्थिक नियोजनाचे तंत्र वापरण्यात येते. आर्थिक नियोजनाची राजकीय उद्दिष्टे पुढीलप्रमाणे स्पष्ट केली आहेत –

१) **देशाचे संरक्षण करणे :** काही देशाच्या आर्थिक नियोजनाचे प्रमुख उद्दिष्ट देशाचे संरक्षण करणे हे असते. उदा. रशियाने आर्थिक नियोजनाद्वारे आपली संरक्षण व्यवस्था मजबूत करून देशाचे संरक्षण केले; इतकेच नव्हे तर अल्प काळातच तो एक जागतिक शक्ती म्हणून उदयास आला.

भारतातही १९६२ च्या चीन आक्रमणानंतर आर्थिक नियोजन करताना संरक्षणाला महत्त्व देण्यात आले. भारतासारख्या देशाला चीन, पाकिस्तान, बांगलादेश या शेजारील देशांकडून सुरक्षिततेला धोका असल्याने अलीकडील काळात संरक्षणावरील खर्च वाढलेला आहे; त्यामुळे भारतीय आर्थिक नियोजनात संरक्षणाच्या उद्दिष्टाचे महत्त्व वाढलेले दिसून येते.

२) **आक्रमण तयारी करणे :** एखाद्या राष्ट्राचा आर्थिक नियोजनाचा हेतू एखाद्या देशावर आक्रमण करणे, हा देखील असू शकतो; म्हणजेच संरक्षणाचे उद्दिष्ट कालांतराने आक्रमणाच्या उद्दिष्टात परिवर्तित केले जाते. एखाद्या राष्ट्राकडून देशाच्या सार्वभौमत्वाला जेव्हा धोका निर्माण होतो,

तेव्हा तो देश आक्रमण करण्यासाठी आर्थिक नियोजनाचा मार्ग स्वीकारतो. आक्रमण करणे, त्यानंतर व त्यापूर्वी काय दुष्परिणाम होतील, आक्रमणासाठी किती खर्च येईल, खर्च कसा भरून काढायचा वगैरे या सर्व गोष्टींचा विचारपूर्वक निर्णय आर्थिक नियोजनात केला जातो.

३) **आंतरराष्ट्रीय सीमेवर शांतता ठेवणे :** जगातील अनेक देशांचे शेजारील राष्ट्रांशी वेगवेगळ्या कारणांनी वाद सुरू आहेत. विशेषत: आंतरराष्ट्रीय सीमारेषेवरील वादामुळे असे देश एकमेकांचे शत्रू बनलेले आहेत. अशा वेळी शत्रूराष्ट्रापासून संरक्षण करण्यासाठी आणि आंतरराष्ट्रीय सीमेवर शांतता निर्माण करण्यासाठी काही देश आर्थिक नियोजनाचा वापर करतात; म्हणजेच नियोजन तंत्राचा उपयोग संरक्षण व्यवस्था सक्षम करून शांतीच्या धोरणाचा पुरस्कार केला जातो; जर संरक्षण व्यवस्था 'जशास तसे' उत्तर देण्यासाठी मजबूत असेल, तर शत्रू देश आक्रमण करण्याची हिंमत दाखवत नाही. परिणामी शांती प्रस्थापित होण्यास मदत होते. थोडक्यात, आंतरराष्ट्रीय पातळीवर शांती टिकवून ठेवण्यासाठी नेहमी युद्ध तयारीत राहणे ह्यासाठी देखील नियोजनाचा वापर केला जातो.

४) **कल्याणकारी राज्याची निर्मिती करणे :** कल्याणकारी राज्याची निर्मिती करणे हे देखील आर्थिक नियोजनाचे एक महत्त्वाचे उद्दिष्ट असते. हे उद्दिष्ट राजकीय, आर्थिक आणि सामाजिक हेतूनेही प्रेरित असू शकते. देशातील सर्व समाज घटकांचे कल्याण करणाऱ्या सरकारला जनता पुन्हा निवडून देत असते; म्हणून सरकार आपल्या आर्थिक नियोजनाचे उद्दिष्ट कल्याणकारी राज्याची निर्मिती करणे हे ठेवत असते. यात प्रामुख्याने देशातील जनतेचे महत्तम कल्याण करणे, भाववाढीपासून संरक्षण करणे, जनतेचे राहणीमान वाढविणे, दरडोई उत्पन्नात वाढ करणे, शिक्षण, आरोग्य विषयक सोयी उपलब्ध करून देणे वगैरे गोष्टींवर भर देण्यात येतो; तसेच राज्यघटनेतील मार्गदर्शक तत्त्वात कल्याणकारी राज्याची काही वैशिष्ट्ये सांगितली आहेत. ती साध्य करण्याचा प्रयत्न केला जातो.

५) **आंतरराष्ट्रीय स्तरावर सहकार्य वाढविणे :** आंतरराष्ट्रीय पातळीवर विविध देशांना सहकार्य करणे हे देखील राजकीय हेतूने प्रेरित असलेले आर्थिक नियोजनाचे प्रमुख उद्दिष्ट आहे. यात विशेषत: शेजारील राष्ट्रांना आर्थिक मदत करणे, शेजारील राष्ट्रांशी मैत्री वृद्धिंगत करणे, गुंतवणूक करार करणे, नैसर्गिक आपत्ती सहकार्य करणे, युद्धकाळात मदत करणे वगैरे

यासारख्या गोष्टींवर भर दिला जातो. परिणामी आंतरराष्ट्रीय पातळीवर सहकार्य वृद्धिंगत होते.

क) सामाजिक उद्दिष्टे : आर्थिक नियोजनाचे सामाजिक हेतूने प्रेरीत असलेले उद्दिष्टे पुढील प्रमाणे आहेत.

१) **सामाजिक सुरक्षितता प्रदान करणे :** आर्थिक नियोजनाचे हे सामाजिक हेतूने प्रेरित असलेले महत्त्वाचे उद्दिष्ट आहे. अपघात, बेकारी, वृद्धापकाळ, आजारपण, निवृत्तीवेतन, किमान वेतन, विमा, आर्थिक साहाय्य यासारख्या विविध योजनांच्या/घटकांच्या माध्यमातून जनतेला सोयी व सवलती उपलब्ध करून देण्यासाठी आर्थिक नियोजन केले जाते; त्यामुळे नागरिकांना सामाजिक सुरक्षितता मिळून त्यांच्या कल्याणात वाढ होते.

२) **सामाजिक आणि आर्थिक विषमता कमी करणे :** सामाजिक आणि आर्थिक विषमता कमी करणे हे एक आर्थिक नियोजनाचे सामाजिक हेतूने प्रेरित असलेले महत्त्वाचे

८.५ सर्वसमावेशक वृद्धी दृष्टिकोन आणि ११ वी पंचवार्षिक योजना (Inclusive Growth Approach and 11th Five Year Plan)

११ व्या पंचवार्षिक योजनेला भारताचे माजी पंतप्रधान डॉ. मनमोहन सिंग यांच्या अध्यक्षतेखाली १७ ऑक्टोबर २००६ रोजी झालेल्या योजना आयोगाच्या सभेत मंजुरी देण्यात आली. या पंचवार्षिक योजनेत जलद आणि सर्वसमावेशक दृष्टिकोनाचे ध्येय निश्चित करून वार्षिक सरासरी ९% दराने वृद्धीचे लक्ष्य निर्धारित करण्यात आले होते. ही अकरावी पंचवार्षिक योजना सर्वसमावेशक असून एकूण सार्वजनिक क्षेत्रातील खर्च ३६,४४,७१८ कोटी रुपये असून, त्यात केंद्राचा वाटा २१,५६,५७१ कोटी रुपये (५९.२%) असून, राज्य सरकारचा वाटा १४,८८,१४७ कोटी रुपये म्हणजेच (४०.८%) इतका होता. हा खर्च १० व्या योजनेच्या तुलनेत १२५ टक्क्यांनी अधिक होता.

अकरावी पंचवार्षिक योजना सर्वसमावेशक वृद्धी दृष्टिकोनावर आधारित असून तो एक नियोजनाचा प्रकार आहे. ‘‘संपूर्ण अर्थव्यवस्थेतील प्रमुख घटकांसंबंधीचे नियोजन म्हणजे ‘सर्व समावेशक नियोजन’ होय.’’

अशा नियोजनात अर्थव्यवस्थेतील संपूर्ण साधनसामग्रीची वाटणी एकूण गुंतवणुकीची रचना आणि सर्व प्रमुख आर्थिक घटकांचा समावेश होतो. सर्वसमावेशक नियोजन हे अधिक परिणामकारक ठरत असते.

सर्वसमावेशक आर्थिक नियोजनात सर्व निम्न स्तरातील घटकांपासून ते उच्च स्तरातील सर्व घटकांचा आर्थिक विकास करण्यास प्राधान्य दिले जाते; म्हणूनच आर्थिक विकासातील सर्वसमावेशकता हे अकराव्या पंचवार्षिक योजनेचे प्रमुख ध्येय आहे. अकरावी पंचवार्षिक योजना ही व्यापक असून त्यामध्ये पुढील प्रमुख घटक समाविष्ट करण्यात आलेले आहेत.

१) जलद आणि सर्वसमावेशक आर्थिक विकास घडवून आणणे.

२) आरोग्य, स्वच्छ पाणी, रस्ते, वीज, वाहतूक, दळणवळण यासारख्या सेवा उपलब्ध करून देऊन गरिबांना प्राधान्य देणे.

३) शिक्षण, कौशल्य, प्रशिक्षण, तंत्रशिक्षण, मोफत शिक्षण आणि विकासाच्या मार्फत सबलीकरणावर भर देणे.

४) स्त्री-पुरुष समानता प्रस्थापित करणे.

५) प्रशासनाचे विकेंद्रीकरण करून प्रशासनात सुधारणा करणे.

६) शाश्वत पर्यावरणीय समतोल निर्माण करणे.

७) राष्ट्रीय रोजगार हमी योजनेद्वारे रोजगार संधी निर्माण करणे.

८) अर्थव्यवस्थेतील किंमत पातळीत स्थिरता राखणे.

९) कृषी आणि ग्रामीण विकास करणे.

११ व्या योजनेची उद्दिष्टे

१) निम्नस्तरातील घटकांपासून ते उच्च स्तरातील सर्व घटकांचा आर्थिक विकास घडवून आणणे.

२) जलद आणि सर्वसमावेशक आर्थिक विकास घडवून आणणे.

३) शाश्वत पर्यावरण समतोल निर्माण करणे.

४) प्रशासकीय विकेंद्रीकरण करून प्रशासनात सुधारणा करणे.

५) शेती व शेतीशी संबंधित उद्योगाचा निर्धारित वृद्धीदराने विकास करून अर्थव्यवस्थेतील किंमत पातळीचे स्थैर्य राखणे.

६) वीज निर्मितीत वाढ करून शेतकऱ्यांना मोफत वीज पुरवठा करणे.

७) ग्रामीण भागाचा विकास करून ग्रामीण भागात जीवनावश्यक सेवा व सुविधा जलद आणि कार्यक्षमतेने पुरविणे.

८) देशातील सर्व जनतेला वीज, पाणी, रस्ते, दळणवळण, शिक्षण, आरोग्य आणि इतर सेवा पुरविणे.

९) फळशेती, फुलशेतीस प्रोत्साहन देऊन विविध पीक पद्धतींचा वापर करणे.

११ व्या योजनेची लक्षणे (Targets of 11th Plan)

११ व्या पंचवार्षिक योजनेची खालील लक्षणे निश्चित केलेली होती.

अ) उत्पन्न व दारिद्र्य

१) भारताच्या स्थूल देशांतर्गत उत्पन्नात वार्षिक सरासरी ९% दराने वाढ करणे.

२) कृषी क्षेत्राची प्रतीवर्षी सरासरी ४ टक्के दराने वाढ करणे.

३) नवीन रोजगाराच्या ५८ दशलक्ष संधी निर्माण करणे.

४) सुशिक्षित बेकारी ५% पर्यंत कमी करणे.

५) अकुशल श्रमिकांच्या वेतनात २०% टक्क्यांपर्यंत वाढ करणे.

ब) शैक्षणिक लक्षणे

१) प्राथमिक शाळेतील मुलांच्या गळतीचे प्रमाण २० टक्क्यांपर्यंत कमी करणे.

२) सात वर्षांपेक्षा अधिक वयांच्या व्यक्तीच्या साक्षरतेचा दर ८५% पर्यंत वाढविणे.

३) स्त्री-पुरुष साक्षरतेतील फरक १०% पर्यंत कमी करणे.

४) उच्च शिक्षितांचे प्रमाण या योजनेच्या काळात १०% वरून १५% पर्यंत वाढविणे.

५) शाळेतील शैक्षणिक ज्ञान प्राप्त करण्याचे न्यूनतम मानक मिळविणे.

क) आरोग्य विषयक लक्षणे

१) बाल मृत्यूदर २८ पर्यंत कमी ठेवणे.

२) २.१ पर्यंत जन्मदर कमी करणे.

३) सर्वांना २००९ पर्यंत पिण्यालायक स्वच्छ पाणी पुरवठा करणे.

४) मुली व स्त्रियांमधील रक्तक्षय रोगाचे प्रमाण ५०% पर्यंत खाली आणणे.

५) ० ते ३ या वयोगटातील कुपोषण प्रमाण अर्ध्यावर आणणे.

६) सर्वांना आरोग्याच्या सोयी देणे.

ड) स्त्रिया व मुले विषयक लक्षणे

१) सहा वर्षांपर्यंतचे स्त्री-पुरुष प्रमाण २०११-१२ पर्यंत ९३५ तर २०१६-१७ पर्यंत ९५० इतकी वाढ करणे.

२) सर्व मुलांना सुरक्षित बालपणाची खात्री देणे.

३) सर्व योजनांत ३३% लाभार्थी म्हणून स्त्रिया व मुलींची निवड करणे.

इ) पायाभूत सुविधा

१) एक हजारपेक्षा अधिक लोकसंख्येच्या वसतिस्थानांना आणि डोंगराळ व आदिवासी क्षेत्रातील ५०० लोकसंख्येच्या वसतिस्थानांना रस्ते सुविधा देणे.

२) प्रत्येक खेड्यास नोव्हेंबर २००७ पर्यंत टेलिफोनने जोडणे तर २०१२ पर्यंत ब्रॉड बँडने जोडणे.

३) सर्व दारिद्र्य रेषेखालील कुटुंबांना आणि गावांना २००९ पर्यंत वीज कनेक्शन देऊन या योजनेअखेरपर्यंत लोडशेडींग शिवाय वीज पुरवठा करणे.

ई) पर्यावरण विषयक लक्षणे

१) शाश्वत पर्यावरण समतोल निर्माण करणे.

२) उर्जा कार्यक्षमता २०१६-१७ पर्यंत २०% वाढविणे.

३) जंगल आणि वृक्ष क्षेत्रात ५% वाढ करणे.

४) २०११-१२ पर्यंत शहरातील हवेची गुणवत्ता जागतिक आरोग्य मानकानुसार करणे.

उ) क्षेत्रीय वृद्धी दर

१) अकराव्या पंचवार्षिक योजनेत शेती क्षेत्राची प्रतिवर्षी सरासरी ४ टक्के दराने वाढ करणे.

२) उद्योग क्षेत्राची प्रतिवर्षी सरासरी १०.११ टक्के दराने वाढ करणे.

३) सेवा क्षेत्राची प्रतिवर्षी सरासरी ९.११ टक्के दराने वाढ करणे.

अकराव्या पंचवार्षिक योजनेचे यश

११ व्या पंचवार्षिक योजनेचे यश पुढीलप्रमाणे स्पष्ट केलेले आहे-

१) राष्ट्रीय उत्पादन : ११व्या योजनेत राष्ट्रीय उत्पन्न वाढीचे ९% उद्दिष्ट ठेवलेले होते; त्यामुळे विविध क्षेत्राचा विकास होऊन राष्ट्रीय उत्पन्नात सातत्याने भर पडलेली दिसून येते. २००४-०५ च्या स्थिर किमतीला स्थूल देशांतर्गत उत्पादनात २००७-०८ मध्ये ३,८९६.६ हजार कोटी रुपये, २००८-०९ मध्ये ४,१५८.६ हजार कोटी रुपये, २००९-१० मध्ये ४,५१६.0 हजार कोटी रुपये आणि २०१०-११ मध्ये ४,९३७.0 हजार कोटी रुपये आणि २०११-१२ मध्ये ५,२४३.५ हजार कोटी रुपये एवढी वाढ झाल्याचे दिसते. हे या योजनेचे यश आहे.

२) **सेवा क्षेत्रात वाढ :** ११व्या पंचवार्षिक योजनेमध्ये सेवा क्षेत्राच्या राष्ट्रीय उत्पन्नातील वाट्यात वाढ झाल्याचे दिसून येते; तर शेती क्षेत्राच्या वाट्यात घट झाल्याचे दिसते. तसेच उद्योग क्षेत्राचा हिस्साही कमी होत असल्याचे दिसून येते. सन २००९-१० मध्ये शेतीक्षेत्र, उद्योग क्षेत्र आणि सेवा क्षेत्रांचा वाटा अनुक्रमे १४.७%, २०.२% आणि ६५.१% असा होता. सन २०१०-११ मध्ये तोच वाटा अनुक्रमे १४.५%, १९.९% आणि ६५.५% होता, तर २०११-१२ मध्ये शेती, उद्योग आणि सेवा क्षेत्राचा वाटा अनुक्रमे १४.०%, १९.०२% आणि ६६.८% इतका होता; यावरून असा निष्कर्ष निघतो की सेवा क्षेत्रात सातत्याने वाढ झालेली असून शेती व उद्योग क्षेत्राच्या हिश्श्यात घट घडून आलेली आहे.

३) **दरडोई उत्पन्नात वाढ :** ११व्या पंचवार्षिक योजनेत दरडोई राष्ट्रीय उत्पन्नात वाढ झाल्याने हे एक यश मानले जाते. सन २००४-०५ च्या स्थिर किमतीला दरडोई निव्वळ राष्ट्रीय उत्पन्नातील वाढ सन २००७-०८, सन २००८-०९, सन २००९-१०, सन २०१०-११ आणि सन २०११-१२ मध्ये अनुक्रमे ३०,३३२ रुपये, ३१,७५४ रुपये, ३३,९०१ रुपये, ३६,३४२ रुपये आणि ३८,०३७ रुपये इतके होते. अकराव्या योजनेचे हे यश आहे.

४) **कृषी उत्पादनात वाढ :** कृषी क्षेत्रातील उत्पादन वाढ वार्षिक सरासरी ३.३ टक्के दराने झाली. १० व्या आणि ९ व्या पंचवार्षिक योजनेपेक्षा हा वृद्धी दर अधिक असल्याचे दिसून येते; म्हणून अकराव्या योजनेची ही एक चांगली उपलब्धी आहे.

५) **बेरोजगारीत घट :** भारतात बेरोजगारीच्या समस्या दिवसेंदिवस गंभीर बनत आहेत. परंतु, ११ व्या योजनेत बेरोजगारी कमी करण्यात थोडे यश आलेले आहे. सन २००४-०५ मध्ये बेरोजगारीचा दर ८.२% होता; तर सन २००९-१० मध्ये तो ६.६% पर्यंत कमी झाल्याचे दिसून येते. याचाच अर्थ बेरोजगारी कमी करण्यात यश प्राप्त झाले आहे.

८.६ नीती आयोग (National Institution for Transforming India Aayog) (NITI AAYOG)

नवीन NDA सरकारने नियोजन मंडळाच्या जागी नवीन संस्था स्थापना करण्याचे ठरवून १३ ऑगस्ट २०१४ रोजी कॅबिटने त्याला मंजुरी देऊन ७ डिसेंबर २०१४ रोजी सर्व राज्यांच्या मुख्यमंत्र्याची सभा घेण्यात आली. त्या सभेत बहुतेक

मुख्यमंत्र्यांनी जुन्या नियोजन आयोगाच्या जागी नवीन संस्था स्थापन करण्याच्या निर्णयाला मान्यता दिली. त्या संस्थेचे नावं 'National Institution for Transforming India - NITI' असे दिले म्हणजेच 'नीती आयोग' असे म्हटले जाते.

नियोजन आयोगाला काही बाबींमध्ये अपयश आल्याचे म्हटले जाते. अर्थव्यवस्थेमध्ये जे उत्पादन घेतले जाते त्यात खाजगी क्षेत्राचा खूप मोठा वाटा आहे. परंतु प्रत्यक्षात खाजगी क्षेत्रासाठी नियोजन नव्हते. फक्त सार्वजनिक क्षेत्रासाठी नियोजन होते; नियोजनात सुसूत्रीकरणाच्यां यंत्रणेचा अभाव होता. खाजगी क्षेत्र नियोजनापासून दूर होते. खाजगी क्षेत्राचासुद्धा संसाधनात दबाव वाढला होता. त्यासाठी या संसाधनांच्या नियोजनाची गरज होती. सावर्जनिक क्षेत्राच्या नियोजनात अवास्तविकता (Non-Realistion) होते. परवाना धोरण, खाजगी क्षेत्रासाठी योजना इत्यादी साधनांचा वापर नियोजनात करण्यात आला. परंतु त्यासाठी कार्यालयीन समिती परिणामकारक नव्हती; परिणामी भांडवलाची केंद्रीकरणाची प्रवृत्ती वाढली त्यामुळे संपत्ती आणि उत्पन्नातील असमानता वाढली. अमेय बाग्ची यांनी या असमानतेच्या प्रवृत्तीला 'अंशिक नियोजन' असे म्हटले आहे. नियोजन प्रक्रियेचा प्रत्यक्ष परिणाम राष्ट्रीय आर्थिक धोरणांवर होतो. केंद्र सरकारची साधने ही राज्याला प्रस्तुत करीत नाही त्यामुळे संघराज्य पद्धतीच्या विरुद्ध जाते. नवडपारीकरणाचा पुरस्कार करणारे अर्थशास्त्रज्ञ खाजगी क्षेत्राच्या मजबुतीकरणावर भर देतात.

नीती आयोगाचे कामकाज चालण्यासाठी तीन विभाग/वाहिन्या आहेत -

१) वित्त आयोग : हा विभाग पूर्वीप्रमाणेच केंद्राकडून राज्याकडे निधी पाठविण्याचे काम करेल. वित्त आयोग दूरदर्शी असे बदल घडवून आणू शकेल कारण ते एक संविधानात्मक मंडळ आहे. केंद्र सरकारने जो नवडपारमतवादाचा दृष्टी कोन बाळगला आहे, त्या अंतर्गत संसाधनांची उपलब्धता व वितरण वित्त आयोग करेल.

अ) वित्त आयोग ब) नियोजन मंडळ क) वित्त मंत्रालय या तीन विभागांतर्गत/वाहिन्यांतर्गत नवडपारमतवादी धोरण राबविले जाणार आहे. हा प्रभाव केंद्राकडून राज्याकडे पडत असताना नियोजन आयोग लोप पावेल; म्हणजे नियोजनाच्या स्वरूपात बदल होईल व वित्त मंत्रालयाद्वारे आवंटन केला जाईल. केंद्राचे राज्याच्या नियोजनावरील नियंत्रण वाढणार आहे.

नीती आयोगाचे स्वरूप

नीती आयोगाचे महत्त्वाचे भाग म्हणजे अभियांत्रिक आणि व्यवस्थापन होय. नीती आयोगाचा कार्यभाग म्हणजे गतिशीलता होय. धोरणाची मांडणी उदारीकरणानंतर

निर्माण झालेले खाजगी क्षेत्र आणि नीती आयोग करणार आहे; त्यातून खाजगी उपक्रमांना सामर्थ्य मिळवून देण्याचा मनोदय आहे.

पशुभावापासून खाजगी उपक्रमांना मुक्त करणे आणि त्यांच्यावर दबाव निर्माण होऊ नये तसेच क्षैतिज आणि लंबोत्तर (Vertical) स्वरूपाची स्पर्धा राजकोषीय व्यवस्थेमध्ये बहुपातळीवर असावी असे स्पष्ट केले आहे तसेच आर्थिक गतिशीलतेचे मापन हे स्पर्धात्मकता, समानता आणि खर्च-लाभ योग्यता या तत्त्वावर व्हावे असे निश्चित केले आहे.

संघराज्यपद्धती ही नवप्रवर्तन, अनुकरण, शिकणे आणि सुविधा उपलब्ध देण्याला महत्त्व देणारी आहे.

तसेच सहकार्याचा खर्चसुद्धा फार मोठा आहे. प्रादेशिक पक्ष तसेच युतीची सरकारे ही राज्य पातळीवर शक्तिशाली आहेत. त्यामुळे केंद्रपातळीवरसुद्धा शक्तिशाली राहावे लागणार आहे.

राज्याराज्यांत स्पर्धा निर्माण करण्यासाठी नवीन तसेच संस्था उभारण्याचा मनोदय आहे.

नीती आयोगाची भूमिका/कामे

नीती आयोगाकडे १३ वेगवेगळी कामे दिली असून त्याचे चार गटांत वर्गीकरण करता येते -

१) **सहकार-संघराज्यवाद :** सहकार संघराज्याला प्रोत्साहन देणे त्यासाठी रचनात्मक सहकार्य आणि यंत्रणा निर्माण करण्यासाठी पुढाकार घेणे ही नीती आयोगाची मुख्य जबाबदारी आहे. संघराज्य पद्धतीमध्ये देशहिनतासाठी राज्याला मध्यस्थाची भूमिका करावी लागणार आहे; जसे राज्यांच्या अधिकारात काही विषय असतात. जसे सार्वजनिक सेवा. सेवांचे वितरण करण्यासाठी बाह्यता External facilities व किमान दर्जा यामध्ये सहकार्य घडून येणे अपेक्षित आहे. उदा. आरोग्य सुरक्षा, नागरीविकास, दारिद्र्य निर्मूलन इत्यादी राज्य ही अभिकरण संस्था आहे. नीती आयोज मातहचि आणि अनुभवाचा विनिमय करणारा आहे. राज्याराज्यांत निरोगी स्पर्धेस? उत्तेजन देणार आहे.

नीती आयोग करार करू शकणार आहे; तसेच केंद्र पुरस्कृत योजनांची अंमलबजावणी करणार आहे; तसेच पूर्वीच्या योजनांची नव्याने रचना तयार करण्यात आली आहे.

योजना संयुक्तपणे राबविण्यासाठी सहकार संघराज्याच्या आधारावर

अंमलबजावणी व रचना निर्माण केल्या जाणार आहेत. योजनांच्या संख्येत मर्यादा राहणार आहे. योजना आयोग हा योजनेची रचना तयार करण्याचे व्यासपीठ राहणार आहे तसेच नीती आयोगाद्वारे अंमलबजावणी, व्यवस्था आणि मूल्यमापनासाठी संयुक्त चौकट निर्माण केली जाणार आहे.

आंतरराज्य समिती (Inter-State Council) ही वाटाघाटी, चर्चा, करार इत्यादी घडवून आणणारी अधिकरण संस्था आहे.

२) **राष्ट्रीय विकासाचे व्यूहरचनात्मक नियोजन :** नीती आयोगाकडे समग्र आणि क्षेत्रीय पातळीवरील व्यूहरचनात्मक नियोजनाची जबाबदारी सोपविलेली आहे. धोरणातून प्रक्षेपणातील लोकसंख्येचा दर्जा उंचावते, मानवविकासात सुधारणा घडवून आणणे तसेच लोकांची उत्पादकता वाढविणे; यांना आर्थिक कृतीशी जोडलेले आहे.

संघटितपणे देशाचे नियोजन करताना त्यामध्ये राज्यपातळीवरील नियोजनाचा समावेश असेल. संघपातळीवर काम करताना नियोजनाद्वारे मूलभूत सुविधा व सेवा पुरविल्या जातील. नीती आयोग राज्याच्या नियोजनाची आकृतिबंध चौकट निर्माण करणार आहे. त्यानुसारच राज्याला सल्ला देणे, मार्गदर्शन करणे व महत्त्व दिले जाणार आहे.

३) **ज्ञान आणि नवप्रवर्तनाचे मध्यवर्ती केंद्र :** नीती आयोग व्यूहचरनात्मक नियोजनाला महत्त्व देणार आहे. त्यामध्ये व्यहूरचनात्मक दृष्टी, धोरण आणि कार्यक्रम यांचे सुसूत्रीकरण केले जाईल. त्यासाठी नीती आयोग पुढाकार घेणार आहे व नियंत्रण ठेवून अहवालही सादर करेल; तसेच राज्यासाठी तंत्रज्ञानाची पातळी उंचावणे; कला संशोधन आणि क्षमतांची बांधणी करेल. मूलभूत संशोधनाबरोबरच संशोधनात प्रवेश, संशोधनाचे बाह्य स्त्रोत हे जागतिक पातळीच्या विषयवस्तूशी जोडले जाईल. माहिती अधिकोष (Data Bank) याकडे असलेली समग्रमाहिती ही लोकसंख्या, अर्थव्यवस्था, भौगोलिक आणि सामाजिक बदलांशी संबंधित राहील. त्याचा संशोधन व धोरणासाठी उपयोग होईल. राज्यांना विकाससंदर्भात सामावून घेतले जाईल.

४) **सहकार्य निर्माण करणे :** राज्याराज्यांत तसेच विभागा विभागात सहकार्य निर्माण करणे हे नीती आयोगाचे महत्त्वाचे काम आहे; पूर्वीच्या सरकारच्या काळात सहकार्याचा अभाव स्पष्टपणे दिसून आला; सहकार्याच्या अभावामुळे मूलभूत सुविधा, समग्र वातावरण, आर्थिकवृद्धी आणि मंत्रालयांवरसुद्धा त्याचा भीषण परिणाम होतो. त्यासाठी नीती आयोग प्लॅटफॉर्म विकसित करणार आहे.

सराव प्रश्न

प्र.१) खालील प्रश्नांची प्रत्येकी १०० शब्दांत उत्तरे लिहा.

१) 'आर्थिक नियोजन' म्हणजे काय?

२) आर्थिक नियोजनाची व्याख्या सांगा.

३) आर्थिक नियोजनाची गरज स्पष्ट करा.

४) आर्थिक नियोजनाची आर्थिक उद्दिष्टे सांगा.

५) सर्वसमावेशक आर्थिक वृद्धी दृष्टिकोन म्हणजे काय?

६) नीतीआयोग म्हणजे काय?

प्र.२) खालील प्रश्नांची प्रत्येकी २०० शब्दांत उत्तरे लिहा.

१) आर्थिक नियोजनाची गरज थोडक्यात सांगा.

२) आर्थिक नियोजनाचे सामाजिक उद्दिष्ट स्पष्ट करा.

३) सर्वसमावेशक आर्थिक वृद्धी आणि अकराव्या पंचवार्षिक योजनेबाबत विवेचन करा.

४) नीती आयोगाची कार्यप्रणाली स्पष्ट करा.

प्र.३) खालील प्रश्नांची प्रत्येकी ४०० शब्दांत उत्तरे लिहा.

१) आर्थिक नियोजनाची व्याख्या सांगून आर्थिक नियोजनाची गरज स्पष्ट करा.

२) आर्थिक नियोजनाची सामाजिक, आर्थिक आणि राजकीय उद्दिष्टे सांगा.

३) सर्वसमावेशक आर्थिक वृद्धी आणि अकरावी पंचवार्षिक योजना याबाबत सविस्तर माहिती स्पष्ट करा.

४) नियोजन आयोगाबाबत सविस्तर विश्लेषण करा.

प्र.४) टिपा लिहा. (१०० शब्दांत)

१) आर्थिक नियोजन.

२) आर्थिक नियोजनाची उद्दिष्टे.

३) अकरावी पंचवार्षिक योजना व सर्व समावेशक वृद्धी.

४) नीती आयोग.

पारिभाषिक शब्दावली

Absolute Poverty - निरपेक्ष दारिद्र्याचे

Advanced Technology - प्रगत तंत्रज्ञान

Balanced Growth - संतुलित विकास

Bank Rate - बँक दर

Big Push Theory - प्रबळ चालना सिद्धान्त

Capital Formation - भांडवलसंचय/उभारणी

Capitalist - भांडवलदार

Centralised Planning - केंद्रित नियोजन

Cheap Monetary Policy - स्वस्त पैसा धोरण

Classical School - सनातन विचार प्रणाली

Constraints - अडथळे/मर्यादा

Critical Minimum Effort Thesis/Theories - निर्णायक किमान प्रयत्न सिद्धान्त

Deficit Financing - तुटीचा अर्थभरणा

Demographic Characteristics - लोकसंख्याविषयक वैशिष्ट्ये

Developing - विकसित

Disquised Unemployment - प्रच्छन्न बेकारी

Division of Labour - श्रमविभागणी

Economic Backwardness - आर्थिक मागासलेपणा

Economic Crisis - आर्थिक अरिष्ट

Economic Development - आर्थिक विकास

Economic Draith - आर्थिक गळती

Economic Growth - आर्थिक वृद्धी

Economic Planning - आर्थिक नियोजन

Economic Welfare - आर्थिक कल्याण

External Bottlenecks - बाह्य अडथळे

Financial Planning - वित्तीय नियोजन

Fiscal Policy - राजकोषीय किंवा वित्तीय धोरण

IMF - नाणे निधी

Inappropriate Technology - अयोग्य तंत्रज्ञान

Increase in Capital formation - भांडवल संचयात वाढ

Increase in productivity - उत्पादकतेत वाढ

Increase in Standard of Living - राहणीमानात वाढ

Indivisibilities and External Economics - अविभाज्यता आणि बाह्य बचती

Induced Investment - प्रेरित गुंतवणूक

Innovator - नवप्रवर्तक/नवप्रवर्तन

Joint Family System - संयुक्त कुटुंब पद्धती

Laissez Faire Policy - निर्हस्तक्षेपाचे धोरण

Less Developed - अल्प विकसित

Low Productivity - अल्प उत्पादकता

Low Quality of Population - लोकसंख्येची कमी गुणवत्ता

Materialistic Interpertation of History - इतिहासाची भौतिकवादी मीमांसा

Monetary Policy - चलनविषयक धोरण

Moral Suasion - नैतिक समजावणी

Multhusian Theory of Economic Development - माल्थसचा आर्थिक विकासाचा सिद्धान्त

National Institution for Transforming India (NITI) - निती आयोग

Natural Law - निसर्ग नियम

Partial Planning - अंशिक नियोजन

Physical Planning - वास्वत नियोजन

Physical Quality of Life Index - राहणीमानाचा भौतिक गुणवत्ता निर्देशांक

Public Debt. - सार्वजनिक कर्ज

Quasi-Stability - आभासी स्थिरता

Regional Planning - प्रादेशिक नियोजन

Relative Poverty - सापेक्ष दारिद्र्य

Scarcity of Capital - भांडवलाची टंचाई

Shocks - धक्के

Socio-Cultural Obstacles - सामाजिक-सांस्कृतिक अडथळे

Static Economy - स्थितीशील अवस्था

Stationary State - स्थिर अवस्था/गतिशून्य अवस्था

Structural Change - रचनात्मक परिवर्तन

Surplus Value - अतिरिक्त मूल्य

Theory of Economic Develpment - आर्थिक विकासाचे सिद्धान्त

Totalitarian Planning - हुकूमशाही नियोजन

Unbalanced Growth - असंतुलित विकास

Vicious Circle of Poverty - दारिद्र्याचे दुष्टचक्र

Wealth of Nations - राष्ट्राची संपत्ती

World Bank - जागतिक बँक

संदर्भसूची

अर्थसंवाद – जानेवारी-मार्च २०१५ तसेच अर्थसंवादचे विविध अंक

कदम डॉ. डी. एस., प्रा. दातीर व इतर, 'विकास व पर्यावरणीय अर्थशास्त्र'
निराली प्रकाशन, पुणे (२००५)

झामरे, डॉ. जी. एन., 'भारतीय अर्थव्यवस्था, विकास व पर्यावरणात्मक अर्थशास्त्र'
पिंपळापुरे ॲण्ड कं. पब्लिशर्स, नागपूर (२००८)

ढमढेरे डॉ. एस. व्ही., 'भारतीय आणि जागतिक आर्थिक विकास'
डायमंड पब्लिकेशन्स, पुणे (२००६)

विजय कविमंडन 'विकासाचे अर्थशास्त्र आणि नियोजन' श्री मंगेश प्रकाशन, नागपूर
(१९९८)

Adelmen I. 'The Ories of Economic Growth and Development', Standford
University Press, Stanforod. (1961)

Behrman S and T. N. Shrinivasan, 'Hand Book of Development
Economics' Vol. 1 to 3 Elsevire Amsterdoam (1995).

Ghosh B. N. 'Economic Development & Planning, National Book House
(1982)

Kindalberger C. P. 'Economic Development' 3rd Edition, McGraw Hill
New York (1977)

Meier G. M. 'Leuding Issue in Economic Development' 6th Ed.
Oxford University Press New Delhi. (1995)

Misra & Puri, Development & Planning Theory and Practice'
Himalaya Publishing House.

World Bank-World Bank Development Report. 2001 to 2014.

Zhingein M. L. 'The Economics of Development & Planning'
Vrindo Publication (P) Ltd. (1982)

www.ingramcontent.com/pod-product-compliance
Lightning Source LLC
Chambersburg PA
CBHW051651260626
47170CB00004B/1450
* 9 7 8 8 1 8 4 8 3 6 2 7 1 *